卞尺丹几乙し丹卞と
Translated Language Learning

Siddhartha
Tất Đạt Đa

An Indian Poem
Một bài thơ Ấn Độ

Hermann Hesse

English / Tiếng Việt

Copyright © 2024 Tranzlaty
All rights reserved
Published by Tranzlaty
Siddhartha – Eine Indische Dichtung
ISBN: 978-1-83566-702-6
Original text by Hermann Hesse
First published in German in 1922
www.tranzlaty.com

The Son of the Brahman
Con trai của Brahman

In the shade of the house
Trong bóng râm của ngôi nhà
in the sunshine of the riverbank
dưới ánh nắng mặt trời của bờ sông
near the boats
gần những chiếc thuyền
in the shade of the Sal-wood forest
dưới bóng râm của rừng Sal-wood
in the shade of the fig tree
dưới bóng cây sung
this is where Siddhartha grew up
đây là nơi Siddhartha lớn lên
he was the handsome son of a Brahman, the young falcon
anh ấy là con trai đẹp trai của một Brahman, chú chim ưng trẻ
he grew up with his friend Govinda
anh ấy lớn lên cùng với người bạn Govinda của mình
Govinda was also the son of a Brahman
Govinda cũng là con trai của một Bà-la-môn
by the banks of the river the sun tanned his light shoulders
bên bờ sông, mặt trời rám nắng đôi vai sáng của anh
bathing, performing the sacred ablutions, making sacred offerings
tắm rửa, thực hiện nghi lễ tẩy rửa thiêng liêng, dâng lễ vật thiêng liêng
In the mango garden, shade poured into his black eyes
Trong vườn xoài, bóng râm tràn vào đôi mắt đen của anh
when playing as a boy, when his mother sang
khi chơi như một cậu bé, khi mẹ anh ấy hát
when the sacred offerings were made
khi các lễ vật thiêng liêng được thực hiện
when his father, the scholar, taught him
khi cha của ông, một học giả, dạy ông
when the wise men talked

khi những người đàn ông thông thái nói chuyện

For a long time, Siddhartha had been partaking in the discussions of the wise men

Trong một thời gian dài, Siddhartha đã tham gia vào các cuộc thảo luận của những người thông thái

he practiced debating with Govinda

anh ấy đã thực hành tranh luận với Govinda

he practiced the art of reflection with Govinda

anh ấy đã thực hành nghệ thuật phản chiếu với Govinda

and he practiced meditation

và anh ấy đã thực hành thiền định

He already knew how to speak the Om silently

Anh ấy đã biết cách nói thầm tiếng Om

he knew the word of words

anh ấy biết từ của từ

he spoke it silently into himself while inhaling

anh ấy thầm nói điều đó với chính mình trong khi hít vào

he spoke it silently out of himself while exhaling

anh ấy nói thầm điều đó trong khi thở ra

he did this with all the concentration of his soul

anh ấy đã làm điều này với tất cả sự tập trung của tâm hồn mình

his forehead was surrounded by the glow of the clear-thinking spirit

trán của anh ấy được bao quanh bởi ánh sáng của tinh thần sáng suốt

He already knew how to feel Atman in the depths of his being

Anh ấy đã biết cách cảm nhận Atman trong sâu thẳm con người mình

he could feel the indestructible

anh ấy có thể cảm nhận được sự bất khả hủy diệt

he knew what it was to be at one with the universe

anh ấy biết thế nào là hòa làm một với vũ trụ

Joy leapt in his father's heart

Niềm vui nhảy múa trong trái tim của cha mình

because his son was quick to learn
bởi vì con trai của ông ấy học rất nhanh
he was thirsty for knowledge
anh ấy khát khao kiến thức
his father could see him growing up to become a great wise man
cha anh có thể thấy anh lớn lên trở thành một người đàn ông thông thái vĩ đại
he could see him becoming a priest
anh ấy có thể thấy anh ấy trở thành một linh mục
he could see him becoming a prince among the Brahmans
anh ta có thể thấy anh ta trở thành một hoàng tử trong số những người Bà la môn
Bliss leapt in his mother's breast when she saw him walking
Bliss nhảy lên trong ngực mẹ khi bà nhìn thấy anh bước đi
Bliss leapt in her heart when she saw him sit down and get up
Niềm hạnh phúc dâng trào trong tim cô khi cô thấy anh ngồi xuống và đứng dậy
Siddhartha was strong and handsome
Siddhartha khỏe mạnh và đẹp trai
he, who was walking on slender legs
anh ấy, người đang đi trên đôi chân thon thả
he greeted her with perfect respect
anh ấy chào cô ấy với sự tôn trọng tuyệt đối
Love touched the hearts of the Brahmans' young daughters
Tình yêu đã chạm đến trái tim của những cô con gái trẻ của các Bà-la-môn
they were charmed when Siddhartha walked through the lanes of the town
họ đã bị mê hoặc khi Siddhartha đi qua các con đường của thị trấn
his luminous forehead, his eyes of a king, his slim hips
vầng trán sáng ngời, đôi mắt của một vị vua, đôi hông thon thả
But most of all he was loved by Govinda

Nhưng trên hết anh được Govinda yêu mến
Govinda, his friend, the son of a Brahman
Govinda, bạn của ông, con trai của một Bà-la-môn
He loved Siddhartha's eye and sweet voice
Anh ấy yêu đôi mắt và giọng nói ngọt ngào của Siddhartha
he loved the way he walked
anh ấy thích cách anh ấy đi bộ
and he loved the perfect decency of his movements
và anh ấy yêu sự hoàn hảo trong chuyển động của mình
he loved everything Siddhartha did and said
ông ấy yêu mọi thứ Siddhartha đã làm và nói
but what he loved most was his spirit
nhưng điều anh ấy yêu thích nhất là tinh thần của anh ấy
he loved his transcendent, fiery thoughts
anh ấy yêu những suy nghĩ siêu việt, nồng nhiệt của mình
he loved his ardent will and high calling
anh ấy yêu ý chí mãnh liệt và tiếng gọi cao cả của mình
Govinda knew he would not become a common Brahman
Govinda biết rằng anh sẽ không trở thành một Brahman bình thường
no, he would not become a lazy official
không, anh ấy sẽ không trở thành một viên chức lười biếng
no, he would not become a greedy merchant
không, anh ấy sẽ không trở thành một thương gia tham lam
not a vain, vacuous speaker
không phải là người nói chuyện phù phiếm, vô nghĩa
nor a mean, deceitful priest
cũng không phải là một linh mục gian dối, xấu xa
and he also would not become a decent, stupid sheep
và anh ta cũng sẽ không trở thành một con cừu ngu ngốc, tử tế
a sheep in the herd of the many
một con cừu trong đàn của nhiều người
and he did not want to become one of those things
và anh ấy không muốn trở thành một trong những thứ đó
he did not want to be one of those tens of thousands of Brahmans

ông không muốn trở thành một trong số hàng chục ngàn người Bà La Môn đó

He wanted to follow Siddhartha; the beloved, the splendid
Ông muốn theo Siddhartha; người được yêu thương, người tuyệt vời

in days to come, when Siddhartha would become a god, he would be there
trong những ngày sắp tới, khi Siddhartha trở thành một vị thần, anh ấy sẽ ở đó

when he would join the glorious, he would be there
khi anh ấy gia nhập vinh quang, anh ấy sẽ ở đó

Govinda wanted to follow him as his friend
Govinda muốn theo anh ấy như một người bạn

he was his companion and his servant
anh ấy là bạn đồng hành và là người hầu của anh ấy

he was his spear-carrier and his shadow
anh ấy là người mang giáo và là cái bóng của anh ấy

Siddhartha was loved by everyone
Siddhartha được mọi người yêu mến

He was a source of joy for everybody
Anh ấy là nguồn vui của mọi người

he was a delight for them all
anh ấy là niềm vui của tất cả bọn họ

But he, Siddhartha, was not a source of joy for himself
Nhưng ông, Siddhartha, không phải là nguồn vui cho chính mình

he found no delight in himself
anh ta không thấy thích thú với chính mình

he walked the rosy paths of the fig tree garden
anh ấy đi trên con đường hồng của khu vườn cây sung

he sat in the bluish shade in the garden of contemplation
anh ấy ngồi trong bóng râm xanh của khu vườn chiêm nghiệm

he washed his limbs daily in the bath of repentance
anh ấy rửa chân tay mình hàng ngày trong bồn tắm sám hối

he made sacrifices in the dim shade of the mango forest
anh ấy đã hiến tế trong bóng râm mờ ảo của rừng xoài

his gestures were of perfect decency
cử chỉ của anh ấy hoàn toàn lịch sự
he was everyone's love and joy
anh ấy là tình yêu và niềm vui của mọi người
but he still lacked all joy in his heart
nhưng anh vẫn thiếu niềm vui trong tim
Dreams and restless thoughts came into his mind
Những giấc mơ và những suy nghĩ bồn chồn hiện lên trong tâm trí anh
his dreams flowed from the water of the river
những giấc mơ của anh ấy chảy từ dòng nước của dòng sông
his dreams sparked from the stars of the night
giấc mơ của anh ấy lóe lên từ những vì sao của đêm
his dreams melted from the beams of the sun
những giấc mơ của anh tan chảy dưới những tia nắng mặt trời
dreams came to him, and a restlessness of the soul came to him
những giấc mơ đến với anh ta, và một sự bồn chồn của tâm hồn đến với anh ta
his soul was fuming from the sacrifices
tâm hồn anh ta đang sôi sục vì những sự hy sinh
he breathed forth from the verses of the Rig-Veda
ông thở ra từ những câu thơ của Rig-Veda
the verses were infused into him, drop by drop
những câu thơ đã được truyền vào anh ấy, từng giọt một
the verses from the teachings of the old Brahmans
những câu thơ trong lời dạy của các Bà-la-môn cổ xưa
Siddhartha had started to nurse discontent in himself
Siddhartha đã bắt đầu nuôi dưỡng sự bất mãn trong chính mình
he had started to feel doubt about the love of his father
anh ấy đã bắt đầu cảm thấy nghi ngờ về tình yêu của cha mình
he doubted the love of his mother
anh ấy nghi ngờ tình yêu của mẹ mình
and he doubted the love of his friend, Govinda

và anh ta nghi ngờ tình yêu của người bạn của mình, Govinda

he doubted if their love could bring him joy forever and ever

anh ấy nghi ngờ liệu tình yêu của họ có thể mang lại cho anh niềm vui mãi mãi không

their love could not nurse him

tình yêu của họ không thể nuôi dưỡng anh ấy

their love could not feed him

tình yêu của họ không thể nuôi sống anh ấy

their love could not satisfy him

tình yêu của họ không thể thỏa mãn anh ấy

he had started to suspect his father's teachings

anh ấy đã bắt đầu nghi ngờ lời dạy của cha mình

perhaps he had shown him everything he knew

có lẽ anh ấy đã chỉ cho anh ấy mọi thứ anh ấy biết

there were his other teachers, the wise Brahmans

có những người thầy khác của ông, những Bà-la-môn thông thái

perhaps they had already revealed to him the best of their wisdom

có lẽ họ đã tiết lộ cho anh ta những điều tốt nhất trong sự khôn ngoan của họ

he feared that they had already filled his expecting vessel

anh ta sợ rằng họ đã lấp đầy chiếc bình đang mong đợi của anh ta

despite the richness of their teachings, the vessel was not full

mặc dù sự dạy dỗ của họ rất phong phú, nhưng chiếc bình vẫn không đầy

the spirit was not content

tinh thần không hài lòng

the soul was not calm

tâm hồn không được bình tĩnh

the heart was not satisfied

trái tim không được thỏa mãn

the ablutions were good, but they were water

việc rửa tội thì tốt, nhưng chúng là nước
the ablutions did not wash off the sin
việc rửa tội không rửa sạch được tội lỗi
they did not heal the spirit's thirst
họ không chữa lành cơn khát của tinh thần
they did not relieve the fear in his heart
họ không làm vơi đi nỗi sợ hãi trong lòng anh ấy
The sacrifices and the invocation of the gods were excellent
Những lễ hiến tế và lời cầu khẩn các vị thần thật tuyệt vời
but was that all there was?
nhưng liệu chỉ có thế thôi?
did the sacrifices give a happy fortune?
Liệu sự hy sinh có mang lại may mắn không?
and what about the gods?
còn các vị thần thì sao?
Was it really Prajapati who had created the world?
Có thực sự Prajapati là người đã tạo ra thế giới không?
Was it not the Atman who had created the world?
Chẳng phải Atman đã tạo ra thế giới sao?
Atman, the only one, the singular one
Atman, duy nhất, độc nhất
Were the gods not creations?
Các vị thần không phải là sáng tạo sao?
were they not created like me and you?
chẳng phải họ cũng được tạo ra giống như tôi và bạn sao?
were the Gods not subject to time?
Các vị thần không bị chi phối bởi thời gian sao?
were the Gods mortal? Was it good?
Các vị thần có phải là người phàm không? Có tốt không?
was it right? was it meaningful?
nó có đúng không? nó có ý nghĩa không?
was it the highest occupation to make offerings to the gods?
có phải dâng lễ vật cho các vị thần là nghề cao quý nhất không?
For whom else were offerings to be made?
Còn có thể dâng lễ vật cho ai nữa?

who else was to be worshipped?
còn ai khác được tôn thờ?
who else was there, but Him?
còn ai ở đó nữa ngoài Ngài?
The only one, the Atman
Duy nhất, Atman
And where was Atman to be found?
Vậy Atman có thể được tìm thấy ở đâu?
where did He reside?
Ngài sống ở đâu?
where did His eternal heart beat?
Trái tim vĩnh cửu của Ngài đập ở đâu?
where else but in one's own self?
còn nơi nào khác ngoài chính bản thân mình?
in its innermost indestructible part
trong phần sâu thẳm không thể phá hủy của nó
could he be that which everyone had in himself?
Liệu anh ấy có thể là người mà mọi người đều có trong mình không?
But where was this self?
Nhưng bản ngã này ở đâu?
where was this innermost part?
phần sâu nhất này ở đâu?
where was this ultimate part?
phần cuối cùng này ở đâu?
It was not flesh and bone
Nó không phải là thịt và xương
it was neither thought nor consciousness
đó không phải là suy nghĩ hay ý thức
this is what the wisest ones taught
đây là những gì những người khôn ngoan nhất đã dạy
So where was it?
Vậy nó ở đâu?
the self, myself, the Atman
bản thân, chính tôi, Atman
To reach this place, there was another way

Để đến được nơi này, có một cách khác
was this other way worth looking for?
có đáng để tìm kiếm cách khác không?
Alas, nobody showed him this way
Than ôi, không ai chỉ cho anh ta cách này
nobody knew this other way
không ai biết cách khác này
his father did not know it
cha của anh ấy không biết điều đó
and the teachers and wise men did not know it
và các giáo viên và người thông thái không biết điều đó
They knew everything, the Brahmans
Họ biết tất cả mọi thứ, những người Bà La Môn
and their holy books knew everything
và những cuốn sách thánh của họ biết mọi thứ
they had taken care of everything
họ đã lo liệu mọi thứ
they took care of the creation of the world
họ đã chăm lo cho sự sáng tạo của thế giới
they described origin of speech, food, inhaling, exhaling
họ mô tả nguồn gốc của lời nói, thức ăn, hít vào, thở ra
they described the arrangement of the senses
họ mô tả sự sắp xếp của các giác quan
they described the acts of the gods
họ mô tả các hành động của các vị thần
their books knew infinitely much
sách của họ biết rất nhiều
but was it valuable to know all of this?
nhưng liệu biết tất cả những điều này có giá trị không?
was there not only one thing to be known?
chẳng lẽ chỉ có một điều cần biết thôi sao?
was there still not the most important thing to know?
vẫn chưa có điều quan trọng nhất cần biết sao?
many verses of the holy books spoke of this innermost, ultimate thing

nhiều câu thơ trong các sách thánh đã nói về điều sâu xa nhất, tối thượng này

it was spoken of particularly in the Upanishades of Samaveda

nó được nói đến đặc biệt trong Upanishad của Samaveda

they were wonderful verses

đó là những câu thơ tuyệt vời

"Your soul is the whole world", this was written there

"Linh hồn của bạn là toàn bộ thế giới", điều này đã được viết ở đó

and it was written that man in deep sleep would meet with his innermost part

và người ta đã viết rằng con người trong giấc ngủ sâu sẽ gặp được phần sâu thẳm nhất của mình

and he would reside in the Atman

và anh ấy sẽ cư trú ở Atman

Marvellous wisdom was in these verses

Trí tuệ kỳ diệu nằm trong những câu thơ này

all knowledge of the wisest ones had been collected here in magic words

tất cả kiến thức của những người thông thái nhất đã được thu thập ở đây trong những từ ngữ kỳ diệu

it was as pure as honey collected by bees

nó tinh khiết như mật ong được ong thu thập

No, the verses were not to be looked down upon

Không, những câu thơ không được coi thường

they contained tremendous amounts of enlightenment

chúng chứa đựng một lượng lớn sự giác ngộ

they contained wisdom which lay collected and preserved

chúng chứa đựng sự khôn ngoan được thu thập và bảo tồn

wisdom collected by innumerable generations of wise Brahmans

trí tuệ được thu thập bởi vô số thế hệ các Bà-la-môn thông thái

But where were the Brahmans?

Nhưng người Bà La Môn ở đâu?

where were the priests?

các linh mục ở đâu?
where the wise men or penitents?
đâu là những nhà thông thái hay những người ăn năn?
where were those that had succeeded?
những người đã thành công ở đâu?
where were those who knew more than deepest of all knowledge?
Những người hiểu biết sâu sắc hơn cả kiến thức thì ở đâu?
where were those that also lived out the enlightened wisdom?
đâu là những người cũng sống theo trí tuệ giác ngộ?
Where was the knowledgeable one who brought Atman out of his sleep?
Người hiểu biết đã đưa Atman ra khỏi giấc ngủ ở đâu?
who had brought this knowledge into the day?
ai là người đã mang kiến thức này vào thời đại ngày nay?
who had taken this knowledge into their life?
Ai đã đưa kiến thức này vào cuộc sống của họ?
who carried this knowledge with every step they took?
ai là người mang theo kiến thức này trong mỗi bước chân họ đi?
who had married their words with their deeds?
ai đã kết hợp lời nói với hành động của mình?
Siddhartha knew many venerable Brahmans
Siddhartha biết nhiều vị Bà la môn đáng kính
his father, the pure one
cha của anh ấy, người trong sạch
the scholar, the most venerable one
học giả, người đáng kính nhất
His father was worthy of admiration
Cha của ông đáng được ngưỡng mộ
quiet and noble were his manners
cách cư xử của anh ấy rất điềm tĩnh và cao quý
pure was his life, wise were his words
cuộc sống của ông trong sạch, lời nói của ông khôn ngoan
delicate and noble thoughts lived behind his brow

những suy nghĩ tinh tế và cao quý ẩn sau vầng trán của anh ấy
but even though he knew so much, did he live in blissfulness?
nhưng dù biết nhiều như vậy, liệu ông có sống trong hạnh phúc không?
despite all his knowledge, did he have peace?
mặc dù có tất cả kiến thức, liệu ông có được bình an?
was he not also just a searching man?
chẳng phải ông ấy cũng chỉ là một người đang tìm kiếm thôi sao?
was he still not a thirsty man?
anh ta vẫn chưa khát sao?
Did he not have to drink from holy sources again and again?
Chẳng phải ông ấy đã phải uống nước từ nguồn nước thiêng liêng nhiều lần sao?
did he not drink from the offerings?
chẳng phải ông ấy đã uống rượu dâng hiến sao?
did he not drink from the books?
anh ta không uống từ sách sao?
did he not drink from the disputes of the Brahmans?
chẳng phải ông ta đã uống rượu từ cuộc tranh luận của các Bà-la-môn sao?
Why did he have to wash off sins every day?
Tại sao ông phải rửa sạch tội lỗi mỗi ngày?
must he strive for a cleansing every day?
Anh ta có phải cố gắng thanh tẩy mỗi ngày không?
over and over again, every day
lặp đi lặp lại, mỗi ngày
Was Atman not in him?
Phải chăng Atman không có trong anh ta?
did not the pristine source spring from his heart?
nguồn mạch nguyên sơ ấy chẳng phải xuất phát từ trái tim của Người sao?
the pristine source had to be found in one's own self
nguồn gốc nguyên sơ phải được tìm thấy trong chính bản thân mình

the pristine source had to be possessed!
nguồn gốc nguyên sơ phải được sở hữu!
doing anything else else was searching
làm bất cứ điều gì khác khác là tìm kiếm
taking any other pass is a detour
đi qua bất kỳ con đường nào khác đều là đường vòng
going any other way leads to getting lost
đi theo bất kỳ cách nào khác đều dẫn đến lạc đường
These were Siddhartha's thoughts
Đây là những suy nghĩ của Siddhartha
this was his thirst, and this was his suffering
đây là cơn khát của anh ấy, và đây là nỗi đau khổ của anh ấy
Often he spoke to himself from a Chandogya-Upanishad:
Ông thường tự nhủ với mình từ Chandogya-Upanishad:
"Truly, the name of the Brahman is Satyam"
"Thật vậy, tên của Brahman là Satyam"
"he who knows such a thing, will enter the heavenly world every day"
"Người nào biết được điều đó, sẽ được vào thiên đường mỗi ngày"
Often the heavenly world seemed near
Thường thì thế giới thiên đường có vẻ gần gũi
but he had never reached the heavenly world completely
nhưng anh ta chưa bao giờ đạt đến thế giới thiên đàng một cách trọn vẹn
he had never quenched the ultimate thirst
anh ta chưa bao giờ thỏa mãn cơn khát tột cùng
And among all the wise and wisest men, none had reached it
Và trong số tất cả những người thông thái và sáng suốt nhất, không ai đạt được nó
he received instructions from them
anh ấy đã nhận được chỉ dẫn từ họ
but they hadn't completely reached the heavenly world
nhưng họ vẫn chưa đạt đến thế giới thiên đàng
they hadn't completely quenched their thirst
họ vẫn chưa hoàn toàn thỏa mãn cơn khát của mình

because this thirst is an eternal thirst
bởi vì cơn khát này là cơn khát vĩnh cửu

"Govinda" Siddhartha spoke to his friend
"Govinda" Siddhartha nói với bạn mình
"Govinda, my dear, come with me under the Banyan tree"
"Govinda, em yêu, hãy cùng anh đến dưới gốc cây đa"
"let's practise meditation"
"Chúng ta hãy thực hành thiền định"
They went to the Banyan tree
Họ đã đi đến cây đa
under the Banyan tree they sat down
dưới gốc cây đa họ ngồi xuống
Siddhartha was right here
Siddhartha đã ở ngay đây
Govinda was twenty paces away
Govinda cách đó hai mươi bước
Siddhartha seated himself and he repeated murmuring the verse
Siddhartha ngồi xuống và lẩm bẩm lặp lại câu thơ
Om is the bow, the arrow is the soul
Om là cung, mũi tên là tâm hồn
The Brahman is the arrow's target
Brahman là mục tiêu của mũi tên
the target that one should incessantly hit
mục tiêu mà người ta phải liên tục nhắm tới
the usual time of the exercise in meditation had passed
thời gian thường lệ của bài tập thiền đã trôi qua
Govinda got up, the evening had come
Govinda thức dậy, trời đã tối
it was time to perform the evening's ablution
đã đến lúc thực hiện nghi lễ rửa tội buổi tối
He called Siddhartha's name, but Siddhartha did not answer
Ông gọi tên Siddhartha, nhưng Siddhartha không trả lời.
Siddhartha sat there, lost in thought
Siddhartha ngồi đó, chìm đắm trong suy nghĩ

his eyes were rigidly focused towards a very distant target
đôi mắt của anh ta tập trung cứng nhắc vào một mục tiêu rất xa

the tip of his tongue was protruding a little between the teeth
đầu lưỡi của anh ta hơi nhô ra giữa hai hàm răng

he seemed not to breathe
anh ấy dường như không thở

Thus sat he, wrapped up in contemplation
Và anh ngồi đó, đắm chìm trong sự chiêm nghiệm

he was deep in thought of the Om
anh ấy đang suy nghĩ sâu sắc về Om

his soul sent after the Brahman like an arrow
linh hồn của ông được gửi theo Brahman như một mũi tên

Once, Samanas had travelled through Siddhartha's town
Một lần, các Sa Môn đã đi qua thị trấn của Siddhartha

they were ascetics on a pilgrimage
họ là những nhà khổ hạnh đang hành hương

three skinny, withered men, neither old nor young
ba người đàn ông gầy gò, héo úa, không già cũng không trẻ

dusty and bloody were their shoulders
vai họ đầy bụi và đẫm máu

almost naked, scorched by the sun, surrounded by loneliness
gần như khỏa thân, bị thiêu đốt bởi ánh nắng mặt trời, bị bao quanh bởi sự cô đơn

strangers and enemies to the world
người lạ và kẻ thù của thế giới

strangers and jackals in the realm of humans
người lạ và chó rừng trong thế giới loài người

Behind them blew a hot scent of quiet passion
Đằng sau họ thổi một mùi hương nồng nàn của niềm đam mê thầm lặng

a scent of destructive service
mùi của dịch vụ phá hoại

a scent of merciless self-denial

một mùi hương của sự tự chối bỏ không thương tiếc
the evening had come
buổi tối đã đến
after the hour of contemplation, Siddhartha spoke to Govinda
sau giờ suy ngẫm, Siddhartha nói chuyện với Govinda
"Early tomorrow morning, my friend, Siddhartha will go to the Samanas"
"Sáng sớm mai, bạn của tôi, Siddhartha sẽ đến gặp các Samana"
"He will become a Samana"
"Anh ấy sẽ trở thành một Samana"
Govinda turned pale when he heard these words
Govinda tái mặt khi nghe những lời này
and he read the decision in the motionless face of his friend
và anh ấy đọc được quyết định trên khuôn mặt bất động của người bạn mình
the determination was unstoppable, like the arrow shot from the bow
sự quyết tâm không thể ngăn cản, giống như mũi tên bắn ra từ cung
Govinda realized at first glance; now it is beginning
Govinda nhận ra ngay từ cái nhìn đầu tiên; bây giờ nó đang bắt đầu
now Siddhartha is taking his own way
bây giờ Siddhartha đang đi theo con đường riêng của mình
now his fate is beginning to sprout
bây giờ số phận của anh ấy đang bắt đầu nảy mầm
and because of Siddhartha, Govinda's fate is sprouting too
và vì Siddhartha, số phận của Govinda cũng đang nảy nở
he turned pale like a dry banana-skin
anh ấy trở nên nhợt nhạt như vỏ chuối khô
"Oh Siddhartha," he exclaimed
"Ôi Siddhartha," anh ta thốt lên
"will your father permit you to do that?"
"Cha của con có cho phép con làm điều đó không?"

Siddhartha looked over as if he was just waking up
Siddhartha nhìn sang như thể anh vừa mới thức dậy
like an Arrow he read Govinda's soul
giống như một mũi tên anh ấy đọc được tâm hồn của Govinda
he could read the fear and the submission in him
anh ấy có thể đọc được nỗi sợ hãi và sự khuất phục trong anh ấy
"Oh Govinda," he spoke quietly, "let's not waste words"
"Ôi Govinda," anh ta nói khẽ, "đừng phí lời nữa"
"Tomorrow at daybreak I will begin the life of the Samanas"
"Ngày mai vào lúc rạng sáng, tôi sẽ bắt đầu cuộc sống của một Samana"
"let us speak no more of it"
"chúng ta đừng nói về nó nữa"

Siddhartha entered the chamber where his father was sitting
Siddhartha bước vào phòng nơi cha mình đang ngồi
his father was was on a mat of bast
cha của ông ấy đang nằm trên một tấm thảm bằng vải bast
Siddhartha stepped behind his father
Siddhartha bước ra sau lưng cha mình
and he remained standing behind him
và anh ấy vẫn đứng đằng sau anh ấy
he stood until his father felt that someone was standing behind him
anh ấy đứng cho đến khi cha anh ấy cảm thấy có ai đó đứng sau anh ấy
Spoke the Brahman: "Is that you, Siddhartha?"
Người Bà La Môn nói: "Có phải con đó không, Siddhartha?"
"Then say what you came to say"
"Vậy thì hãy nói những gì anh muốn nói đi"
Spoke Siddhartha: "With your permission, my father"
Siddhartha nói: "Với sự cho phép của cha tôi"
"I came to tell you that it is my longing to leave your house tomorrow"

"Tôi đến để nói với anh rằng tôi mong muốn được rời khỏi nhà anh vào ngày mai"
"I wish to go to the ascetics"
"Tôi muốn đi đến các nhà khổ hạnh"
"My desire is to become a Samana"
"Tôi mong muốn trở thành một Samana"
"May my father not oppose this"
"Xin cha đừng phản đối điều này"
The Brahman fell silent, and he remained so for long
Người Bà-la-môn im lặng và ông giữ im lặng trong một thời gian dài
the stars in the small window wandered
những ngôi sao trong cửa sổ nhỏ lang thang
and they changed their relative positions
và họ đã thay đổi vị trí tương đối của họ
Silent and motionless stood the son with his arms folded
Người con trai đứng im lặng và bất động với hai tay khoanh lại
silent and motionless sat the father on the mat
Người cha ngồi im lặng và bất động trên tấm thảm
and the stars traced their paths in the sky
và các ngôi sao vạch ra đường đi của chúng trên bầu trời
Then spoke the father
Sau đó, người cha nói
"it is not proper for a Brahman to speak harsh and angry words"
"một Bà-la-môn không được phép nói những lời thô lỗ và giận dữ"
"But indignation is in my heart"
"Nhưng sự phẫn nộ vẫn ở trong lòng tôi"
"I wish not to hear this request for a second time"
"Tôi không muốn nghe yêu cầu này lần thứ hai"
Slowly, the Brahman rose
Chậm rãi, Brahman đứng dậy
Siddhartha stood silently, his arms folded
Siddhartha đứng im lặng, hai tay khoanh lại

"What are you waiting for?" asked the father
"Con còn chờ gì nữa?" người cha hỏi.
Spoke Siddhartha, "You know what I'm waiting for"
Siddhartha nói, "Bạn biết tôi đang chờ đợi điều gì"
Indignant, the father left the chamber
Người cha tức giận bỏ ra khỏi phòng
indignant, he went to his bed and lay down
phẫn nộ, anh ta đi đến giường và nằm xuống
an hour passed, but no sleep had come over his eyes
một giờ trôi qua, nhưng mắt anh vẫn chưa hề buồn ngủ
the Brahman stood up and he paced to and fro
Người Bà La Môn đứng dậy và đi đi lại lại
and he left the house in the night
và anh ấy đã rời khỏi nhà vào ban đêm
Through the small window of the chamber he looked back inside
Qua cửa sổ nhỏ của căn phòng, anh nhìn lại bên trong
and there he saw Siddhartha standing
và ở đó anh ta thấy Siddhartha đang đứng
his arms were folded and he had not moved from his spot
cánh tay anh ta khoanh lại và anh ta không di chuyển khỏi vị trí của mình
Pale shimmered his bright robe
Chiếc áo choàng sáng của anh lấp lánh nhạt màu
With anxiety in his heart, the father returned to his bed
Với nỗi lo lắng trong lòng, người cha trở về giường.
another sleepless hour passed
một giờ mất ngủ nữa trôi qua
since no sleep had come over his eyes, the Brahman stood up again
vì không có cơn buồn ngủ nào ập đến mắt, người Bà-la-môn lại đứng dậy
he paced to and fro, and he walked out of the house
anh ta đi tới đi lui và anh ta bước ra khỏi nhà
and he saw that the moon had risen
và anh ấy thấy mặt trăng đã mọc

Through the window of the chamber he looked back inside
Qua cửa sổ phòng anh nhìn lại bên trong
there stood Siddhartha, unmoved from his spot
Siddhartha đứng đó, không hề nhúc nhích khỏi chỗ của mình
his arms were folded, as they had been
cánh tay của anh ấy đã được khoanh lại, như họ đã từng
moonlight was reflecting from his bare shins
ánh trăng phản chiếu từ đôi chân trần của anh ấy
With worry in his heart, the father went back to bed
Với nỗi lo lắng trong lòng, người cha quay lại giường
he came back after an hour
anh ấy quay lại sau một giờ
and he came back again after two hours
và anh ấy đã quay lại sau hai giờ
he looked through the small window
anh ấy nhìn qua cửa sổ nhỏ
he saw Siddhartha standing in the moon light
anh ấy nhìn thấy Siddhartha đang đứng dưới ánh trăng
he stood by the light of the stars in the darkness
anh ấy đứng cạnh ánh sáng của những vì sao trong bóng tối
And he came back hour after hour
Và anh ấy đã trở lại từng giờ
silently, he looked into the chamber
im lặng, anh nhìn vào phòng
he saw him standing in the same place
anh ấy thấy anh ấy đứng ở cùng một chỗ
it filled his heart with anger
nó làm trái tim anh tràn ngập sự tức giận
it filled his heart with unrest
nó làm cho trái tim anh tràn ngập sự bất an
it filled his heart with anguish
nó làm trái tim anh tràn ngập đau khổ
it filled his heart with sadness
nó làm trái tim anh tràn ngập nỗi buồn
the night's last hour had come
giờ cuối cùng của đêm đã đến

his father returned and stepped into the room
cha anh ấy quay lại và bước vào phòng
he saw the young man standing there
anh ấy nhìn thấy chàng trai trẻ đang đứng ở đó
he seemed tall and like a stranger to him
anh ấy có vẻ cao và giống như một người lạ đối với anh ấy
"Siddhartha," he spoke, "what are you waiting for?"
"Siddhartha," ông nói, "con còn chờ gì nữa?"
"You know what I'm waiting for"
"Bạn biết tôi đang chờ đợi điều gì"
"Will you always stand that way and wait?
"Anh sẽ luôn đứng như thế và chờ đợi sao?
"I will always stand and wait"
"Tôi sẽ luôn đứng đó và chờ đợi"
"will you wait until it becomes morning, noon, and evening?"
"anh có đợi đến sáng, trưa và tối không?"
"I will wait until it become morning, noon, and evening"
"Tôi sẽ đợi cho đến sáng, trưa và tối"
"You will become tired, Siddhartha"
"Con sẽ mệt mỏi, Siddhartha"
"I will become tired"
"Tôi sẽ mệt mỏi"
"You will fall asleep, Siddhartha"
"Con sẽ ngủ thiếp đi, Siddhartha"
"I will not fall asleep"
"Tôi sẽ không ngủ quên"
"You will die, Siddhartha"
"Ngươi sẽ chết, Siddhartha"
"I will die," answered Siddhartha
"Tôi sẽ chết," Siddhartha trả lời.
"And would you rather die, than obey your father?"
"Và ngươi thà chết còn hơn vâng lời cha mình sao?"
"Siddhartha has always obeyed his father"
"Siddhartha luôn vâng lời cha mình"
"So will you abandon your plan?"

"Vậy anh có từ bỏ kế hoạch của mình không?"
"Siddhartha will do what his father will tell him to do"
"Siddhartha sẽ làm những gì cha mình bảo"
The first light of day shone into the room
Ánh sáng đầu tiên của ngày chiếu vào phòng
The Brahman saw that Siddhartha knees were softly trembling
Người Bà La Môn thấy đầu gối của Siddhartha run rẩy nhẹ nhàng
In Siddhartha's face he saw no trembling
Trên khuôn mặt của Siddhartha, ông không thấy có sự run rẩy nào
his eyes were fixed on a distant spot
đôi mắt anh ấy nhìn chằm chằm vào một điểm xa xôi
This was when his father realized
Đây là lúc cha anh nhận ra
even now Siddhartha no longer dwelt with him in his home
ngay cả bây giờ Siddhartha không còn sống với anh ta trong nhà của anh ta nữa
he saw that he had already left him
anh ấy thấy rằng anh ấy đã rời xa anh ấy
The Father touched Siddhartha's shoulder
Người Cha chạm vào vai Siddhartha
"You will," he spoke, "go into the forest and be a Samana"
"Ngươi sẽ," ông nói, "đi vào rừng và trở thành một Samana"
"When you find blissfulness in the forest, come back"
"Khi nào tìm thấy niềm vui trong rừng, hãy quay trở lại"
"come back and teach me to be blissful"
"trở về và dạy tôi cách sống hạnh phúc"
"If you find disappointment, then return"
"Nếu bạn thấy thất vọng thì hãy quay lại"
"return and let us make offerings to the gods together, again"
"trở về và chúng ta cùng nhau dâng lễ vật lên các vị thần, một lần nữa"
"Go now and kiss your mother"
"Bây giờ hãy đi và hôn mẹ con đi"

"tell her where you are going"
"nói với cô ấy bạn đang đi đâu"
"But for me it is time to go to the river"
"Nhưng đối với tôi đã đến lúc phải ra sông"
"it is my time to perform the first ablution"
"Đã đến lúc tôi thực hiện nghi lễ rửa tội đầu tiên"
He took his hand from the shoulder of his son, and went outside
Anh ta bỏ tay khỏi vai con trai mình và đi ra ngoài
Siddhartha wavered to the side as he tried to walk
Siddhartha lảo đảo sang một bên khi anh cố gắng bước đi
He put his limbs back under control and bowed to his father
Anh ta đưa tay chân trở lại bình thường và cúi chào cha mình
he went to his mother to do as his father had said
anh ấy đã đến gặp mẹ mình để làm như cha anh ấy đã nói
As he slowly left on stiff legs a shadow rose near the last hut
Khi anh ta từ từ rời đi trên đôi chân cứng đờ, một cái bóng xuất hiện gần túp lều cuối cùng
who had crouched there, and joined the pilgrim?
người đã khom mình ở đó và tham gia cùng người hành hương?
"Govinda, you have come" said Siddhartha and smiled
"Govinda, anh đã đến rồi" Siddhartha nói và mỉm cười
"I have come," said Govinda
"Tôi đã đến rồi," Govinda nói.

With the Samanas
Với các Sa Môn

In the evening of this day they caught up with the ascetics
Vào buổi tối ngày hôm đó, họ đã bắt kịp những nhà khổ hạnh
the ascetics; the skinny Samanas
những người khổ hạnh; những Samana gầy gò
they offered them their companionship and obedience
họ đã cho họ sự đồng hành và sự vâng lời của họ
Their companionship and obedience were accepted
Sự đồng hành và sự vâng lời của họ đã được chấp nhận
Siddhartha gave his garments to a poor Brahman in the street
Siddhartha đã tặng quần áo của mình cho một người Bà la môn nghèo trên phố
He wore nothing more than a loincloth and earth-coloured, unsown cloak
Ông ta chỉ mặc một chiếc khố và một chiếc áo choàng màu đất, chưa may.
He ate only once a day, and never anything cooked
Ông chỉ ăn một lần một ngày và không bao giờ nấu bất cứ thứ gì
He fasted for fifteen days, he fasted for twenty-eight days
Ông đã ăn chay mười lăm ngày, ông đã ăn chay hai mươi tám ngày
The flesh waned from his thighs and cheeks
Thịt ở đùi và má anh ta teo lại
Feverish dreams flickered from his enlarged eyes
Những giấc mơ sốt sắng lóe lên từ đôi mắt mở to của anh
long nails grew slowly on his parched fingers
móng tay dài mọc chậm trên những ngón tay khô khốc của anh
and a dry, shaggy beard grew on his chin
và một bộ râu khô, rậm mọc trên cằm anh ta
His glance turned to ice when he encountered women
Ánh mắt anh trở nên lạnh lùng khi anh gặp phụ nữ

he walked through a city of nicely dressed people
anh ấy đi qua một thành phố với những người ăn mặc đẹp
his mouth twitched with contempt for them
miệng anh ta giật giật vì khinh thường họ
He saw merchants trading and princes hunting
Ông nhìn thấy các thương gia buôn bán và các hoàng tử đi săn
he saw mourners wailing for their dead
anh ấy thấy những người than khóc cho người chết của họ
and he saw whores offering themselves
và anh ta thấy những cô gái điếm đang tự hiến thân
physicians trying to help the sick
các bác sĩ đang cố gắng giúp đỡ người bệnh
priests determining the most suitable day for seeding
các linh mục xác định ngày thích hợp nhất để gieo hạt
lovers loving and mothers nursing their children
những người yêu nhau và những người mẹ đang nuôi con của họ
and all of this was not worthy of one look from his eyes
và tất cả những điều này không đáng để anh nhìn một lần
it all lied, it all stank, it all stank of lies
tất cả đều dối trá, tất cả đều thối tha, tất cả đều thối tha
it all pretended to be meaningful and joyful and beautiful
tất cả đều giả vờ có ý nghĩa, vui vẻ và đẹp đẽ
and it all was just concealed putrefaction
và tất cả chỉ là sự thối rữa ẩn giấu
the world tasted bitter; life was torture
thế giới nếm trải vị đắng; cuộc sống là sự tra tấn

A single goal stood before Siddhartha
Một mục tiêu duy nhất đứng trước Siddhartha
his goal was to become empty
mục tiêu của anh ta là trở nên trống rỗng
his goal was to be empty of thirst
mục đích của anh ta là thoát khỏi cơn khát
empty of wishing and empty of dreams
trống rỗng ước muốn và trống rỗng giấc mơ

empty of joy and sorrow
không có niềm vui và nỗi buồn
his goal was to be dead to himself
mục tiêu của anh ta là chết với chính mình
his goal was not to be a self any more
mục tiêu của anh ấy không còn là bản ngã nữa
his goal was to find tranquillity with an emptied heart
mục tiêu của ông là tìm kiếm sự thanh thản với một trái tim trống rỗng
his goal was to be open to miracles in unselfish thoughts
mục tiêu của ông là mở lòng đón nhận phép lạ trong những suy nghĩ vị tha
to achieve this was his goal
để đạt được điều này là mục tiêu của anh ấy
when all of his self was overcome and had died
khi tất cả bản thân anh ấy đã bị chế ngự và chết
when every desire and every urge was silent in the heart
khi mọi ham muốn và mọi thôi thúc đều im lặng trong tim
then the ultimate part of him had to awake
sau đó phần cuối cùng của anh ấy phải thức tỉnh
the innermost of his being, which is no longer his self
phần sâu thẳm nhất của bản thể anh ta, không còn là chính anh ta nữa
this was the great secret
đây là bí mật lớn

Silently, Siddhartha exposed himself to the burning rays of the sun
Trong im lặng, Siddhartha phơi mình dưới những tia nắng thiêu đốt của mặt trời
he was glowing with pain and he was glowing with thirst
anh ấy đang rực sáng vì đau đớn và anh ấy đang rực sáng vì khát nước
and he stood there until he neither felt pain nor thirst
và anh ta đứng đó cho đến khi anh ta không còn cảm thấy đau đớn hay khát nước nữa

Silently, he stood there in the rainy season
Anh lặng lẽ đứng đó trong mùa mưa
from his hair the water was dripping over freezing shoulders
từ mái tóc anh nước nhỏ giọt xuống đôi vai lạnh cóng
the water was dripping over his freezing hips and legs
nước nhỏ giọt xuống hông và chân lạnh cóng của anh ta
and the penitent stood there
và người ăn năn đứng đó
he stood there until he could not feel the cold any more
anh ấy đứng đó cho đến khi anh ấy không còn cảm thấy lạnh nữa
he stood there until his body was silent
anh ấy đứng đó cho đến khi cơ thể anh ấy im lặng
he stood there until his body was quiet
anh ấy đứng đó cho đến khi cơ thể anh ấy trở nên yên lặng
Silently, he cowered in the thorny bushes
Anh ta im lặng, co rúm trong bụi gai
blood dripped from the burning skin
máu nhỏ giọt từ làn da bị bỏng
blood dripped from festering wounds
máu nhỏ giọt từ vết thương mưng mủ
and Siddhartha stayed rigid and motionless
và Siddhartha vẫn cứng đờ và bất động
he stood until no blood flowed any more
anh ấy đứng cho đến khi không còn máu chảy nữa
he stood until nothing stung any more
anh ấy đứng cho đến khi không còn gì đau nữa
he stood until nothing burned any more
anh ấy đứng cho đến khi không còn gì cháy nữa
Siddhartha sat upright and learned to breathe sparingly
Siddhartha ngồi thẳng dậy và học cách thở nhẹ nhàng
he learned to get along with few breaths
anh ấy đã học cách sống chung với ít hơi thở
he learned to stop breathing
anh ấy đã học cách ngừng thở

He learned, beginning with the breath, to calm the beating of his heart
Anh ấy đã học, bắt đầu bằng hơi thở, để làm dịu nhịp đập của trái tim mình
he learned to reduce the beats of his heart
anh ấy đã học cách giảm nhịp đập của trái tim mình
he meditated until his heartbeats were only a few
anh ấy thiền định cho đến khi nhịp tim của anh ấy chỉ còn vài
and then his heartbeats were almost none
và rồi nhịp tim của anh ấy gần như không còn nữa
Instructed by the oldest of the Samanas, Siddhartha practised self-denial
Được hướng dẫn bởi vị Samana lớn tuổi nhất, Siddhartha đã thực hành sự tự chối bỏ
he practised meditation, according to the new Samana rules
ông đã thực hành thiền định, theo các quy tắc Samana mới
A heron flew over the bamboo forest
Một con diệc bay qua rừng tre
Siddhartha accepted the heron into his soul
Siddhartha chấp nhận con diệc vào tâm hồn mình
he flew over forest and mountains
anh ấy bay qua rừng và núi
he was a heron, he ate fish
anh ấy là một con diệc, anh ấy ăn cá
he felt the pangs of a heron's hunger
anh ấy cảm thấy cơn đói của một con diệc
he spoke the heron's croak
anh ấy nói tiếng kêu của con diệc
he died a heron's death
anh ấy chết như một con diệc
A dead jackal was lying on the sandy bank
Một con chó rừng chết nằm trên bờ cát
Siddhartha's soul slipped inside the body of the dead jackal
Linh hồn của Siddhartha đã nhập vào cơ thể của con chó rừng đã chết
he was the dead jackal laying on the banks and bloated

anh ta là con chó rừng chết nằm trên bờ và trương phình
he stank and decayed and was dismembered by hyenas
anh ta thối rữa và thối rữa và bị linh cẩu xé xác
he was skinned by vultures and turned into a skeleton
anh ta bị kền kền lột da và biến thành bộ xương
he was turned to dust and blown across the fields
anh ta đã biến thành bụi và bị thổi bay qua các cánh đồng
And Siddhartha's soul returned
Và linh hồn của Siddhartha đã trở về
it had died, decayed, and was scattered as dust
nó đã chết, mục nát và bị phân tán như bụi
it had tasted the gloomy intoxication of the cycle
nó đã nếm trải sự say sưa u ám của chu kỳ
it awaited with a new thirst, like a hunter in the gap
nó chờ đợi với một cơn khát mới, giống như một thợ săn trong khoảng trống
in the gap where he could escape from the cycle
trong khoảng trống nơi anh ta có thể thoát khỏi chu kỳ
in the gap where an eternity without suffering began
trong khoảng trống nơi bắt đầu một cõi vĩnh hằng không đau khổ
he killed his senses and his memory
anh ta đã giết chết các giác quan và trí nhớ của mình
he slipped out of his self into thousands of other forms
anh ấy đã thoát khỏi bản thân mình và biến thành hàng ngàn hình dạng khác
he was an animal, a carrion, a stone
anh ta là một con vật, một xác chết, một hòn đá
he was wood and water
anh ấy là gỗ và nước
and he awoke every time to find his old self again
và anh ấy thức dậy mỗi lần để tìm lại chính mình
whether sun or moon, he was his self again
dù là mặt trời hay mặt trăng, anh ấy vẫn là chính mình
he turned round in the cycle
anh ấy quay lại trong chu kỳ

he felt thirst, overcame the thirst, felt new thirst
anh ấy cảm thấy khát, vượt qua cơn khát, cảm thấy cơn khát mới

Siddhartha learned a lot when he was with the Samanas
Siddhartha đã học được rất nhiều khi ở cùng các Samana
he learned many ways leading away from the self
anh ấy đã học được nhiều cách để thoát khỏi bản ngã
he learned how to let go
anh ấy đã học được cách buông bỏ
He went the way of self-denial by means of pain
Ông đã đi theo con đường tự chối bỏ bằng cách chịu đau khổ
he learned self-denial through voluntarily suffering and overcoming pain
anh ấy đã học được cách tự chối bỏ bản thân thông qua việc tự nguyện chịu đựng và vượt qua nỗi đau
he overcame hunger, thirst, and tiredness
anh ấy đã vượt qua cơn đói, cơn khát và sự mệt mỏi
He went the way of self-denial by means of meditation
Ông đã đi theo con đường tự chối bỏ bản thân bằng cách thiền định
he went the way of self-denial through imagining the mind to be void of all conceptions
ông đã đi theo con đường tự phủ nhận bằng cách tưởng tượng tâm trí không còn bất kỳ khái niệm nào
with these and other ways he learned to let go
với những cách này và những cách khác anh ấy đã học được cách buông bỏ
a thousand times he left his self
ngàn lần anh ấy đã rời bỏ chính mình
for hours and days he remained in the non-self
trong nhiều giờ và nhiều ngày anh ấy vẫn ở trong trạng thái vô ngã
all these ways led away from the self
tất cả những cách này dẫn xa khỏi bản thân
but their path always led back to the self

nhưng con đường của họ luôn dẫn trở về với bản thân
Siddhartha fled from the self a thousand times
Siddhartha đã trốn chạy khỏi bản ngã một ngàn lần
but the return to the self was inevitable
nhưng sự trở về với bản ngã là điều không thể tránh khỏi
although he stayed in nothingness, coming back was inevitable
mặc dù anh ấy ở trong hư vô, việc quay trở lại là điều không thể tránh khỏi
although he stayed in animals and stones, coming back was inevitable
mặc dù anh ta ở trong động vật và đá, việc quay trở lại là điều không thể tránh khỏi
he found himself in the sunshine or in the moonlight again
anh ấy thấy mình lại ở trong ánh nắng mặt trời hoặc trong ánh trăng
he found himself in the shade or in the rain again
anh ấy thấy mình lại ở trong bóng râm hoặc trong mưa
and he was once again his self; Siddhartha
và một lần nữa anh lại là chính mình; Siddhartha
and again he felt the agony of the cycle which had been forced upon him
và một lần nữa anh cảm thấy sự đau đớn của chu kỳ đã được áp đặt lên anh

by his side lived Govinda, his shadow
bên cạnh anh ấy sống Govinda, cái bóng của anh ấy
Govinda walked the same path and undertook the same efforts
Govinda đã đi theo con đường tương tự và thực hiện những nỗ lực tương tự
they spoke to one another no more than the exercises required
họ nói chuyện với nhau không nhiều hơn những bài tập cần thiết
occasionally the two of them went through the villages

thinh thoảng hai người họ đi qua các ngôi làng
they went to beg for food for themselves and their teachers
họ đi xin thức ăn cho mình và cho giáo viên của họ
"How do you think we have progressed, Govinda" he asked
"Anh nghĩ chúng ta đã tiến triển thế nào, Govinda?" anh hỏi
"Did we reach any goals?" Govinda answered
"Chúng ta đã đạt được mục tiêu nào chưa?" Govinda trả lời
"We have learned, and we'll continue learning"
"Chúng tôi đã học và chúng tôi sẽ tiếp tục học"
"You'll be a great Samana, Siddhartha"
"Con sẽ là một Sa-môn vĩ đại, Siddhartha"
"Quickly, you've learned every exercise"
"Nhanh lên, bạn đã học hết mọi bài tập"
"often, the old Samanas have admired you"
"thường thì các Samana già đã ngưỡng mộ bạn"
"One day, you'll be a holy man, oh Siddhartha"
"Một ngày nào đó, con sẽ trở thành một người thánh thiện, hỡi Siddhartha"
Spoke Siddhartha, "I can't help but feel that it is not like this, my friend"
Siddhartha nói, "Tôi không thể không cảm thấy rằng mọi chuyện không như thế này, bạn của tôi ạ"
"What I've learned being among the Samanas could have been learned more quickly"
"Những gì tôi học được khi ở giữa các Samana có thể được học nhanh hơn"
"it could have been learned by simpler means"
"nó có thể được học bằng những phương tiện đơn giản hơn"
"it could have been learned in any tavern"
"nó có thể được học ở bất kỳ quán rượu nào"
"it could have been learned where the whorehouses are"
"có thể biết được nơi có nhà thổ"
"I could have learned it among carters and gamblers"
"Tôi có thể học được điều đó từ những người đánh xe ngựa và những người đánh bạc"
Spoke Govinda, "Siddhartha is joking with me"

Govinda nói, "Siddhartha đang đùa với tôi"
"How could you have learned meditation among wretched people?"
"Làm sao bạn có thể học thiền định giữa những người khốn khổ?"
"how could whores have taught you about holding your breath?"
"Làm sao gái điếm có thể dạy anh cách nín thở?"
"how could gamblers have taught you insensitivity against pain?"
"Làm sao những kẻ cờ bạc có thể dạy cho bạn sự vô cảm trước nỗi đau?"
Siddhartha spoke quietly, as if he was talking to himself
Siddhartha nói khẽ, như thể anh đang nói chuyện với chính mình.
"What is meditation?"
"Thiền là gì?"
"What is leaving one's body?"
"Cái gì rời khỏi cơ thể con người?"
"What is fasting?"
"Ăn chay là gì?"
"What is holding one's breath?"
"Nín thở là gì?"
"It is fleeing from the self"
"Đó là sự chạy trốn khỏi bản thân"
"it is a short escape of the agony of being a self"
"đó là một lối thoát ngắn ngủi khỏi nỗi thống khổ của việc trở thành một bản ngã"
"it is a short numbing of the senses against the pain"
"đó là sự tê liệt tạm thời của các giác quan trước nỗi đau"
"it is avoiding the pointlessness of life"
"đó là tránh sự vô nghĩa của cuộc sống"
"The same numbing is what the driver of an ox-cart finds in the inn"
"Sự tê liệt tương tự cũng xảy ra với người đánh xe bò trong quán trọ"

"drinking a few bowls of rice-wine or fermented coconut-milk"
"uống vài bát rượu gạo hoặc nước cốt dừa lên men"
"Then he won't feel his self anymore"
"Khi đó anh ấy sẽ không còn cảm thấy chính mình nữa"
"then he won't feel the pains of life anymore"
"khi đó anh ấy sẽ không còn cảm thấy đau đớn trong cuộc sống nữa"
"then he finds a short numbing of the senses"
"sau đó anh ta thấy các giác quan bị tê liệt trong thời gian ngắn"
"When he falls asleep over his bowl of rice-wine, he'll find the same what we find"
"Khi anh ấy ngủ thiếp đi bên bát rượu gạo, anh ấy sẽ thấy điều tương tự như chúng ta thấy"
"he finds what we find when we escape our bodies through long exercises"
"anh ấy tìm thấy những gì chúng ta tìm thấy khi chúng ta thoát khỏi cơ thể mình thông qua các bài tập dài"
"all of us are staying in the non-self"
"tất cả chúng ta đều đang ở trong vô ngã"
"This is how it is, oh Govinda"
"Đây là cách nó diễn ra, ôi Govinda"
Spoke Govinda, "You say so, oh friend"
Govinda nói, "Bạn nói thế đấy, bạn ạ"
"and yet you know that Siddhartha is no driver of an ox-cart"
"và bạn biết rằng Siddhartha không phải là người lái xe bò"
"and you know a Samana is no drunkard"
"và bạn biết một Samana không phải là người say rượu"
"it's true that a drinker numbs his senses"
"Đúng là người uống rượu sẽ làm tê liệt các giác quan của mình"
"it's true that he briefly escapes and rests"
"Đúng là anh ấy đã trốn thoát và nghỉ ngơi một thời gian ngắn"

"but he'll return from the delusion and finds everything to be unchanged"
"nhưng anh ấy sẽ trở về từ ảo tưởng và thấy mọi thứ vẫn không thay đổi"
"he has not become wiser"
"anh ta không trở nên khôn ngoan hơn"
"he has gathered any enlightenment"
"anh ấy đã thu thập được bất kỳ sự giác ngộ nào"
"he has not risen several steps"
"anh ấy chưa bước lên được mấy bước"
And Siddhartha spoke with a smile
Và Siddhartha nói với một nụ cười
"I do not know, I've never been a drunkard"
"Tôi không biết, tôi chưa bao giờ say rượu"
"I know that I find only a short numbing of the senses"
"Tôi biết rằng tôi chỉ thấy tê liệt tạm thời các giác quan"
"I find it in my exercises and meditations"
"Tôi tìm thấy nó trong các bài tập và thiền định của mình"
"and I find I am just as far removed from wisdom as a child in the mother's womb"
"và tôi thấy mình cũng xa rời sự khôn ngoan như một đứa trẻ trong bụng mẹ"
"this I know, oh Govinda"
"Tôi biết điều này, ôi Govinda"

And once again, another time, Siddhartha began to speak
Và một lần nữa, một lần nữa, Siddhartha bắt đầu nói
Siddhartha had left the forest, together with Govinda
Siddhartha đã rời khỏi khu rừng cùng với Govinda
they left to beg for some food in the village
họ rời đi để xin thức ăn trong làng
he said, "What now, oh Govinda?"
ông ấy nói, "Bây giờ sao đây, Govinda?"
"are we on the right path?"
"Chúng ta có đi đúng hướng không?"
"are we getting closer to enlightenment?"

"Chúng ta có đang tiến gần hơn tới sự giác ngộ không?"
"are we getting closer to salvation?"
"Chúng ta có đang tiến gần hơn tới sự cứu rỗi không?"
"Or do we perhaps live in a circle?"
"Hay có lẽ chúng ta sống theo vòng tròn?"
"we, who have thought we were escaping the cycle"
"chúng ta, những người nghĩ rằng chúng ta đang thoát khỏi chu kỳ"
Spoke Govinda, "We have learned a lot"
Govinda phát biểu, "Chúng tôi đã học được rất nhiều"
"Siddhartha, there is still much to learn"
"Siddhartha, vẫn còn nhiều điều phải học"
"We are not going around in circles"
"Chúng ta không đi vòng tròn"
"we are moving up; the circle is a spiral"
"chúng ta đang di chuyển lên; vòng tròn là một hình xoắn ốc"
"we have already ascended many levels"
"chúng ta đã đạt tới nhiều cấp độ rồi"
Siddhartha answered, "How old would you think our oldest Samana is?"
Siddhartha trả lời: "Bạn nghĩ vị Samana lớn tuổi nhất của chúng ta bao nhiêu tuổi?"
"how old is our venerable teacher?"
"Người thầy đáng kính của chúng ta bao nhiêu tuổi?"
Spoke Govinda, "Our oldest one might be about sixty years of age"
Govinda nói, "Người lớn tuổi nhất của chúng tôi có thể khoảng sáu mươi tuổi"
Spoke Siddhartha, "He has lived for sixty years"
Siddhartha nói, "Ông ấy đã sống sáu mươi năm"
"and yet he has not reached the nirvana"
"và anh ta vẫn chưa đạt đến cõi niết bàn"
"He'll turn seventy and eighty"
"Anh ấy sẽ bước sang tuổi bảy mươi và tám mươi"
"you and me, we will grow just as old as him"
"Anh và em, chúng ta sẽ già đi như anh ấy"

"and we will do our exercises"
"và chúng ta sẽ làm bài tập"
"and we will fast, and we will meditate"
"và chúng ta sẽ ăn chay và chúng ta sẽ suy ngẫm"
"But we will not reach the nirvana"
"Nhưng chúng ta sẽ không đạt được cõi niết bàn"
"he won't reach nirvana and we won't"
"anh ấy sẽ không đạt được niết bàn và chúng ta cũng sẽ không"
"there are uncountable Samanas out there"
"Có vô số Samana ngoài kia"
"perhaps not a single one will reach the nirvana"
"có lẽ không một ai đạt được niết bàn"
"We find comfort, we find numbness, we learn feats"
"Chúng ta tìm thấy sự thoải mái, chúng ta tìm thấy sự tê liệt, chúng ta học được những chiến công"
"we learn these things to deceive others"
"chúng ta học những điều này để lừa dối người khác"
"But the most important thing, the path of paths, we will not find"
"Nhưng điều quan trọng nhất, con đường của những con đường, chúng ta sẽ không tìm thấy"
Spoke Govinda "If you only wouldn't speak such terrible words, Siddhartha!"
Govinda nói: "Giá mà anh đừng nói những lời kinh khủng như vậy, Siddhartha!"
"there are so many learned men"
"có rất nhiều người có học thức"
"how could not one of them not find the path of paths?"
"Làm sao không ai trong số họ có thể tìm ra con đường trong các con đường?"
"how can so many Brahmans not find it?"
"Sao nhiều Bà La Môn như vậy lại không tìm thấy?"
"how can so many austere and venerable Samanas not find it?"

"Làm sao nhiều vị Sa Môn nghiêm trang và đáng kính như vậy lại không tìm thấy nó?"
"how can all those who are searching not find it?"
"Làm sao những người đang tìm kiếm lại không tìm thấy nó?"
"how can the holy men not find it?"
"Làm sao các thánh nhân lại không tìm thấy nó?"
But Siddhartha spoke with as much sadness as mockery
Nhưng Siddhartha nói với vẻ buồn bã cũng như chế giễu
he spoke with a quiet, a slightly sad, a slightly mocking voice
anh ấy nói với giọng nhẹ nhàng, hơi buồn, hơi chế giễu
"Soon, Govinda, your friend will leave the path of the Samanas"
"Sớm thôi, Govinda, bạn của anh sẽ rời khỏi con đường của các Samana"
"he has walked along your side for so long"
"anh ấy đã đi bên cạnh em lâu như vậy"
"I'm suffering of thirst"
"Tôi đang khát nước"
"on this long path of a Samana, my thirst has remained as strong as ever"
"trên con đường dài của một Samana, cơn khát của tôi vẫn mạnh mẽ như ngày nào"
"I always thirsted for knowledge"
"Tôi luôn khao khát kiến thức"
"I have always been full of questions"
"Tôi luôn có rất nhiều câu hỏi"
"I have asked the Brahmans, year after year"
"Tôi đã hỏi các Bà-la-môn, năm này qua năm khác"
"and I have asked the holy Vedas, year after year"
"và tôi đã cầu xin thánh kinh Vệ Đà, năm này qua năm khác"
"and I have asked the devoted Samanas, year after year"
"và tôi đã hỏi các Samana tận tụy, năm này qua năm khác"
"perhaps I could have learned it from the hornbill bird"
"có lẽ tôi có thể học được điều đó từ loài chim mỏ sừng"
"perhaps I should have asked the chimpanzee"

"có lẽ tôi nên hỏi con tinh tinh"
"It took me a long time"
"Tôi đã mất rất nhiều thời gian"
"and I am not finished learning this yet"
"và tôi vẫn chưa học xong điều này"
"oh Govinda, I have learned that there is nothing to be learned!"
"Ôi Govinda, tôi đã học được rằng không có điều gì để học cả!"
"There is indeed no such thing as learning"
"Thật sự không có thứ gì gọi là học tập"
"There is just one knowledge"
"Chỉ có một kiến thức"
"this knowledge is everywhere, this is Atman"
"kiến thức này ở khắp mọi nơi, đây là Atman"
"this knowledge is within me and within you"
"kiến thức này nằm trong tôi và trong bạn"
"and this knowledge is within every creature"
"và kiến thức này có trong mọi sinh vật"
"this knowledge has no worse enemy than the desire to know it"
"kiến thức này không có kẻ thù nào tệ hơn là mong muốn biết nó"
"that is what I believe"
"đó là điều tôi tin"
At this, Govinda stopped on the path
Lúc này, Govinda dừng lại trên đường
he rose his hands, and spoke
anh ấy giơ tay lên và nói
"If only you would not bother your friend with this kind of talk"
"Giá như anh đừng làm phiền bạn mình bằng những lời nói như thế này"
"Truly, your words stir up fear in my heart"
"Thật vậy, lời nói của anh làm tôi sợ hãi trong lòng"
"consider, what would become of the sanctity of prayer?"

"Hãy suy nghĩ xem, sự thiêng liêng của lời cầu nguyện sẽ ra sao?"
"what would become of the venerability of the Brahmans' caste?"
"Điều gì sẽ xảy ra với sự tôn kính của đẳng cấp Bà la môn?"
"what would happen to the holiness of the Samanas?
"Điều gì sẽ xảy ra với sự thánh thiện của các Samana?
"What would then become of all of that is holy"
"Vậy thì tất cả những điều đó sẽ trở thành thánh thiện như thế nào"
"what would still be precious?"
"điều gì vẫn còn quý giá?"
And Govinda mumbled a verse from an Upanishad to himself
Và Govinda lẩm bẩm một câu thơ trong Upanishad với chính mình
"He who ponderingly, of a purified spirit, loses himself in the meditation of Atman"
"Người nào suy ngẫm, với tinh thần trong sáng, đắm mình vào sự thiền định của Atman"
"inexpressible by words is the blissfulness of his heart"
"không thể diễn tả bằng lời là niềm hạnh phúc của trái tim anh ấy"
But Siddhartha remained silent
Nhưng Siddhartha vẫn im lặng
He thought about the words which Govinda had said to him
Anh ấy nghĩ về những lời mà Govinda đã nói với anh ấy
and he thought the words through to their end
và anh ấy đã suy nghĩ những từ ngữ đó cho đến hết
he thought about what would remain of all that which seemed holy
anh ấy nghĩ về những gì còn lại của tất cả những gì có vẻ thiêng liêng
What remains? What can stand the test?
Cái gì còn lại? Cái gì có thể vượt qua được thử thách?
And he shook his head

Và anh ấy lắc đầu

the two young men had lived among the Samanas for about three years
hai chàng trai trẻ đã sống giữa các Samana trong khoảng ba năm
some news, a rumour, a myth reached them
một số tin tức, một tin đồn, một huyền thoại đã đến với họ
the rumour had been retold many times
tin đồn đã được kể lại nhiều lần
A man had appeared, Gotama by name
Một người đàn ông xuất hiện, tên là Gotama
the exalted one, the Buddha
Đấng tối cao, Đức Phật
he had overcome the suffering of the world in himself
anh ấy đã vượt qua nỗi đau khổ của thế giới trong chính mình
and he had halted the cycle of rebirths
và anh ấy đã dừng lại chu kỳ tái sinh
He was said to wander through the land, teaching
Người ta nói rằng ông đã đi khắp vùng đất này để giảng dạy
he was said to be surrounded by disciples
Người ta nói rằng ông được bao quanh bởi các đệ tử
he was said to be without possession, home, or wife
Người ta nói rằng anh ta không có tài sản, nhà cửa hay vợ con
he was said to be in just the yellow cloak of an ascetic
Người ta nói rằng ông chỉ mặc chiếc áo choàng màu vàng của một nhà khổ hạnh
but he was with a cheerful brow
nhưng anh ấy có một vầng trán vui vẻ
and he was said to be a man of bliss
và người ta nói ông là một người hạnh phúc
Brahmans and princes bowed down before him
Các Bà-la-môn và các hoàng tử cúi lạy trước mặt ngài
and they became his students
và họ đã trở thành học trò của ông
This myth, this rumour, this legend resounded

Huyền thoại này, tin đồn này, truyền thuyết này vang vọng
its fragrance rose up, here and there, in the towns
hương thơm của nó bốc lên, đây đó, trong các thị trấn
the Brahmans spoke of this legend
Người Bà La Môn đã nói về truyền thuyết này
and in the forest, the Samanas spoke of it
và trong rừng, các Samana đã nói về nó
again and again, the name of Gotama the Buddha reached the ears of the young men
lần này đến lần khác, tên của Đức Phật Gotama đã đến tai những thanh niên
there was good and bad talk of Gotama
có những lời tốt và xấu về Gotama
some praised Gotama, others defamed him
một số người khen ngợi Gotama, những người khác thì phỉ báng ông
It was as if the plague had broken out in a country
Giống như thể bệnh dịch hạch đã bùng phát ở một đất nước
news had been spreading around that in one or another place there was a man
tin tức đã lan truyền khắp nơi rằng ở một nơi nào đó có một người đàn ông
a wise man, a knowledgeable one
một người khôn ngoan, một người hiểu biết
a man whose word and breath was enough to heal everyone
một người đàn ông mà lời nói và hơi thở của ông đủ sức chữa lành cho mọi người
his presence could heal anyone who had been infected with the pestilence
sự hiện diện của ông có thể chữa lành bất kỳ ai bị nhiễm bệnh dịch hạch
such news went through the land, and everyone would talk about it
tin tức như vậy lan truyền khắp đất nước, và mọi người đều bàn tán về nó
many believed the rumours, many doubted them

nhiều người tin vào tin đồn, nhiều người nghi ngờ chúng
but many got on their way as soon as possible
nhưng nhiều người đã lên đường sớm nhất có thể
they went to seek the wise man, the helper
họ đã đi tìm người khôn ngoan, người giúp đỡ
the wise man of the family of Sakya
người đàn ông thông thái của gia đình Sakya
He possessed, so the believers said, the highest enlightenment
Ông sở hữu, theo như các tín đồ nói, sự giác ngộ cao nhất
he remembered his previous lives; he had reached the nirvana
anh ấy nhớ lại những kiếp trước của mình; anh ấy đã đạt đến cõi niết bàn
and he never returned into the cycle
và anh ấy không bao giờ quay trở lại chu kỳ
he was never again submerged in the murky river of physical forms
anh ta không bao giờ bị chìm đắm trong dòng sông u ám của những hình thức vật chất nữa
Many wonderful and unbelievable things were reported of him
Nhiều điều kỳ diệu và khó tin đã được báo cáo về ông
he had performed miracles
anh ấy đã thực hiện phép lạ
he had overcome the devil
anh ấy đã chiến thắng được ma quỷ
he had spoken to the gods
anh ấy đã nói chuyện với các vị thần
But his enemies and disbelievers said Gotama was a vain seducer
Nhưng kẻ thù và những kẻ không tin của ông nói rằng Gotama là một kẻ quyến rũ phù phiếm
they said he spent his days in luxury
họ nói rằng anh ấy đã dành những ngày tháng xa hoa của mình

they said he scorned the offerings
họ nói rằng anh ta khinh thường những lễ vật
they said he was without learning
họ nói anh ta không có học vấn
they said he knew neither meditative exercises nor self-castigation
họ nói rằng anh ta không biết các bài tập thiền định cũng như tự trừng phạt bản thân
The myth of Buddha sounded sweet
Huyền thoại về Đức Phật nghe thật ngọt ngào
The scent of magic flowed from these reports
Mùi hương của ma thuật tỏa ra từ những báo cáo này
After all, the world was sick, and life was hard to bear
Rốt cuộc, thế giới đã bệnh hoạn, và cuộc sống thật khó khăn để chịu đựng
and behold, here a source of relief seemed to spring forth
và kìa, ở đây một nguồn cứu trợ dường như xuất hiện
here a messenger seemed to call out
ở đây có vẻ như một sứ giả đang gọi
comforting, mild, full of noble promises
an ủi, nhẹ nhàng, đầy những lời hứa cao quý
Everywhere where the rumour of Buddha was heard, the young men listened up
Khắp nơi nơi nào nghe tiếng đồn về Đức Phật, thanh niên đều lắng nghe.
everywhere in the lands of India they felt a longing
khắp mọi nơi trên đất Ấn Độ họ cảm thấy một nỗi khao khát
everywhere where the people searched, they felt hope
mọi nơi mọi người tìm kiếm, họ đều cảm thấy hy vọng
every pilgrim and stranger was welcome when he brought news of him
mọi người hành hương và người lạ đều được chào đón khi họ mang tin tức về ông
the exalted one, the Sakyamuni
Đấng tối cao, Đức Thích Ca Mâu Ni
The myth had also reached the Samanas in the forest

Huyền thoại cũng đã đến được với các Samana trong rừng
and Siddhartha and Govinda heard the myth too
và Siddhartha và Govinda cũng nghe được câu chuyện thần thoại
slowly, drop by drop, they heard the myth
chậm rãi, từng giọt một, họ nghe thấy huyền thoại
every drop was laden with hope
mỗi giọt đều chất đầy hy vọng
every drop was laden with doubt
mỗi giọt đều chất đầy nghi ngờ
They rarely talked about it
Họ hiếm khi nói về điều đó
because the oldest one of the Samanas did not like this myth
bởi vì vị Samana lớn tuổi nhất không thích huyền thoại này
he had heard that this alleged Buddha used to be an ascetic
ông đã nghe nói rằng vị Phật được cho là này từng là một nhà khổ hạnh
he heard he had lived in the forest
anh ấy nghe nói anh ấy đã sống trong rừng
but he had turned back to luxury and worldly pleasures
nhưng anh ta đã quay lại với sự xa hoa và thú vui trần tục
and he had no high opinion of this Gotama
và ông không có ý kiến cao về Gotama này

"Oh Siddhartha," Govinda spoke one day to his friend
"Ồ Siddhartha," Govinda một ngày nọ nói với bạn mình
"Today, I was in the village"
"Hôm nay tôi đã ở trong làng"
"and a Brahman invited me into his house"
"và một Bà-la-môn đã mời tôi vào nhà ông ấy"
"and in his house, there was the son of a Brahman from Magadha"
"và trong nhà ông có một người con trai của một Bà-la-môn đến từ Magadha"
"he has seen the Buddha with his own eyes"
"anh ấy đã tận mắt nhìn thấy Đức Phật"

"and he has heard him teach"
"và anh ấy đã nghe anh ấy dạy"
"Verily, this made my chest ache when I breathed"
"Thật sự, điều này làm ngực tôi đau nhói khi thở"
"and I thought this to myself:"
"và tôi tự nghĩ thế này:"
"if only we heard the teachings from the mouth of this perfected man!"
"Giá như chúng ta được nghe lời dạy từ miệng của người hoàn hảo này!"
"Speak, friend, wouldn't we want to go there too"
"Nói đi bạn, chúng ta không muốn đến đó sao"
"wouldn't it be good to listen to the teachings from the Buddha's mouth?"
"Lắng nghe lời dạy từ miệng Đức Phật chẳng phải là điều tốt sao?"
Spoke Siddhartha, "I had thought you would stay with the Samanas"
Siddhartha nói, "Tôi nghĩ rằng anh sẽ ở lại với các Samana"
"I always had believed your goal was to live to be seventy"
"Tôi luôn tin rằng mục tiêu của anh là sống đến bảy mươi tuổi"
"I thought you would keep practising those feats and exercises"
"Tôi nghĩ là anh sẽ tiếp tục luyện tập những chiến công và bài tập đó"
"and I thought you would become a Samana"
"và tôi nghĩ bạn sẽ trở thành một Samana"
"But behold, I had not known Govinda well enough"
"Nhưng kìa, tôi chưa hiểu rõ về Govinda"
"I knew little of his heart"
"Tôi biết rất ít về trái tim anh ấy"
"So now you want to take a new path"
"Vậy bây giờ bạn muốn đi theo một con đường mới"
"and you want to go there where the Buddha spreads his teachings"

"và bạn muốn đến nơi Đức Phật truyền bá giáo lý của Ngài"
Spoke Govinda, "You're mocking me"
Govinda nói, "Anh đang chế giễu tôi"
"Mock me if you like, Siddhartha!"
"Cứ chế giễu tôi nếu anh thích, Siddhartha!"
"But have you not also developed a desire to hear these teachings?"
"Nhưng chẳng phải con cũng đã phát triển mong muốn được nghe những lời dạy này sao?"
"have you not said you would not walk the path of the Samanas for much longer?"
"Chẳng phải ngươi đã nói rằng ngươi sẽ không đi theo con đường của các Sa Môn nữa sao?"
At this, Siddhartha laughed in his very own manner
Nghe vậy, Siddhartha cười theo cách riêng của mình
the manner in which his voice assumed a touch of sadness
cách mà giọng nói của anh ấy mang một chút buồn bã
but it still had that touch of mockery
nhưng nó vẫn có chút gì đó chế giễu
Spoke Siddhartha, "Govinda, you've spoken well"
Siddhartha nói, "Govinda, anh nói hay lắm"
"you've remembered correctly what I said"
"bạn đã nhớ đúng những gì tôi đã nói"
"If only you remembered the other thing you've heard from me"
"Giá như anh nhớ lại điều khác mà anh đã nghe từ em"
"I have grown distrustful and tired against teachings and learning"
"Tôi đã trở nên mất lòng tin và mệt mỏi với việc dạy dỗ và học tập"
"my faith in words, which are brought to us by teachers, is small"
"niềm tin của tôi vào những lời nói được truyền đạt bởi giáo viên là rất nhỏ"
"But let's do it, my dear"
"Nhưng hãy làm đi, em yêu"

"I am willing to listen to these teachings"
"Tôi sẵn sàng lắng nghe những lời dạy này"
"though in my heart I do not have hope"
"mặc dù trong lòng tôi không có hy vọng"
"I believe that we've already tasted the best fruit of these teachings"
"Tôi tin rằng chúng ta đã nếm được trái ngọt của những lời dạy này rồi"
Spoke Govinda, "Your willingness delights my heart"
Govinda nói, "Sự sẵn lòng của anh làm tôi vui mừng"
"But tell me, how should this be possible?"
"Nhưng hãy nói cho tôi biết, điều này làm sao có thể xảy ra được?"
"How can the Gotama's teachings have already revealed their best fruit to us?"
"Làm sao giáo lý của Đức Phật Gotama có thể mang lại kết quả tốt nhất cho chúng ta?"
"we have not heard his words yet"
"chúng ta vẫn chưa nghe lời anh ấy"
Spoke Siddhartha, "Let us eat this fruit"
Siddhartha nói: "Chúng ta hãy ăn trái cây này"
"and let us wait for the rest, oh Govinda!"
"và chúng ta hãy đợi phần còn lại, ôi Govinda!"
"But this fruit consists in him calling us away from the Samanas"
"Nhưng quả này bao gồm việc Ngài kêu gọi chúng ta tránh xa các Samana"
"and we have already received it thanks to the Gotama!"
"và chúng tôi đã nhận được nó nhờ Đức Gotama!"
"Whether he has more, let us await with calm hearts"
"Liệu anh ta có nhiều hơn không, chúng ta hãy bình tĩnh chờ đợi"

On this very same day Siddhartha spoke to the oldest Samana

Vào chính ngày hôm đó, Siddhartha đã nói chuyện với Samana lớn tuổi nhất

he told him of his decision to leaves the Samanas
anh ấy nói với anh ấy về quyết định rời khỏi Samanas

he informed the oldest one with courtesy and modesty
anh ta thông báo cho người lớn tuổi nhất một cách lịch sự và khiêm tốn

but the Samana became angry that the two young men wanted to leave him
nhưng Samana trở nên tức giận vì hai chàng trai trẻ muốn rời xa anh ta

and he talked loudly and used crude words
và anh ta nói lớn tiếng và dùng những từ ngữ thô lỗ

Govinda was startled and became embarrassed
Govinda giật mình và trở nên xấu hổ

But Siddhartha put his mouth close to Govinda's ear
Nhưng Siddhartha áp miệng vào tai Govinda

"Now, I want to show the old man what I've learned from him"
"Bây giờ, tôi muốn cho ông già thấy những gì tôi đã học được từ ông ấy"

Siddhartha positioned himself closely in front of the Samana
Siddhartha đứng gần trước mặt Samana

with a concentrated soul, he captured the old man's glance
với một tâm hồn tập trung, anh ta bắt lấy cái nhìn của ông già

he deprived him of his power and made him mute
anh ta đã tước đi quyền lực của anh ta và làm anh ta câm lặng

he took away his free will
anh ta đã tước đi ý chí tự do của anh ta

he subdued him under his own will, and commanded him
ông đã khuất phục anh ta theo ý muốn của mình và ra lệnh cho anh ta

his eyes became motionless, and his will was paralysed
đôi mắt anh ta trở nên bất động, và ý chí của anh ta bị tê liệt

his arms were hanging down without power

cánh tay của anh ấy buông thõng xuống vì không có sức mạnh
he had fallen victim to Siddhartha's spell
anh ta đã trở thành nạn nhân của bùa chú Siddhartha
Siddhartha's thoughts brought the Samana under their control
Suy nghĩ của Siddhartha đã đưa Samana vào vòng kiểm soát của họ
he had to carry out what they commanded
anh ấy phải thực hiện những gì họ ra lệnh
And thus, the old man made several bows
Và thế là ông già cúi chào nhiều lần
he performed gestures of blessing
anh ấy đã thực hiện những cử chỉ ban phước lành
he spoke stammeringly a godly wish for a good journey
anh ta nói lắp bắp một lời cầu nguyện thiêng liêng cho một chuyến đi tốt đẹp
the young men returned the good wishes with thanks
những chàng trai trẻ đáp lại lời chúc tốt đẹp bằng lời cảm ơn
they went on their way with salutations
họ tiếp tục đi với lời chào
On the way, Govinda spoke again
Trên đường đi, Govinda lại nói tiếp
"Oh Siddhartha, you have learned more from the Samanas than I knew"
"Hỡi Siddhartha, con đã học được nhiều điều từ các Samana hơn ta biết"
"It is very hard to cast a spell on an old Samana"
"Thật khó để niệm chú lên một Samana già"
"Truly, if you had stayed there, you would soon have learned to walk on water"
"Thật vậy, nếu bạn ở lại đó, bạn sẽ sớm học được cách đi trên mặt nước"
"I do not seek to walk on water" said Siddhartha
"Tôi không tìm cách đi trên mặt nước" Siddhartha nói
"Let old Samanas be content with such feats!"

"Các vị Sa-môn già hãy bằng lòng với những chiến công như thế!"

Gotama

In Savathi, every child knew the name of the exalted Buddha
Ở Savathi, mọi đứa trẻ đều biết tên của Đức Phật cao quý
every house was prepared for his coming
mọi nhà đều chuẩn bị cho sự đến của Ngài
each house filled the alms-dishes of Gotama's disciples
mỗi nhà đều chất đầy những đĩa thức ăn của các đệ tử Gotama
Gotama's disciples were the silently begging ones
Các đệ tử của Gotama là những người cầu xin thầm lặng
Near the town was Gotama's favourite place to stay
Gần thị trấn là nơi Gotama thích ở nhất
he stayed in the garden of Jetavana
ông ở lại trong vườn Jetavana
the rich merchant Anathapindika had given the garden to Gotama
thương gia giàu có Anathapindika đã tặng khu vườn cho Gotama
he had given it to him as a gift
anh ấy đã tặng nó cho anh ấy như một món quà
he was an obedient worshipper of the exalted one
ông là một người sùng bái ngoan ngoãn của đấng tối cao
the two young ascetics had received tales and answers
hai nhà khổ hạnh trẻ tuổi đã nhận được những câu chuyện và câu trả lời
all these tales and answers pointed them to Gotama's abode
tất cả những câu chuyện và câu trả lời này chỉ cho họ đến nơi ở của Gotama
they arrived in the town of Savathi

họ đã đến thị trấn Savathi
they went to the very first door of the town
họ đã đi đến cánh cửa đầu tiên của thị trấn
and they begged for food at the door
và họ cầu xin thức ăn ở cửa
a woman offered them food
một người phụ nữ đã mời họ ăn
and they accepted the food
và họ đã chấp nhận thức ăn
Siddhartha asked the woman
Siddhartha hỏi người phụ nữ
"oh charitable one, where does the Buddha dwell?"
"Hỡi người từ thiện, Đức Phật ngự ở đâu?"
"we are two Samanas from the forest"
"Chúng tôi là hai Samana từ trong rừng"
"we have come to see the perfected one"
"Chúng ta đến để thấy Đấng hoàn hảo"
"we have come to hear the teachings from his mouth"
"chúng tôi đến để nghe lời dạy từ miệng ngài"
Spoke the woman, "you Samanas from the forest"
Người phụ nữ nói, "Các Samana từ trong rừng"
"you have truly come to the right place"
"bạn thực sự đã đến đúng nơi rồi"
"you should know, in Jetavana, there is the garden of Anathapindika"
"Bạn nên biết, ở Jetavana, có khu vườn của Anathapindika"
"that is where the exalted one dwells"
"đó là nơi mà đấng tối cao ngự trị"
"there you pilgrims shall spend the night"
"ở đó các người hành hương sẽ nghỉ đêm"
"there is enough space for the innumerable, who flock here"
"có đủ chỗ cho vô số người đổ xô đến đây"
"they too come to hear the teachings from his mouth"
"họ cũng đến để nghe lời dạy từ miệng ngài"
This made Govinda happy, and full of joy
Điều này làm cho Govinda hạnh phúc và tràn đầy niềm vui

he exclaimed, "we have reached our destination"
anh ấy thốt lên, "chúng ta đã đến đích"
"our path has come to an end!"
"con đường của chúng ta đã kết thúc!"
"But tell us, oh mother of the pilgrims"
"Nhưng hãy cho chúng tôi biết, hỡi mẹ của những người hành hương"
"do you know him, the Buddha?"
"Ngươi có biết Đức Phật không?"
"have you seen him with your own eyes?"
"Anh đã tận mắt nhìn thấy anh ấy chưa?"
Spoke the woman, "Many times I have seen him, the exalted one"
Người đàn bà nói, "Nhiều lần tôi đã thấy Ngài, Đấng cao cả"
"On many days I have seen him"
"Nhiều ngày tôi đã nhìn thấy anh ấy"
"I have seen him walking through the alleys in silence"
"Tôi đã thấy anh ấy đi qua những con hẻm trong im lặng"
"I have seen him wearing his yellow cloak"
"Tôi đã thấy anh ấy mặc chiếc áo choàng màu vàng"
"I have seen him presenting his alms-dish in silence"
"Tôi đã thấy ông ấy dâng đĩa bố thí của mình trong im lặng"
"I have seen him at the doors of the houses"
"Tôi đã nhìn thấy anh ấy ở cửa nhà"
"and I have seen him leaving with a filled dish"
"và tôi đã thấy anh ấy rời đi với một chiếc đĩa đầy ắp"
Delightedly, Govinda listened to the woman
Govinda vui mừng lắng nghe người phụ nữ
and he wanted to ask and hear much more
và anh ấy muốn hỏi và nghe nhiều hơn nữa
But Siddhartha urged him to walk on
Nhưng Siddhartha thúc giục anh ta tiếp tục bước đi
They thanked the woman and left
Họ cảm ơn người phụ nữ và rời đi
they hardly had to ask for directions
họ hầu như không phải hỏi đường

many pilgrims and monks were on their way to the Jetavana
nhiều người hành hương và nhà sư đang trên đường đến Jetavana

they reached it at night, so there were constant arrivals
họ đến đó vào ban đêm, vì vậy có rất nhiều người đến liên tục

and those who sought shelter got it
và những người tìm kiếm nơi trú ẩn đã có được nó

The two Samanas were accustomed to life in the forest
Hai vị Sa Môn đã quen với cuộc sống trong rừng

so without making any noise they quickly found a place to stay
vì vậy mà không gây ra tiếng động nào họ nhanh chóng tìm được một nơi để ở

and they rested there until the morning
và họ nghỉ ngơi ở đó cho đến sáng

At sunrise, they saw with astonishment the size of the crowd
Khi mặt trời mọc, họ kinh ngạc khi thấy đám đông lớn đến thế nào

a great many number of believers had come
một số lượng lớn tín đồ đã đến

and a great number of curious people had spent the night here
và rất nhiều người tò mò đã nghỉ qua đêm ở đây

On all paths of the marvellous garden, monks walked in yellow robes
Trên mọi nẻo đường của khu vườn kỳ diệu, các nhà sư đi lại trong những chiếc áo choàng màu vàng

under the trees they sat here and there, in deep contemplation
dưới những cái cây họ ngồi đây và ở đó, trong sự chiêm nghiệm sâu sắc

or they were in a conversation about spiritual matters
hoặc họ đang nói chuyện về các vấn đề tâm linh

the shady gardens looked like a city
những khu vườn râm mát trông giống như một thành phố

a city full of people, bustling like bees
một thành phố đông đúc, nhộn nhịp như ong
The majority of the monks went out with their alms-dish
Phần lớn các nhà sư ra ngoài với bát đĩa khất thực của họ
they went out to collect food for their lunch
họ ra ngoài để lấy thức ăn cho bữa trưa của họ
this would be their only meal of the day
đây sẽ là bữa ăn duy nhất trong ngày của họ
The Buddha himself, the enlightened one, also begged in the mornings
Chính Đức Phật, người giác ngộ, cũng đã cầu xin vào buổi sáng
Siddhartha saw him, and he instantly recognised him
Siddhartha nhìn thấy anh ta và anh ta nhận ra anh ta ngay lập tức
he recognised him as if a God had pointed him out
anh ấy nhận ra anh ấy như thể một vị thần đã chỉ ra anh ấy
He saw him, a simple man in a yellow robe
Anh nhìn thấy anh ấy, một người đàn ông giản dị trong chiếc áo choàng màu vàng
he was bearing the alms-dish in his hand, walking silently
anh ta cầm chiếc đĩa đựng thức ăn trên tay, bước đi lặng lẽ
"Look here!" Siddhartha said quietly to Govinda
"Nhìn này!" Siddhartha khẽ nói với Govinda
"This one is the Buddha"
"Đây là Đức Phật"
Attentively, Govinda looked at the monk in the yellow robe
Govinda chăm chú nhìn nhà sư mặc áo choàng vàng
this monk seemed to be in no way different from any of the others
nhà sư này dường như không có gì khác biệt so với những người khác
but soon, Govinda also realized that this is the one
nhưng chẳng mấy chốc, Govinda cũng nhận ra rằng đây chính là
And they followed him and observed him

Và họ theo dõi và quan sát anh ta
The Buddha went on his way, modestly and deep in his thoughts
Đức Phật tiếp tục cuộc hành trình của mình, khiêm tốn và sâu sắc trong suy nghĩ.
his calm face was neither happy nor sad
khuôn mặt bình tĩnh của anh ấy không vui cũng không buồn
his face seemed to smile quietly and inwardly
khuôn mặt anh ấy dường như mỉm cười một cách lặng lẽ và thầm kín
his smile was hidden, quiet and calm
nụ cười của anh ấy ẩn giấu, lặng lẽ và bình tĩnh
the way the Buddha walked somewhat resembled a healthy child
cách Đức Phật đi có phần giống một đứa trẻ khỏe mạnh
he walked just as all of his monks did
ông ấy đi bộ giống như tất cả các nhà sư của ông ấy đã làm
he placed his feet according to a precise rule
anh ấy đặt chân theo một quy tắc chính xác
his face and his walk, his quietly lowered glance
khuôn mặt và dáng đi của anh ấy, cái nhìn lặng lẽ cúi xuống của anh ấy
his quietly dangling hand, every finger of it
bàn tay lặng lẽ của anh ấy, từng ngón tay của nó
all these things expressed peace
tất cả những điều này thể hiện sự bình yên
all these things expressed perfection
tất cả những điều này thể hiện sự hoàn hảo
he did not search, nor did he imitate
anh ta không tìm kiếm, cũng không bắt chước
he softly breathed inwardly an unwhithering calm
anh ấy nhẹ nhàng hít vào một hơi bình tĩnh không hề suy yếu
he shone outwardly an unwhithering light
anh ấy tỏa ra bên ngoài một ánh sáng không hề phai tàn
he had about him an untouchable peace
anh ấy có một sự bình yên không thể chạm tới

the two Samanas recognised him solely by the perfection of his calm
hai vị Samana chỉ nhận ra ông qua sự hoàn hảo của sự bình tĩnh của ông
they recognized him by the quietness of his appearance
họ nhận ra anh ấy qua vẻ ngoài lặng lẽ của anh ấy
the quietness in his appearance in which there was no searching
sự im lặng trong vẻ ngoài của anh ấy mà không có sự tìm kiếm
there was no desire, nor imitation
không có ham muốn, cũng không có sự bắt chước
there was no effort to be seen
không có nỗ lực nào được nhìn thấy
only light and peace was to be seen in his appearance
chỉ có ánh sáng và sự bình yên được nhìn thấy trong vẻ ngoài của anh ấy
"Today, we'll hear the teachings from his mouth" said Govinda
"Hôm nay, chúng ta sẽ nghe lời dạy từ miệng của Ngài" Govinda nói
Siddhartha did not answer
Siddhartha không trả lời
He felt little curiosity for the teachings
Ông cảm thấy ít tò mò về những lời dạy
he did not believe that they would teach him anything new
anh ấy không tin rằng họ sẽ dạy anh ấy bất cứ điều gì mới
he had heard the contents of this Buddha's teachings again and again
ông đã nghe đi nghe lại nội dung lời dạy của Đức Phật
but these reports only represented second hand information
nhưng những báo cáo này chỉ đại diện cho thông tin gián tiếp
But attentively he looked at Gotama's head
Nhưng ông chăm chú nhìn vào đầu của Gotama
his shoulders, his feet, his quietly dangling hand
vai anh, bàn chân anh, bàn tay lặng lẽ buông thõng của anh

it was as if every finger of this hand was of these teachings
như thể mỗi ngón tay của bàn tay này đều chứa đựng những lời dạy này
his fingers spoke of truth
ngón tay của anh ấy nói lên sự thật
his fingers breathed and exhaled the fragrance of truth
ngón tay của anh ấy hít vào và thở ra hương thơm của sự thật
his fingers glistened with truth
những ngón tay của anh ấy lấp lánh sự thật
this Buddha was truthful down to the gesture of his last finger
Đức Phật này trung thực đến tận ngón tay cuối cùng
Siddhartha could see that this man was holy
Siddhartha có thể thấy rằng người đàn ông này là thánh thiện
Never before, Siddhartha had venerated a person so much
Chưa bao giờ, Siddhartha lại tôn kính một người đến thế
he had never before loved a person as much as this one
anh chưa bao giờ yêu một người nào nhiều như người này
They both followed the Buddha until they reached the town
Cả hai đều đi theo Đức Phật cho đến khi họ đến thị trấn
and then they returned to their silence
và sau đó họ trở lại với sự im lặng của họ
they themselves intended to abstain on this day
bản thân họ có ý định kiêng cử vào ngày này
They saw Gotama returning the food that had been given to him
Họ thấy Gotama trả lại thức ăn đã được trao cho mình
what he ate could not even have satisfied a bird's appetite
những gì anh ta ăn thậm chí còn không thể thỏa mãn cơn đói của một con chim
and they saw him retiring into the shade of the mango-trees
và họ thấy anh ta đang ẩn mình dưới bóng râm của những cây xoài

in the evening the heat had cooled down
vào buổi tối, nhiệt độ đã giảm xuống

everyone in the camp started to bustle about and gathered around
mọi người trong trại bắt đầu xôn xao và tụ tập xung quanh
they heard the Buddha teaching, and his voice
họ nghe Đức Phật giảng dạy và giọng nói của Ngài
and his voice was also perfected
và giọng nói của anh ấy cũng đã được hoàn thiện
his voice was of perfect calmness
giọng nói của anh ấy hoàn toàn bình tĩnh
his voice was full of peace
giọng nói của anh ấy đầy sự bình yên
Gotama taught the teachings of suffering
Đức Gotama đã dạy những lời dạy về sự đau khổ
he taught of the origin of suffering
ông đã dạy về nguồn gốc của đau khổ
he taught of the way to relieve suffering
ông đã dạy về cách để giải thoát đau khổ
Calmly and clearly his quiet speech flowed on
Lời nói nhẹ nhàng và rõ ràng của anh ấy tuôn ra
Suffering was life, and full of suffering was the world
Khổ đau là cuộc sống, và đầy đau khổ là thế giới
but salvation from suffering had been found
nhưng sự cứu rỗi khỏi đau khổ đã được tìm thấy
salvation was obtained by him who would walk the path of the Buddha
sự cứu rỗi đã đạt được bởi người sẽ đi theo con đường của Đức Phật
With a soft, yet firm voice the exalted one spoke
Với giọng nói nhẹ nhàng nhưng kiên quyết, người cao quý đã nói
he taught the four main doctrines
ông đã dạy bốn học thuyết chính
he taught the eight-fold path
ông đã dạy con đường tám nhánh
patiently he went the usual path of the teachings
kiên nhẫn ông đã đi theo con đường thông thường của giáo lý

his teachings contained the examples
lời dạy của ông chứa đựng những ví dụ
his teaching made use of the repetitions
cách giảng dạy của ông sử dụng sự lặp lại
brightly and quietly his voice hovered over the listeners
giọng nói của anh ấy nhẹ nhàng và trong trẻo vang vọng khắp người nghe
his voice was like a light
giọng nói của anh ấy như một ánh sáng
his voice was like a starry sky
giọng nói của anh ấy giống như bầu trời đầy sao
When the Buddha ended his speech, many pilgrims stepped forward
Khi Đức Phật kết thúc bài phát biểu của mình, nhiều người hành hương bước tới
they asked to be accepted into the community
họ yêu cầu được chấp nhận vào cộng đồng
they sought refuge in the teachings
họ tìm nơi ẩn náu trong những lời dạy
And Gotama accepted them by speaking
Và Gotama đã chấp nhận họ bằng cách nói
"You have heard the teachings well"
"Bạn đã nghe lời dạy rất hay"
"join us and walk in holiness"
"hãy tham gia cùng chúng tôi và bước đi trong sự thánh thiện"
"put an end to all suffering"
"chấm dứt mọi đau khổ"
Behold, then Govinda, the shy one, also stepped forward and spoke
Này, Govinda, người nhút nhát, cũng bước tới và nói
"I also take my refuge in the exalted one and his teachings"
"Tôi cũng nương tựa vào đấng tối cao và lời dạy của Người"
and he asked to be accepted into the community of his disciples
và ông đã yêu cầu được chấp nhận vào cộng đồng các môn đồ của mình

and he was accepted into the community of Gotama's disciples
và ông được chấp nhận vào cộng đồng đệ tử của Gotama

the Buddha had retired for the night
Đức Phật đã nghỉ ngơi vào ban đêm
Govinda turned to Siddhartha and spoke eagerly
Govinda quay sang Siddhartha và nói một cách háo hức
"Siddhartha, it is not my place to scold you"
"Siddhartha, tôi không có quyền la mắng anh"
"We have both heard the exalted one"
"Chúng ta đều đã nghe Đấng cao cả"
"we have both perceived the teachings"
"cả hai chúng ta đều đã nhận thức được những lời dạy"
"Govinda has heard the teachings"
"Govinda đã nghe lời dạy"
"he has taken refuge in the teachings"
"anh ấy đã nương tựa vào giáo lý"
"But, my honoured friend, I must ask you"
"Nhưng, người bạn đáng kính của tôi, tôi phải hỏi anh"
"don't you also want to walk the path of salvation?"
"Chẳng lẽ ngươi không muốn đi trên con đường cứu rỗi sao?"
"Would you want to hesitate?"
"Bạn có muốn do dự không?"
"do you want to wait any longer?"
"Bạn có muốn đợi thêm nữa không?"
Siddhartha awakened as if he had been asleep
Siddhartha tỉnh dậy như thể anh đã ngủ
For a long time, he looked into Govinda's face
Trong một thời gian dài, anh nhìn vào khuôn mặt của Govinda
Then he spoke quietly, in a voice without mockery
Sau đó anh ta nói khẽ, giọng không hề giễu cợt.
"Govinda, my friend, now you have taken this step"
"Govinda, bạn của tôi, giờ bạn đã thực hiện bước này"
"now you have chosen this path"

"bây giờ bạn đã chọn con đường này"
"Always, oh Govinda, you've been my friend"
"Luôn luôn, ôi Govinda, anh vẫn là bạn của em"
"you've always walked one step behind me"
"Anh luôn đi sau em một bước"
"Often I have thought about you"
"Tôi thường nghĩ về em"
"'Won't Govinda for once also take a step by himself'"
"'Govinda sẽ không một lần tự mình bước một bước sao'"
"'won't Govinda take a step without me?'"
"Govinda sẽ không bước đi mà không có tôi sao?"
"'won't he take a step driven by his own soul?'"
"Liệu anh ấy có thể bước đi theo sự dẫn dắt của chính tâm hồn mình không?"
"Behold, now you've turned into a man"
"Này, bây giờ ngươi đã trở thành một người đàn ông"
"you are choosing your path for yourself"
"bạn đang tự chọn con đường cho mình"
"I wish that you would go it up to its end"
"Tôi mong rằng anh sẽ đi đến tận cùng"
"oh my friend, I hope that you shall find salvation!"
"Ôi bạn tôi, tôi hy vọng rằng bạn sẽ tìm được sự cứu rỗi!"
Govinda, did not completely understand it yet
Govinda, vẫn chưa hiểu hết
he repeated his question in an impatient tone
anh ta lặp lại câu hỏi của mình với giọng điệu mất kiên nhẫn
"Speak up, I beg you, my dear!"
"Nói đi, anh cầu xin em, em yêu!"
"Tell me, since it could not be any other way"
"Hãy nói cho tôi biết, vì không thể có cách nào khác"
"won't you also take your refuge with the exalted Buddha?"
"Ngươi cũng sẽ không quy y với Đức Phật cao quý sao?"
Siddhartha placed his hand on Govinda's shoulder
Siddhartha đặt tay lên vai Govinda
"You failed to hear my good wish for you"

"Bạn đã không nghe được lời chúc tốt đẹp của tôi dành cho bạn"
"I'm repeating my wish for you"
"Tôi lặp lại mong muốn của tôi dành cho bạn"
"I wish that you would go this path"
"Tôi ước gì anh đi theo con đường này"
"I wish that you would go up to this path's end"
"Tôi mong bạn sẽ đi đến cuối con đường này"
"I wish that you shall find salvation!"
"Tôi mong rằng bạn sẽ tìm được sự cứu rỗi!"
In this moment, Govinda realized that his friend had left him
Vào lúc này, Govinda nhận ra rằng bạn mình đã rời xa anh.
when he realized this he started to weep
khi anh ấy nhận ra điều này anh ấy bắt đầu khóc
"Siddhartha!" he exclaimed lamentingly
"Siddhartha!" anh ta kêu lên than thở
Siddhartha kindly spoke to him
Siddhartha tử tế nói chuyện với anh ta
"don't forget, Govinda, who you are"
"Đừng quên, Govinda, anh là ai"
"you are now one of the Samanas of the Buddha"
"Bây giờ bạn là một trong những Sa Môn của Đức Phật"
"You have renounced your home and your parents"
"Bạn đã từ bỏ ngôi nhà và cha mẹ của mình"
"you have renounced your birth and possessions"
"bạn đã từ bỏ nơi sinh và tài sản của mình"
"you have renounced your free will"
"bạn đã từ bỏ ý chí tự do của mình"
"you have renounced all friendship"
"bạn đã từ bỏ mọi tình bạn"
"This is what the teachings require"
"Đây chính là điều mà giáo lý đòi hỏi"
"this is what the exalted one wants"
"đây là điều mà đấng tối cao muốn"
"This is what you wanted for yourself"

"Đây chính là điều bạn mong muốn cho chính mình"
"Tomorrow, oh Govinda, I will leave you"
"Ngày mai, hỡi Govinda, tôi sẽ rời xa em"
For a long time, the friends continued walking in the garden
Trong một thời gian dài, những người bạn vẫn tiếp tục đi bộ trong vườn
for a long time, they lay there and found no sleep
trong một thời gian dài, họ nằm đó và không ngủ được
And over and over again, Govinda urged his friend
Và Govinda liên tục thúc giục bạn mình
"why would you not want to seek refuge in Gotama's teachings?"
"Tại sao bạn lại không muốn tìm nơi nương tựa nơi giáo lý của Đức Gotama?"
"what fault could you find in these teachings?"
"Bạn có thể tìm ra lỗi gì trong những lời dạy này?"
But Siddhartha turned away from his friend
Nhưng Siddhartha quay lưng lại với người bạn của mình
every time he said, "Be content, Govinda!"
mỗi lần anh ấy nói, "Hãy bằng lòng, Govinda!"
"Very good are the teachings of the exalted one"
"Lời dạy của đấng tối cao thật là tốt đẹp"
"how could I find a fault in his teachings?"
"Làm sao tôi có thể tìm ra lỗi trong lời dạy của ông ấy?"

it was very early in the morning
lúc đó còn rất sớm vào buổi sáng
one of the oldest monks went through the garden
một trong những nhà sư già nhất đã đi qua khu vườn
he called to those who had taken their refuge in the teachings
ông đã gọi những người đã nương tựa vào giáo lý
he called them to dress them up in the yellow robe
anh ấy gọi họ mặc cho họ chiếc áo choàng màu vàng
and he instruct them in the first teachings and duties of their position

và ông hướng dẫn họ những lời dạy và nhiệm vụ đầu tiên của vị trí của họ

Govinda once again embraced his childhood friend
Govinda một lần nữa ôm chặt người bạn thời thơ ấu của mình
and then he left with the novices
và sau đó anh ấy rời đi cùng với những người mới vào nghề
But Siddhartha walked through the garden, lost in thought
Nhưng Siddhartha đi qua khu vườn, chìm đắm trong suy nghĩ
Then he happened to meet Gotama, the exalted one
Sau đó, ông tình cờ gặp Gotama, người cao quý
he greeted him with respect
anh ấy chào đón anh ấy một cách tôn trọng
the Buddha's glance was full of kindness and calm
cái nhìn của Đức Phật đầy lòng từ bi và bình tĩnh
the young man summoned his courage
chàng trai trẻ đã lấy hết can đảm
he asked the venerable one for the permission to talk to him
anh ta đã xin phép người đáng kính để được nói chuyện với anh ta
Silently, the exalted one nodded his approval
Người cao quý lặng lẽ gật đầu tán thành
Spoke Siddhartha, "Yesterday, oh exalted one"
Siddhartha nói, "Hôm qua, hỡi đấng tối cao"
"I had been privileged to hear your wondrous teachings"
"Tôi đã có vinh dự được nghe những lời dạy kỳ diệu của ngài"
"Together with my friend, I had come from afar, to hear your teachings"
"Cùng với người bạn của tôi, tôi đã đến từ xa, để nghe lời dạy của bạn"
"And now my friend is going to stay with your people"
"Và bây giờ bạn tôi sẽ ở lại với người của anh"
"he has taken his refuge with you"
"anh ấy đã tìm nơi ẩn náu cùng bạn"
"But I will again start on my pilgrimage"
"Nhưng tôi sẽ lại bắt đầu cuộc hành hương của mình"
"As you please," the venerable one spoke politely

"Tùy ý ngài," người đáng kính nói một cách lịch sự.

"Too bold is my speech," Siddhartha continued

"Lời nói của tôi quá táo bạo", Siddhartha tiếp tục

"but I do not want to leave the exalted on this note"

"nhưng tôi không muốn để lại sự tôn kính trên ghi chú này"

"I want to share with the most venerable one my honest thoughts"

"Tôi muốn chia sẻ với người đáng kính nhất những suy nghĩ chân thành của tôi"

"Does it please the venerable one to listen for one moment longer?"

"Bạch Thế Tôn, ngài có vui lòng lắng nghe thêm một lát nữa không?"

Silently, the Buddha nodded his approval

Đức Phật lặng lẽ gật đầu tán thành

Spoke Siddhartha, "oh most venerable one"

Siddhartha nói, "Ôi người đáng kính nhất"

"there is one thing I have admired in your teachings most of all"

"Có một điều tôi ngưỡng mộ nhất trong những lời dạy của thầy"

"Everything in your teachings is perfectly clear"

"Mọi điều trong lời dạy của Ngài đều hoàn toàn rõ ràng"

"what you speak of is proven"

"những gì bạn nói đã được chứng minh"

"you are presenting the world as a perfect chain"

"bạn đang trình bày thế giới như một chuỗi hoàn hảo"

"a chain which is never and nowhere broken"

"một sợi xích không bao giờ và không ở đâu bị phá vỡ"

"an eternal chain the links of which are causes and effects"

"một chuỗi vĩnh cửu mà các mắt xích là nguyên nhân và kết quả"

"Never before, has this been seen so clearly"

"Chưa bao giờ, điều này được nhìn thấy rõ ràng như vậy"

"never before, has this been presented so irrefutably"

"chưa bao giờ điều này được trình bày một cách không thể chối cãi như vậy"
"truly, the heart of every Brahman has to beat stronger with love"
"Thật vậy, trái tim của mỗi Brahman phải đập mạnh hơn với tình yêu"
"he has seen the world through your perfectly connected teachings"
"anh ấy đã nhìn thế giới qua những lời dạy hoàn hảo của bạn"
"without gaps, clear as a crystal"
"không có khoảng trống, trong suốt như pha lê"
"not depending on chance, not depending on Gods"
"không phụ thuộc vào may rủi, không phụ thuộc vào Chúa"
"he has to accept it whether it may be good or bad"
"anh ấy phải chấp nhận nó dù nó tốt hay xấu"
"he has to live by it whether it would be suffering or joy"
"anh ấy phải sống theo nó dù là đau khổ hay vui sướng"
"but I do not wish to discuss the uniformity of the world"
"nhưng tôi không muốn thảo luận về tính đồng nhất của thế giới"
"it is possible that this is not essential"
"có thể điều này không cần thiết"
"everything which happens is connected"
"mọi thứ xảy ra đều có sự kết nối"
"the great and the small things are all encompassed"
"những điều lớn lao và nhỏ bé đều được bao hàm"
"they are connected by the same forces of time"
"chúng được kết nối bởi cùng một lực thời gian"
"they are connected by the same law of causes"
"chúng được kết nối bởi cùng một quy luật nhân quả"
"the causes of coming into being and of dying"
"nguyên nhân của sự ra đời và cái chết"
"this is what shines brightly out of your exalted teachings"
"đây là điều tỏa sáng rực rỡ trong lời dạy cao cả của bạn"
"But, according to your very own teachings, there is a small gap"

"Nhưng theo chính lời dạy của Ngài, có một khoảng cách nhỏ"
"this unity and necessary sequence of all things is broken in one place"
"sự thống nhất và trình tự cần thiết của mọi thứ bị phá vỡ ở một nơi"
"this world of unity is invaded by something alien"
"thế giới thống nhất này đang bị xâm chiếm bởi một thứ gì đó ngoài hành tinh"
"there is something new, which had not been there before"
"có cái gì đó mới, cái mà trước đây chưa từng có"
"there is something which cannot be demonstrated"
"có điều gì đó không thể chứng minh được"
"there is something which cannot be proven"
"có điều gì đó không thể chứng minh được"
"these are your teachings of overcoming the world"
"đây là những lời dạy của bạn để chiến thắng thế gian"
"these are your teachings of salvation"
"đây là những lời dạy cứu rỗi của bạn"
"But with this small gap, the eternal breaks apart again"
"Nhưng với khoảng cách nhỏ này, sự vĩnh hằng lại tan vỡ lần nữa"
"with this small breach, the law of the world becomes void"
"Với sự vi phạm nhỏ này, luật pháp của thế giới trở nên vô hiệu"
"Please forgive me for expressing this objection"
"Xin hãy tha thứ cho tôi vì đã bày tỏ sự phản đối này"
Quietly, Gotama had listened to him, unmoved
Gotama đã lặng lẽ lắng nghe anh ta, không hề lay động
Now he spoke, the perfected one, with his kind and polite clear voice
Bây giờ ông ấy đã nói, một người hoàn hảo, với giọng nói trong trẻo và lịch sự.
"You've heard the teachings, oh son of a Brahman"
"Con đã nghe lời dạy, hỡi con trai của một Bà-la-môn"
"and good for you that you've thought about it this deeply"
"và thật tốt khi bạn đã suy nghĩ sâu sắc về điều đó"

"You've found a gap in my teachings, an error"
"Bạn đã tìm thấy một lỗ hổng trong lời dạy của tôi, một lỗi lầm"
"You should think about this further"
"Bạn nên suy nghĩ thêm về điều này"
"But be warned, oh seeker of knowledge, of the thicket of opinions"
"Nhưng hãy cảnh giác, hỡi người tìm kiếm kiến thức, về sự rậm rạp của những ý kiến"
"be warned of arguing about words"
"hãy cẩn thận khi tranh luận về từ ngữ"
"There is nothing to opinions"
"Không có gì để ý kiến"
"they may be beautiful or ugly"
"chúng có thể đẹp hoặc xấu"
"opinions may be smart or foolish"
"ý kiến có thể thông minh hoặc ngu ngốc"
"everyone can support opinions, or discard them"
"mọi người có thể ủng hộ ý kiến hoặc bác bỏ chúng"
"But the teachings, you've heard from me, are no opinion"
"Nhưng những lời dạy mà bạn nghe từ tôi không phải là ý kiến"
"their goal is not to explain the world to those who seek knowledge"
"Mục tiêu của họ không phải là giải thích thế giới cho những người tìm kiếm kiến thức"
"They have a different goal"
"Họ có mục tiêu khác"
"their goal is salvation from suffering"
"mục tiêu của họ là cứu rỗi khỏi đau khổ"
"This is what Gotama teaches, nothing else"
"Đây là điều Đức Gotama dạy, không có gì khác"
"I wish that you, oh exalted one, would not be angry with me" said the young man
"Tôi mong rằng ngài, hỡi đấng tối cao, sẽ không giận tôi" chàng trai trẻ nói

"I have not spoken to you like this to argue with you"
"Tôi không nói chuyện với anh như thế này để tranh luận với anh"
"I do not wish to argue about words"
"Tôi không muốn tranh luận về từ ngữ"
"You are truly right, there is little to opinions"
"Bạn thực sự đúng, có rất ít ý kiến"
"But let me say one more thing"
"Nhưng để tôi nói thêm một điều nữa"
"I have not doubted in you for a single moment"
"Tôi không hề nghi ngờ anh một phút nào"
"I have not doubted for a single moment that you are Buddha"
"Tôi không hề nghi ngờ một giây phút nào rằng ngài là Phật"
"I have not doubted that you have reached the highest goal"
"Tôi không nghi ngờ gì rằng bạn đã đạt được mục tiêu cao nhất"
"the highest goal towards which so many Brahmans are on their way"
"mục tiêu cao nhất mà rất nhiều Bà la môn đang hướng tới"
"You have found salvation from death"
"Bạn đã tìm thấy sự cứu rỗi khỏi cái chết"
"It has come to you in the course of your own search"
"Nó đã đến với bạn trong quá trình tìm kiếm của riêng bạn"
"it has come to you on your own path"
"nó đã đến với bạn trên con đường của riêng bạn"
"it has come to you through thoughts and meditation"
"nó đến với bạn thông qua suy nghĩ và thiền định"
"it has come to you through realizations and enlightenment"
"nó đã đến với bạn thông qua sự nhận thức và giác ngộ"
"but it has not come to you by means of teachings!"
"nhưng nó không đến với bạn thông qua giáo lý!"
"And this is my thought"
"Và đây là suy nghĩ của tôi"
"nobody will obtain salvation by means of teachings!"

"không ai có thể đạt được sự cứu rỗi thông qua việc giảng dạy!"
"You will not be able to convey your hour of enlightenment"
"Bạn sẽ không thể truyền tải được giờ phút giác ngộ của mình"
"words of what has happened to you won't convey the moment!"
"Những lời nói về chuyện đã xảy ra với bạn sẽ không thể diễn tả được khoảnh khắc đó!"
"The teachings of the enlightened Buddha contain much"
"Lời dạy của Đức Phật giác ngộ chứa đựng nhiều điều"
"it teaches many to live righteously"
"nó dạy nhiều người sống ngay chính"
"it teaches many to avoid evil"
"nó dạy nhiều người tránh xa điều ác"
"But there is one thing which these teachings do not contain"
"Nhưng có một điều mà những lời dạy này không chứa đựng"
"they are clear and venerable, but the teachings miss something"
"chúng rõ ràng và đáng kính, nhưng lời dạy còn thiếu một điều gì đó"
"the teachings do not contain the mystery"
"Những lời dạy không chứa đựng điều bí ẩn"
"the mystery of what the exalted one has experienced for himself"
"bí ẩn về những gì mà người cao quý đã trải nghiệm cho chính mình"
"among hundreds of thousands, only he experienced it"
"Trong hàng trăm ngàn người, chỉ có mình anh ấy trải nghiệm điều đó"
"This is what I have thought and realized, when I heard the teachings"
"Đây là điều tôi đã nghĩ và nhận ra khi nghe lời dạy"
"This is why I am continuing my travels"
"Đây là lý do tại sao tôi tiếp tục chuyến đi của mình"
"this is why I do not to seek other, better teachings"

"đây là lý do tại sao tôi không tìm kiếm những lời dạy khác tốt hơn"
"I know there are no better teachings"
"Tôi biết không có lời dạy nào tốt hơn"
"I leave to depart from all teachings and all teachers"
"Tôi rời xa mọi lời dạy và mọi giáo viên"
"I leave to reach my goal by myself, or to die"
"Tôi ra đi để tự mình đạt được mục tiêu, hoặc là chết"
"But often, I'll think of this day, oh exalted one"
"Nhưng thường xuyên, tôi sẽ nghĩ về ngày này, hỡi đấng tối cao"
"and I'll think of this hour, when my eyes beheld a holy man"
"và tôi sẽ nghĩ về giờ phút này, khi mắt tôi nhìn thấy một người thánh thiện"
The Buddha's eyes quietly looked to the ground
Đôi mắt của Đức Phật lặng lẽ nhìn xuống đất
quietly, in perfect equanimity, his inscrutable face was smiling
lặng lẽ, trong sự bình thản hoàn hảo, khuôn mặt khó hiểu của anh ấy đang mỉm cười
the venerable one spoke slowly
người đáng kính nói chậm rãi
"I wish that your thoughts shall not be in error"
"Tôi mong rằng suy nghĩ của bạn sẽ không sai lầm"
"I wish that you shall reach the goal!"
"Chúc anh đạt được mục tiêu!"
"But there is something I ask you to tell me"
"Nhưng có điều tôi muốn anh nói cho tôi biết"
"Have you seen the multitude of my Samanas?"
"Ngươi có thấy vô số Sa Môn của ta không?"
"they have taken refuge in the teachings"
"họ đã nương tựa vào giáo lý"
"do you believe it would be better for them to abandon the teachings?"

"Bạn có nghĩ rằng sẽ tốt hơn nếu họ từ bỏ những lời dạy đó không?"

"should they to return into the world of desires?"

"họ có nên quay trở lại thế giới ham muốn không?"

"Far is such a thought from my mind" exclaimed Siddhartha

"Ý nghĩ như vậy thật xa vời trong tâm trí tôi" Siddhartha thốt lên

"I wish that they shall all stay with the teachings"

"Tôi mong rằng tất cả mọi người đều tuân theo giáo lý"

"I wish that they shall reach their goal!"

"Tôi mong họ sẽ đạt được mục tiêu của mình!"

"It is not my place to judge another person's life"

"Tôi không có thẩm quyền phán xét cuộc sống của người khác"

"I can only judge my own life "

"Tôi chỉ có thể phán xét cuộc sống của chính mình"

"I must decide, I must chose, I must refuse"

"Tôi phải quyết định, tôi phải lựa chọn, tôi phải từ chối"

"Salvation from the self is what we Samanas search for"

"Sự giải thoát khỏi bản ngã là điều mà chúng ta, những Samana, tìm kiếm"

"oh exalted one, if only I were one of your disciples"

"Lạy đấng tối cao, giá như tôi được là một trong những đệ tử của ngài"

"I'd fear that it might happen to me"

"Tôi sợ điều đó có thể xảy ra với tôi"

"only seemingly, would my self be calm and be redeemed"

"chỉ có vẻ như, bản thân tôi mới có thể bình tĩnh và được cứu rỗi"

"but in truth it would live on and grow"

"nhưng thực tế nó sẽ sống và phát triển"

"because then I would replace my self with the teachings"

"vì khi đó tôi sẽ thay thế bản thân mình bằng những lời dạy"

"my self would be my duty to follow you"

"Tôi có bổn phận phải theo anh"

"my self would be my love for you"

"bản thân tôi sẽ là tình yêu của tôi dành cho bạn"
"and my self would be the community of the monks!"
"và bản thân tôi sẽ là cộng đồng các tu sĩ!"
With half of a smile Gotama looked into the stranger's eyes
Với một nửa nụ cười, Gotama nhìn vào mắt người lạ
his eyes were unwaveringly open and kind
đôi mắt của anh ấy luôn mở to và tử tế
he bid him to leave with a hardly noticeable gesture
anh ta ra hiệu cho anh ta rời đi bằng một cử chỉ khó nhận thấy
"You are wise, oh Samana" the venerable one spoke
"Ngài thật là khôn ngoan, hỡi Samana" người đáng kính nói
"You know how to talk wisely, my friend"
"Bạn biết cách nói chuyện một cách khôn ngoan đấy, bạn của tôi"
"Be aware of too much wisdom!"
"Hãy cẩn thận vì có quá nhiều trí tuệ!"
The Buddha turned away
Đức Phật quay đi
Siddhartha would never forget his glance
Siddhartha sẽ không bao giờ quên cái nhìn của anh ấy
his half smile remained forever etched in Siddhartha's memory
nụ cười nửa miệng của anh mãi mãi khắc sâu trong ký ức của Siddhartha
Siddhartha thought to himself
Siddhartha tự nghĩ
"I have never before seen a person glance and smile this way"
"Tôi chưa bao giờ thấy một người nào liếc nhìn và mỉm cười theo cách này"
"no one else sits and walks like he does"
"không ai ngồi và đi như anh ấy"
"truly, I wish to be able to glance and smile this way"
"Thật sự, tôi ước mình có thể liếc nhìn và mỉm cười theo cách này"
"I wish to be able to sit and walk this way, too"

"Tôi cũng ước mình có thể ngồi và đi theo cách này"
"liberated, venerable, concealed, open, childlike and mysterious"
"giải phóng, đáng kính, ẩn giấu, cởi mở, trẻ thơ và bí ẩn"
"he must have succeeded in reaching the innermost part of his self"
"anh ấy hẳn đã thành công trong việc chạm đến phần sâu thẳm nhất của bản thân mình"
"only then can someone glance and walk this way"
"chỉ khi đó mới có người liếc nhìn và bước đi theo hướng này"
"I will also seek to reach the innermost part of my self"
"Tôi cũng sẽ cố gắng đạt tới phần sâu thẳm nhất của bản thân mình"
"I saw a man" Siddhartha thought
"Tôi đã nhìn thấy một người đàn ông" Siddhartha nghĩ
"a single man, before whom I would have to lower my glance"
"một người đàn ông độc thân, người mà tôi phải cúi đầu nhìn"
"I do not want to lower my glance before anyone else"
"Tôi không muốn hạ thấp cái nhìn của mình trước bất kỳ ai"
"No teachings will entice me more anymore"
"Không có lời dạy nào có thể lôi cuốn tôi hơn nữa"
"because this man's teachings have not enticed me"
"vì lời dạy của người đàn ông này không hấp dẫn tôi"
"I am deprived by the Buddha" thought Siddhartha
"Tôi bị Đức Phật tước đoạt" Siddhartha nghĩ
"I am deprived, although he has given so much"
"Tôi bị tước đoạt, mặc dù anh ấy đã cho tôi rất nhiều"
"he has deprived me of my friend"
"anh ta đã cướp mất người bạn của tôi"
"my friend who had believed in me"
"người bạn đã tin tưởng tôi"
"my friend who now believes in him"
"người bạn của tôi hiện giờ tin vào anh ấy"
"my friend who had been my shadow"
"người bạn đã từng là cái bóng của tôi"

"and now he is Gotama's shadow"
"và bây giờ anh ấy là cái bóng của Gotama"
"but he has given me Siddhartha"
"nhưng anh ấy đã cho tôi Siddhartha"
"he has given me myself"
"Anh ấy đã cho tôi chính tôi"

Awakening
Sự thức tỉnh

Siddhartha left the mango grove behind him
Siddhartha rời khỏi vườn xoài
but he felt his past life also stayed behind
nhưng anh cảm thấy cuộc sống quá khứ của mình cũng ở lại phía sau
the Buddha, the perfected one, stayed behind
Đức Phật, đấng toàn thiện, đã ở lại phía sau
and Govinda stayed behind too
và Govinda cũng ở lại phía sau
and his past life had parted from him
và cuộc sống quá khứ của anh đã rời xa anh
he pondered as he was walking slowly
anh ấy suy nghĩ khi anh ấy đang đi chậm rãi
he pondered about this sensation, which filled him completely
anh ấy suy ngẫm về cảm giác này, nó làm anh ấy hoàn toàn
He pondered deeply, like diving into a deep water
Anh ấy suy nghĩ sâu xa, như đang lặn xuống nước sâu
he let himself sink down to the ground of the sensation
anh ấy để mình chìm xuống đất của cảm giác
he let himself sink down to the place where the causes lie
anh ấy để mình chìm xuống nơi mà nguyên nhân nằm
to identify the causes is the very essence of thinking
xác định nguyên nhân là bản chất của suy nghĩ
this was how it seemed to him
đây là cách mà nó có vẻ như với anh ấy
and by this alone, sensations turn into realizations
và chỉ bằng cách này, cảm giác sẽ trở thành sự thật
and these sensations are not lost
và những cảm giác này không bị mất đi
but the sensations become entities
nhưng những cảm giác trở thành thực thể
and the sensations start to emit what is inside of them

và những cảm giác bắt đầu phát ra những gì bên trong chúng
they show their truths like rays of light
họ thể hiện sự thật của họ như những tia sáng
Slowly walking along, Siddhartha pondered
Bước đi chậm rãi, Siddhartha suy ngẫm
He realized that he was no youth any more
Anh nhận ra rằng anh không còn trẻ nữa
he realized that he had turned into a man
anh ấy nhận ra rằng anh ấy đã trở thành một người đàn ông
He realized that something had left him
Anh ấy nhận ra rằng có điều gì đó đã rời bỏ anh ấy
the same way a snake is left by its old skin
giống như cách một con rắn được để lại bởi lớp da cũ của nó
what he had throughout his youth no longer existed in him
những gì anh ấy có trong suốt thời thanh xuân của mình không còn tồn tại trong anh ấy nữa
it used to be a part of him; the wish to have teachers
nó từng là một phần của anh ấy; mong muốn có giáo viên
the wish to listen to teachings
mong muốn được lắng nghe lời dạy
He had also left the last teacher who had appeared on his path
Anh ấy cũng đã rời xa người thầy cuối cùng đã xuất hiện trên con đường của mình
he had even left the highest and wisest teacher
anh ấy thậm chí đã rời bỏ người thầy cao quý và khôn ngoan nhất
he had left the most holy one, Buddha
ông đã rời bỏ vị thánh nhất, Đức Phật
he had to part with him, unable to accept his teachings
ông phải chia tay với ông ấy, không thể chấp nhận lời dạy của ông ấy
Slower, he walked along in his thoughts
Chậm rãi hơn, anh bước đi trong suy nghĩ của mình
and he asked himself, "But what is this?"
và anh tự hỏi, "Nhưng đây là gì?"

"what have you sought to learn from teachings and from teachers?"
"Bạn muốn học điều gì từ những lời dạy và giáo viên?"
"and what were they, who have taught you so much?"
"và họ là ai, những người đã dạy cho anh nhiều điều như vậy?"
"what are they if they have been unable to teach you?"
"Họ là gì nếu họ không thể dạy bạn?"
And he found, "It was the self"
Và ông đã tìm thấy, "Đó là bản ngã"
"it was the purpose and essence of which I sought to learn"
"đó là mục đích và bản chất mà tôi muốn tìm hiểu"
"It was the self I wanted to free myself from"
"Đó là bản ngã mà tôi muốn giải thoát khỏi"
"the self which I sought to overcome"
"cái tôi mà tôi muốn vượt qua"
"But I was not able to overcome it"
"Nhưng tôi đã không thể vượt qua được"
"I could only deceive it"
"Tôi chỉ có thể lừa dối nó"
"I could only flee from it"
"Tôi chỉ có thể chạy trốn khỏi nó"
"I could only hide from it"
"Tôi chỉ có thể trốn tránh nó"
"Truly, no thing in this world has kept my thoughts so busy"
"Thật sự, không có điều gì trên thế giới này khiến tôi bận rộn đến thế"
"I have been kept busy by the mystery of me being alive"
"Tôi bận rộn vì sự bí ẩn của việc tôi vẫn còn sống"
"the mystery of me being one"
"bí ẩn của tôi là một"
"the mystery if being separated and isolated from all others"
"bí ẩn của việc tách biệt và cô lập khỏi mọi người khác"
"the mystery of me being Siddhartha!"
"bí ẩn về việc tôi là Siddhartha!"
"And there is no thing in this world I know less about"

"Và không có điều gì trên thế giới này mà tôi biết ít hơn"
he had been pondering while slowly walking along
anh ấy đã suy nghĩ trong khi chậm rãi bước đi
he stopped as these thoughts caught hold of him
anh ấy dừng lại khi những suy nghĩ này chiếm lấy anh ấy
and right away another thought sprang forth from these thoughts
và ngay lập tức một ý nghĩ khác nảy sinh từ những ý nghĩ này
"there's one reason why I know nothing about myself"
"có một lý do tại sao tôi không biết gì về bản thân mình"
"there's one reason why Siddhartha has remained alien to me"
"Có một lý do tại sao Siddhartha vẫn xa lạ với tôi"
"all of this stems from one cause"
"tất cả những điều này đều xuất phát từ một nguyên nhân"
"I was afraid of myself, and I was fleeing"
"Tôi sợ chính mình và tôi đang chạy trốn"
"I have searched for both Atman and Brahman"
"Tôi đã tìm kiếm cả Atman và Brahman"
"for this I was willing to dissect my self"
"vì điều này tôi sẵn sàng mổ xẻ bản thân mình"
"and I was willing to peel off all of its layers"
"và tôi đã sẵn sàng lột bỏ mọi lớp vỏ của nó"
"I wanted to find the core of all peels in its unknown interior"
"Tôi muốn tìm ra cốt lõi của mọi vỏ bọc bên trong nó mà không ai biết đến"
"the Atman, life, the divine part, the ultimate part"
"Atman, sự sống, phần thiêng liêng, phần tối thượng"
"But I have lost myself in the process"
"Nhưng tôi đã đánh mất chính mình trong quá trình đó"
Siddhartha opened his eyes and looked around
Siddhartha mở mắt và nhìn quanh
looking around, a smile filled his face
nhìn xung quanh, một nụ cười nở trên khuôn mặt anh ấy

a feeling of awakening from long dreams flowed through him
một cảm giác thức tỉnh sau những giấc mơ dài chảy qua anh ấy

the feeling flowed from his head down to his toes
cảm giác chảy từ đầu xuống chân anh ấy

And it was not long before he walked again
Và không lâu sau anh lại bước đi

he walked quickly, like a man who knows what he has got to do
anh ta bước đi nhanh nhẹn, như một người đàn ông biết mình phải làm gì

"now I will not let Siddhartha escape from me again!"
"Bây giờ ta sẽ không để Siddhartha thoát khỏi ta nữa!"

"I no longer want to begin my thoughts and my life with Atman"
"Tôi không còn muốn bắt đầu suy nghĩ và cuộc sống của mình với Atman nữa"

"nor do I want to begin my thoughts with the suffering of the world"
"Tôi cũng không muốn bắt đầu suy nghĩ của mình bằng sự đau khổ của thế giới"

"I do not want to kill and dissect myself any longer"
"Tôi không muốn giết chóc và mổ xẻ bản thân mình nữa"

"Yoga-Veda shall not teach me anymore"
"Yoga-Veda sẽ không còn dạy tôi nữa"

"nor Atharva-Veda, nor the ascetics"
"cũng không phải Atharva-Veda, cũng không phải những nhà khổ hạnh"

"there will not be any kind of teachings"
"sẽ không có bất kỳ loại giáo lý nào"

"I want to learn from myself and be my student"
"Tôi muốn học hỏi từ chính mình và trở thành học trò của mình"

"I want to get to know myself; the secret of Siddhartha"
"Tôi muốn hiểu biết về chính mình; bí mật của Siddhartha"

He looked around, as if he was seeing the world for the first time
Anh ấy nhìn xung quanh, như thể anh ấy đang nhìn thấy thế giới lần đầu tiên
Beautiful and colourful was the world
Thế giới thật đẹp và đầy màu sắc
strange and mysterious was the world
thế giới thật kỳ lạ và bí ẩn
Here was blue, there was yellow, here was green
Ở đây có màu xanh, ở kia có màu vàng, ở đây có màu xanh lá cây
the sky and the river flowed
bầu trời và dòng sông chảy
the forest and the mountains were rigid
rừng và núi cứng nhắc
all of the world was beautiful
cả thế giới đều đẹp
all of it was mysterious and magical
tất cả đều bí ẩn và kỳ diệu
and in its midst was he, Siddhartha, the awakening one
và ở giữa đó là ngài, Siddhartha, người thức tỉnh
and he was on the path to himself
và anh ấy đang trên con đường tìm đến chính mình
all this yellow and blue and river and forest entered Siddhartha
tất cả màu vàng và màu xanh và dòng sông và khu rừng này đã đi vào Siddhartha
for the first time it entered through the eyes
lần đầu tiên nó đi vào qua đôi mắt
it was no longer a spell of Mara
nó không còn là phép thuật của Mara nữa
it was no longer the veil of Maya
nó không còn là tấm màn che của Maya nữa
it was no longer a pointless and coincidental
nó không còn là vô nghĩa và ngẫu nhiên nữa

things were not just a diversity of mere appearances
mọi thứ không chỉ là sự đa dạng của vẻ bề ngoài
appearances despicable to the deeply thinking Brahman
sự xuất hiện đáng khinh bỉ đối với Brahman suy nghĩ sâu sắc
the thinking Brahman scorns diversity, and seeks unity
Người Brahman suy nghĩ khinh thường sự đa dạng và tìm kiếm sự thống nhất
Blue was blue and river was river
Màu xanh là màu xanh và dòng sông là dòng sông
the singular and divine lived hidden in Siddhartha
sự độc đáo và thiêng liêng ẩn chứa trong Siddhartha
divinity's way and purpose was to be yellow here, and blue there
cách thức và mục đích của thần thánh là ở đây có màu vàng, ở đó có màu xanh
there sky, there forest, and here Siddhartha
Có bầu trời, có khu rừng, và ở đây Siddhartha
The purpose and essential properties was not somewhere behind the things
Mục đích và các đặc tính thiết yếu không nằm ở đâu đó đằng sau những thứ đó
the purpose and essential properties was inside of everything
mục đích và các đặc tính thiết yếu nằm bên trong mọi thứ
"How deaf and stupid have I been!" he thought
"Tôi đã điếc và ngu ngốc đến mức nào!" anh nghĩ
and he walked swiftly along
và anh ấy bước đi nhanh chóng
"When someone reads a text he will not scorn the symbols and letters"
"Khi ai đó đọc một văn bản, họ sẽ không coi thường các ký hiệu và chữ cái"
"he will not call the symbols deceptions or coincidences"
"ông ấy sẽ không gọi những biểu tượng là sự lừa dối hay sự trùng hợp ngẫu nhiên"
"but he will read them as they were written"

"nhưng anh ấy sẽ đọc chúng như chúng đã được viết"
"he will study and love them, letter by letter"
"anh ấy sẽ nghiên cứu và yêu thương chúng, từng chữ một"
"I wanted to read the book of the world and scorned the letters"
"Tôi muốn đọc cuốn sách của thế giới và khinh thường những chữ cái"
"I wanted to read the book of myself and scorned the symbols"
"Tôi muốn đọc cuốn sách của chính mình và khinh thường các biểu tượng"
"I called my eyes and my tongue coincidental"
"Tôi gọi đôi mắt và lưỡi của tôi là sự trùng hợp ngẫu nhiên"
"I said they were worthless forms without substance"
"Tôi đã nói chúng là những hình thức vô giá trị không có bản chất"
"No, this is over, I have awakened"
"Không, chuyện này đã kết thúc, tôi đã thức tỉnh"
"I have indeed awakened"
"Tôi thực sự đã thức tỉnh"
"I had not been born before this very day"
"Tôi chưa được sinh ra trước ngày này"
In thinking these thoughts, Siddhartha suddenly stopped once again
Trong khi suy nghĩ những điều này, Siddhartha đột nhiên dừng lại một lần nữa
he stopped as if there was a snake lying in front of him
anh ấy dừng lại như thể có một con rắn nằm trước mặt anh ấy
suddenly, he had also become aware of something else
đột nhiên, anh ấy cũng nhận ra một điều khác
He was indeed like someone who had just woken up
Anh ấy thực sự giống như một người vừa mới thức dậy
he was like a new-born baby starting life anew
anh ấy giống như một đứa trẻ mới sinh đang bắt đầu cuộc sống mới
and he had to start again at the very beginning

và anh ấy phải bắt đầu lại từ đầu
in the morning he had had very different intentions
vào buổi sáng anh ấy đã có những ý định rất khác
he had thought to return to his home and his father
anh ấy đã nghĩ đến việc trở về nhà và gặp cha mình
But now he stopped as if a snake was lying on his path
Nhưng bây giờ anh dừng lại như thể có một con rắn nằm trên đường đi của anh
he made a realization of where he was
anh ấy đã nhận ra mình đang ở đâu
"I am no longer the one I was"
"Tôi không còn là tôi của ngày xưa nữa"
"I am no ascetic anymore"
"Tôi không còn là nhà khổ hạnh nữa"
"I am not a priest anymore"
"Tôi không còn là một linh mục nữa"
"I am no Brahman anymore"
"Tôi không còn là Brahman nữa"
"Whatever should I do at my father's place?"
"Tôi phải làm gì ở nhà bố tôi đây?"
"Study? Make offerings? Practise meditation?"
"Học tập? Cúng dường? Thực hành thiền định?"
"But all this is over for me"
"Nhưng tất cả đã kết thúc với tôi"
"all of this is no longer on my path"
"tất cả những điều này không còn nằm trên con đường của tôi nữa"
Motionless, Siddhartha remained standing there
Bất động, Siddhartha vẫn đứng đó
and for the time of one moment and breath, his heart felt cold
và trong khoảnh khắc và hơi thở, trái tim anh cảm thấy lạnh lẽo
he felt a coldness in his chest
anh ấy cảm thấy lạnh ở ngực

the same feeling a small animal feels when it sees how alone it is
cảm giác giống như một con vật nhỏ cảm thấy khi nó thấy mình cô đơn
For many years, he had been without home and had felt nothing
Trong nhiều năm, ông đã không có nhà và không cảm thấy gì cả.
Now, he felt he had been without a home
Bây giờ, anh cảm thấy mình không có nhà
Still, even in the deepest meditation, he had been his father's son
Tuy nhiên, ngay cả trong sự thiền định sâu sắc nhất, anh vẫn là con trai của cha mình
he had been a Brahman, of a high caste
ông ấy là một người Bà La Môn, thuộc đẳng cấp cao
he had been a cleric
ông ấy đã từng là một giáo sĩ
Now, he was nothing but Siddhartha, the awoken one
Bây giờ, anh ấy không còn gì ngoài Siddhartha, người đã thức tỉnh
nothing else was left of him
không còn gì khác còn sót lại của anh ấy
Deeply, he inhaled and felt cold
Anh hít một hơi thật sâu và cảm thấy lạnh
a shiver ran through his body
một cơn rùng mình chạy khắp cơ thể anh ấy
Nobody was as alone as he was
Không ai cô đơn như anh ấy
There was no nobleman who did not belong to the noblemen
Không có nhà quý tộc nào không thuộc về giới quý tộc
there was no worker that did not belong to the workers
không có công nhân nào không thuộc về công nhân
they had all found refuge among themselves
họ đều đã tìm được nơi ẩn náu giữa họ

they shared their lives and spoke their languages
họ chia sẻ cuộc sống của họ và nói ngôn ngữ của họ
there are no Brahman who would not be regarded as Brahmans
không có Brahman nào không được coi là Brahman
and there are no Brahmans that didn't live as Brahmans
và không có người Bà La Môn nào không sống như một người Bà La Môn
there are no ascetic who could not find refuge with the Samanas
không có nhà khổ hạnh nào không tìm được nơi nương tựa với các Samana
and even the most forlorn hermit in the forest was not alone
và ngay cả ẩn sĩ buồn bã nhất trong rừng cũng không đơn độc
he was also surrounded by a place he belonged to
anh ấy cũng được bao quanh bởi một nơi mà anh ấy thuộc về
he also belonged to a caste in which he was at home
anh ta cũng thuộc về một đẳng cấp mà anh ta ở nhà
Govinda had left him and became a monk
Govinda đã rời bỏ anh ta và trở thành một nhà sư
and a thousand monks were his brothers
và một ngàn nhà sư là anh em của ông
they wore the same robe as him
họ mặc cùng một chiếc áo choàng với anh ấy
they believed in his faith and spoke his language
họ tin vào đức tin của ông và nói ngôn ngữ của ông
But he, Siddhartha, where did he belong to?
Nhưng ông, Siddhartha, ông thuộc về nơi nào?
With whom would he share his life?
Anh ấy sẽ chia sẻ cuộc sống của mình với ai?
Whose language would he speak?
Ông ấy sẽ nói ngôn ngữ của ai?
the world melted away all around him
thế giới tan chảy xung quanh anh ấy
he stood alone like a star in the sky
anh ấy đứng một mình như một ngôi sao trên bầu trời

cold and despair surrounded him
sự lạnh lẽo và tuyệt vọng bao quanh anh ta
but Siddhartha emerged out of this moment
nhưng Siddhartha đã xuất hiện từ khoảnh khắc này
Siddhartha emerged more his true self than before
Siddhartha đã xuất hiện với con người thật của mình hơn trước
he was more firmly concentrated than he had ever been
anh ấy tập trung hơn bao giờ hết
He felt; "this had been the last tremor of the awakening"
Ông cảm thấy; "đây là cơn chấn động cuối cùng của sự thức tỉnh"
"the last struggle of this birth"
"cuộc đấu tranh cuối cùng của sự ra đời này"
And it was not long until he walked again in long strides
Và không lâu sau đó anh lại bước đi với những bước dài
he started to proceed swiftly and impatiently
anh ta bắt đầu tiến hành nhanh chóng và thiếu kiên nhẫn
he was no longer going home
anh ấy không còn về nhà nữa
he was no longer going to his father
anh ấy không còn đi đến chỗ cha mình nữa

Part Two
Phần Hai

***

Kamala

Siddhartha learned something new on every step of his path
Siddhartha đã học được điều gì đó mới mẻ trên mỗi bước đường của mình
because the world was transformed and his heart was enchanted
bởi vì thế giới đã được biến đổi và trái tim của anh ấy đã bị mê hoặc
He saw the sun rising over the mountains
Anh ấy nhìn thấy mặt trời mọc trên núi
and he saw the sun setting over the distant beach
và anh ấy nhìn thấy mặt trời lặn trên bãi biển xa xa
At night, he saw the stars in the sky in their fixed positions
Vào ban đêm, ông nhìn thấy các vì sao trên bầu trời ở vị trí cố định của chúng
and he saw the crescent of the moon floating like a boat in the blue
và anh ấy nhìn thấy lưỡi liềm của mặt trăng trôi nổi như một chiếc thuyền trong màu xanh
He saw trees, stars, animals, and clouds
Anh ấy nhìn thấy cây cối, các vì sao, động vật và mây
rainbows, rocks, herbs, flowers, streams and rivers
cầu vồng, đá, thảo mộc, hoa, suối và sông
he saw the glistening dew in the bushes in the morning
anh ấy nhìn thấy sương lấp lánh trong bụi cây vào buổi sáng
he saw distant high mountains which were blue
anh ấy nhìn thấy những ngọn núi cao xa xa có màu xanh
wind blew through the rice-field
gió thổi qua cánh đồng lúa

all of this, a thousand-fold and colourful, had always been there
tất cả những điều này, gấp ngàn lần và đầy màu sắc, luôn luôn ở đó
the sun and the moon had always shone
mặt trời và mặt trăng luôn luôn chiếu sáng
rivers had always roared and bees had always buzzed
những dòng sông luôn gầm thét và những chú ong luôn vo ve
but in former times all of this had been a deceptive veil
nhưng trong thời gian trước đây tất cả những điều này chỉ là một bức màn lừa dối
to him it had been nothing more than fleeting
với anh ta nó chẳng là gì hơn là thoáng qua
it was supposed to be looked upon in distrust
nó được cho là bị nhìn với ánh mắt ngờ vực
it was destined to be penetrated and destroyed by thought
nó đã được định sẵn để bị thâm nhập và phá hủy bởi suy nghĩ
since it was not the essence of existence
vì nó không phải là bản chất của sự tồn tại
since this essence lay beyond, on the other side of, the visible
vì bản chất này nằm ở phía bên kia của cái hữu hình
But now, his liberated eyes stayed on this side
Nhưng bây giờ, đôi mắt giải thoát của anh vẫn hướng về phía này
he saw and became aware of the visible
anh ấy đã nhìn thấy và nhận thức được những điều hữu hình
he sought to be at home in this world
anh ấy muốn được ở nhà trong thế giới này
he did not search for the true essence
anh ta không tìm kiếm bản chất thực sự
he did not aim at a world beyond
anh ấy không nhắm tới một thế giới xa hơn
this world was beautiful enough for him
thế giới này đã đủ đẹp đối với anh ấy
looking at it like this made everything childlike

nhìn vào nó như thế này làm cho mọi thứ trở nên trẻ con
Beautiful were the moon and the stars
Trăng và sao thật đẹp
beautiful was the stream and the banks
dòng suối và bờ sông thật đẹp
the forest and the rocks, the goat and the gold-beetle
rừng và đá, con dê và con bọ vàng
the flower and the butterfly; beautiful and lovely it was
bông hoa và con bướm; nó đẹp và đáng yêu
to walk through the world was childlike again
đi bộ khắp thế giới lại trở nên trẻ con
this way he was awoken
bằng cách này anh ấy đã được đánh thức
this way he was open to what is near
theo cách này anh ấy đã cởi mở với những gì gần gũi
this way he was without distrust
theo cách này anh ấy không còn nghi ngờ gì nữa
differently the sun burnt the head
khác với mặt trời đã đốt cháy đầu
differently the shade of the forest cooled him down
khác biệt bóng râm của khu rừng làm anh ấy mát mẻ hơn
differently the pumpkin and the banana tasted
bí ngô và chuối có vị khác nhau
Short were the days, short were the nights
Ngày thì ngắn, đêm thì ngắn
every hour sped swiftly away like a sail on the sea
mỗi giờ trôi qua nhanh như cánh buồm trên biển
and under the sail was a ship full of treasures, full of joy
và dưới cánh buồm là một con tàu đầy kho báu, đầy niềm vui
Siddhartha saw a group of apes moving through the high canopy
Siddhartha nhìn thấy một nhóm vượn di chuyển qua tán cây cao
they were high in the branches of the trees
chúng ở trên cao trên các cành cây
and he heard their savage, greedy song

và anh ấy nghe thấy tiếng hát man rợ, tham lam của chúng
Siddhartha saw a male sheep following a female one and mating with her
Siddhartha nhìn thấy một con cừu đực đi theo một con cừu cái và giao phối với nó
In a lake of reeds, he saw the pike hungrily hunting for its dinner
Trong một hồ lau sậy, anh ta nhìn thấy con cá chó đang đói khát săn mồi
young fish were propelling themselves away from the pike
những con cá con đang đẩy mình ra xa khỏi con cá chó
they were scared, wiggling and sparkling
họ sợ hãi, ngọ nguậy và lấp lánh
the young fish jumped in droves out of the water
những con cá con nhảy từng đàn ra khỏi mặt nước
the scent of strength and passion came forcefully out of the water
mùi hương của sức mạnh và đam mê mạnh mẽ tỏa ra từ nước
and the pike stirred up the scent
và con cá chó khuấy động mùi hương
All of this had always existed
Tất cả những điều này đã luôn tồn tại
and he had not seen it, nor had he been with it
và anh ta đã không nhìn thấy nó, cũng không ở cùng nó
Now he was with it and he was part of it
Bây giờ anh ấy đã ở cùng nó và anh ấy là một phần của nó
Light and shadow ran through his eyes
Ánh sáng và bóng tối chạy qua đôi mắt anh
stars and moon ran through his heart
những ngôi sao và mặt trăng chạy qua trái tim anh ấy

Siddhartha remembered everything he had experienced in the Garden Jetavana
Siddhartha nhớ lại mọi điều mình đã trải qua ở Vườn Jetavana
he remembered the teaching he had heard there from the divine Buddha

ông nhớ lại lời dạy mà ông đã nghe ở đó từ Đức Phật thiêng liêng

he remembered the farewell from Govinda

anh nhớ lại lời tạm biệt của Govinda

he remembered the conversation with the exalted one

anh ấy nhớ lại cuộc trò chuyện với người cao quý

Again he remembered his own words that he had spoken to the exalted one

Một lần nữa ông nhớ lại những lời mình đã nói với Đấng Tối Cao.

he remembered every word

anh ấy nhớ từng lời

he realized he had said things which he had not really known

anh ấy nhận ra anh ấy đã nói những điều mà anh ấy thực sự không biết

he astonished himself with what he had said to Gotama

ông ta ngạc nhiên với những gì ông ta đã nói với Gotama

the Buddha's treasure and secret was not the teachings

kho báu và bí mật của Đức Phật không phải là giáo lý

but the secret was the inexpressible and not teachable

nhưng bí mật là điều không thể diễn tả và không thể dạy được

the secret which he had experienced in the hour of his enlightenment

bí mật mà ông đã trải nghiệm trong giờ phút giác ngộ của mình

the secret was nothing but this very thing which he had now gone to experience

bí mật không gì khác ngoài chính điều này mà anh ấy đã trải nghiệm

the secret was what he now began to experience

bí mật là những gì anh ấy bắt đầu trải nghiệm

Now he had to experience his self

Bây giờ anh ấy phải tự trải nghiệm bản thân mình

he had already known for a long time that his self was Atman

anh ấy đã biết từ lâu rằng bản thân anh ấy là Atman
he knew Atman bore the same eternal characteristics as Brahman
ông biết Atman mang những đặc điểm vĩnh cửu giống như Brahman
But he had never really found this self
Nhưng anh chưa bao giờ thực sự tìm thấy bản thân này
because he had wanted to capture the self in the net of thought
bởi vì anh ta muốn nắm bắt bản thân mình trong lưới suy nghĩ
but the body was not part of the self
nhưng cơ thể không phải là một phần của bản thân
it was not the spectacle of the senses
đó không phải là cảnh tượng của các giác quan
so it also was not the thought, nor the rational mind
vì vậy nó cũng không phải là suy nghĩ, cũng không phải là tâm trí lý trí
it was not the learned wisdom, nor the learned ability
đó không phải là sự khôn ngoan được học, cũng không phải là khả năng được học
from these things no conclusions could be drawn
từ những điều này không thể rút ra kết luận nào
No, the world of thought was also still on this side
Không, thế giới tư tưởng cũng vẫn còn ở phía bên này
Both, the thoughts as well as the senses, were pretty things
Cả hai, suy nghĩ cũng như giác quan, đều là những thứ đẹp đẽ
but the ultimate meaning was hidden behind both of them
nhưng ý nghĩa cuối cùng ẩn chứa đằng sau cả hai
both had to be listened to and played with
cả hai đều phải được lắng nghe và chơi với
neither had to be scorned nor overestimated
không cần phải bị khinh thường hay đánh giá quá cao
there were secret voices of the innermost truth
có những giọng nói bí mật của sự thật sâu thẳm nhất
these voices had to be attentively perceived
những giọng nói này phải được lắng nghe một cách cẩn thận

He wanted to strive for nothing else
Anh ấy không muốn phấn đấu vì điều gì khác
he would do what the voice commanded him to do
anh ấy sẽ làm những gì giọng nói ra lệnh cho anh ấy làm
he would dwell where the voices advised him to
anh ấy sẽ ở nơi mà những giọng nói khuyên anh ấy nên ở
Why had Gotama sat down under the Bodhi tree?
Tại sao Đức Phật Gotama lại ngồi dưới gốc cây Bồ Đề?
He had heard a voice in his own heart
Anh đã nghe thấy một giọng nói trong trái tim mình
a voice which had commanded him to seek rest under this tree
một giọng nói đã ra lệnh cho anh ta tìm nơi nghỉ ngơi dưới gốc cây này
he could have gone on to make offerings
anh ta có thể tiếp tục dâng lễ vật
he could have performed his ablutions
anh ta có thể đã thực hiện nghi lễ rửa tội của mình
he could have spent that moment in prayer
anh ấy có thể dành thời gian đó để cầu nguyện
he had chosen not to eat or drink
anh ấy đã chọn không ăn hoặc uống
he had chosen not to sleep or dream
anh ấy đã chọn không ngủ hoặc mơ
instead, he had obeyed the voice
thay vào đó, anh đã tuân theo tiếng nói
To obey like this was good
Tuân theo như thế này là tốt
it was good not to obey to an external command
thật tốt khi không tuân theo một mệnh lệnh bên ngoài
it was good to obey only the voice
thật tốt khi chỉ nghe theo tiếng nói
to be ready like this was good and necessary
sẵn sàng như thế này là tốt và cần thiết
there was nothing else that was necessary
không có gì khác là cần thiết

in the night Siddhartha got to a river
vào ban đêm Siddhartha đã đến một con sông
he slept in the straw hut of a ferryman
anh ấy ngủ trong túp lều rơm của một người lái đò
this night Siddhartha had a dream
đêm nay Siddhartha đã có một giấc mơ
Govinda was standing in front of him
Govinda đang đứng trước mặt anh ta
he was dressed in the yellow robe of an ascetic
ông ấy mặc chiếc áo choàng màu vàng của một nhà khổ hạnh
Sad was how Govinda looked
Buồn thay khi Govinda trông như thế
sadly he asked, "Why have you forsaken me?"
buồn bã hỏi: "Tại sao Người lại bỏ rơi tôi?"
Siddhartha embraced Govinda, and wrapped his arms around him
Siddhartha ôm chặt Govinda và vòng tay ôm lấy anh ta
he pulled him close to his chest and kissed him
anh ấy kéo anh ấy lại gần ngực mình và hôn anh ấy
but it was not Govinda anymore, but a woman
nhưng đó không còn là Govinda nữa mà là một người phụ nữ
a full breast popped out of the woman's dress
một bộ ngực đầy đặn nhô ra khỏi chiếc váy của người phụ nữ
Siddhartha lay and drank from the breast
Siddhartha nằm và uống từ bầu vú
sweetly and strongly tasted the milk from this breast
ngọt ngào và đậm đà hương vị sữa từ bầu ngực này
It tasted of woman and man
Nó có vị của phụ nữ và đàn ông
it tasted of sun and forest
nó có vị của nắng và rừng
it tasted of animal and flower
nó có vị của động vật và hoa
it tasted of every fruit and every joyful desire

nó nếm được tất cả các loại trái cây và mọi ham muốn vui sướng
It intoxicated him and rendered him unconscious
Nó làm anh ta say và bất tỉnh
Siddhartha woke up from the dream
Siddhartha tỉnh dậy sau giấc mơ
the pale river shimmered through the door of the hut
dòng sông nhợt nhạt lấp lánh qua cánh cửa túp lều
a dark call of an owl resounded deeply through the forest
tiếng gọi u ám của một con cú vang vọng sâu thẳm khắp khu rừng
Siddhartha asked the ferryman to get him across the river
Siddhartha yêu cầu người lái đò đưa mình qua sông
The ferryman got him across the river on his bamboo-raft
Người lái đò đưa anh ta qua sông trên chiếc bè tre của mình
the water shimmered reddish in the light of the morning
nước lấp lánh màu đỏ trong ánh sáng buổi sáng
"This is a beautiful river," he said to his companion
"Đây là một con sông đẹp," anh ta nói với người bạn đồng hành của mình
"Yes," said the ferryman, "a very beautiful river"
"Đúng vậy," người lái đò nói, "một dòng sông rất đẹp"
"I love it more than anything"
"Tôi yêu nó hơn bất cứ thứ gì"
"Often I have listened to it"
"Tôi thường nghe điều đó"
"often I have looked into its eyes"
"Tôi thường nhìn vào mắt nó"
"and I have always learned from it"
"và tôi luôn học hỏi từ nó"
"Much can be learned from a river"
"Có thể học được nhiều điều từ một dòng sông"
"I thank you, my benefactor" spoke Siddhartha
"Tôi cảm ơn người, ân nhân của tôi" Siddhartha nói
he disembarked on the other side of the river
anh ấy đã xuống thuyền ở bờ bên kia sông

"I have no gift I could give you for your hospitality, my dear"
"Tôi không có món quà nào có thể tặng cho lòng hiếu khách của bạn, bạn thân mến ạ"
"and I also have no payment for your work"
"và tôi cũng không được trả tiền cho công việc của anh"
"I am a man without a home"
"Tôi là một người đàn ông không có nhà"
"I am the son of a Brahman and a Samana"
"Tôi là con trai của một Bà la môn và một Samana"
"I did see it," spoke the ferryman
"Tôi đã nhìn thấy nó," người lái đò nói.
"I did not expect any payment from you"
"Tôi không mong đợi bất kỳ khoản thanh toán nào từ anh"
"it is custom for guests to bear a gift"
"Khách có phong tục mang theo một món quà"
"but I did not expect this from you either"
"nhưng tôi cũng không ngờ điều này từ anh"
"You will give me the gift another time"
"Anh sẽ tặng em món quà này vào lần khác"
"Do you think so?" asked Siddhartha, bemusedly
"Bạn có nghĩ vậy không?" Siddhartha hỏi, vẻ ngạc nhiên.
"I am sure of it," replied the ferryman
"Tôi chắc chắn về điều đó," người lái đò trả lời.
"This too, I have learned from the river"
"Điều này tôi cũng học được từ dòng sông"
"everything that goes comes back!"
"Mọi thứ đi rồi đều quay trở lại!"
"You too, Samana, will come back"
"Sa-môn, ngươi cũng sẽ trở về"
"Now farewell! Let your friendship be my reward"
"Bây giờ tạm biệt! Hãy để tình bạn của bạn là phần thưởng của tôi"
"Commemorate me, when you make offerings to the gods"
"Hãy tưởng nhớ đến ta khi các ngươi dâng lễ vật lên các vị thần"

Smiling, they parted from each other
Mỉm cười, họ chia tay nhau
Smiling, Siddhartha was happy about the friendship
Mỉm cười, Siddhartha vui mừng về tình bạn
and he was happy about the kindness of the ferryman
và anh ấy rất vui vì lòng tốt của người lái đò
"He is like Govinda," he thought with a smile
"Anh ấy giống như Govinda," anh nghĩ với một nụ cười
"all I meet on my path are like Govinda"
"Tất cả những gì tôi gặp trên đường đều giống như Govinda"
"All are thankful for what they have"
"Tất cả đều biết ơn những gì họ có"
"but they are the ones who would have a right to receive thanks"
"nhưng họ là những người có quyền được cảm ơn"
"all are submissive and would like to be friends"
"tất cả đều phục tùng và muốn làm bạn"
"all like to obey and think little"
"tất cả đều thích tuân theo và suy nghĩ ít"
"all people are like children"
"tất cả mọi người đều giống như trẻ con"

At about noon, he came through a village
Vào khoảng trưa, anh ta đi qua một ngôi làng
In front of the mud cottages, children were rolling about in the street
Trước những ngôi nhà tranh vách đất, trẻ em lăn lộn trên phố
they were playing with pumpkin-seeds and sea-shells
họ đang chơi với hạt bí ngô và vỏ sò
they screamed and wrestled with each other
họ la hét và vật lộn với nhau
but they all timidly fled from the unknown Samana
nhưng tất cả đều rụt rè chạy trốn khỏi Samana vô danh
In the end of the village, the path led through a stream
Cuối làng, con đường dẫn qua một con suối
by the side of the stream, a young woman was kneeling

bên bờ suối, một cô gái trẻ đang quỳ gối
she was washing clothes in the stream
cô ấy đang giặt quần áo ở suối
When Siddhartha greeted her, she lifted her head
Khi Siddhartha chào cô, cô ngẩng đầu lên
and she looked up to him with a smile
và cô ấy nhìn anh với một nụ cười
he could see the white in her eyes glistening
anh có thể thấy lòng trắng trong mắt cô ấy lấp lánh
He called out a blessing to her
Anh ấy đã cầu nguyện cho cô ấy
this was the custom among travellers
đây là phong tục của những người du lịch
and he asked how far it was to the large city
và anh ấy hỏi khoảng cách đến thành phố lớn là bao xa
Then she got up and came to him
Sau đó cô đứng dậy và đến với anh
beautifully her wet mouth was shimmering in her young face
cái miệng ướt át của cô ấy lấp lánh trên khuôn mặt trẻ trung của cô ấy
She exchanged humorous banter with him
Cô ấy trao đổi những câu chuyện đùa hài hước với anh ấy
she asked whether he had eaten already
cô ấy hỏi anh ấy đã ăn chưa
and she asked curious questions
và cô ấy hỏi những câu hỏi tò mò
"is it true that the Samanas slept alone in the forest at night?"
"Có đúng là các Sa Môn ngủ một mình trong rừng vào ban đêm không?"
"is it true Samanas are not allowed to have women with them"
"có đúng là các Samana không được phép có phụ nữ bên mình không"
While talking, she put her left foot on his right one
Trong khi nói chuyện, cô đặt chân trái lên chân phải của anh

the movement of a woman who would want to initiate sexual pleasure
sự chuyển động của một người phụ nữ muốn bắt đầu khoái cảm tình dục
the textbooks call this "climbing a tree"
sách giáo khoa gọi đây là "leo cây"
Siddhartha felt his blood heating up
Siddhartha cảm thấy máu mình nóng lên
he had to think of his dream again
anh ấy phải nghĩ lại về giấc mơ của mình
he bend slightly down to the woman
anh ta hơi cúi xuống người phụ nữ
and he kissed with his lips the brown nipple of her breast
và anh hôn bằng môi mình lên núm vú nâu của cô ấy
Looking up, he saw her face smiling
Nhìn lên, anh thấy khuôn mặt cô đang mỉm cười
and her eyes were full of lust
và đôi mắt cô ấy đầy ham muốn
Siddhartha also felt desire for her
Siddhartha cũng cảm thấy ham muốn cô ấy
he felt the source of his sexuality moving
anh ấy cảm thấy nguồn gốc tình dục của mình đang chuyển động
but he had never touched a woman before
nhưng anh ta chưa bao giờ chạm vào một người phụ nữ trước đây
so he hesitated for a moment
vì vậy anh ấy đã do dự một lúc
his hands were already prepared to reach out for her
đôi tay anh đã sẵn sàng để với tới cô
but then he heard the voice of his innermost self
nhưng rồi anh ấy nghe thấy tiếng nói từ sâu thẳm bên trong mình
he shuddered with awe at his voice
anh ta rùng mình vì kinh ngạc trước giọng nói của mình
and this voice told him no

và giọng nói này bảo anh ta không
all charms disappeared from the young woman's smiling face
mọi nét quyến rũ biến mất khỏi khuôn mặt tươi cười của người phụ nữ trẻ
he no longer saw anything else but a damp glance
anh ta không còn nhìn thấy gì khác ngoài một cái nhìn ướt át
all he could see was female animal in heat
tất cả những gì anh ta có thể thấy là con vật cái đang động dục
Politely, he petted her cheek
Anh lịch sự vuốt ve má cô
he turned away from her and disappeared away
anh ấy quay lưng lại với cô ấy và biến mất
he left from the disappointed woman with light steps
anh rời khỏi người phụ nữ thất vọng với những bước chân nhẹ nhàng
and he disappeared into the bamboo-wood
và anh ta biến mất vào trong rừng tre

he reached the large city before the evening
anh ấy đã đến thành phố lớn trước buổi tối
and he was happy to have reached the city
và anh ấy rất vui khi đã đến được thành phố
because he felt the need to be among people
bởi vì anh ấy cảm thấy cần phải ở giữa mọi người
or a long time, he had lived in the forests
hoặc một thời gian dài, anh ta đã sống trong rừng
for first time in a long time he slept under a roof
lần đầu tiên sau một thời gian dài anh ấy ngủ dưới một mái nhà
Before the city was a beautifully fenced garden
Trước thành phố là một khu vườn được rào chắn đẹp đẽ
the traveller came across a small group of servants
người lữ hành tình cờ gặp một nhóm nhỏ người hầu
the servants were carrying baskets of fruit
những người hầu đang mang những giỏ trái cây

four servants were carrying an ornamental sedan-chair
bốn người hầu đang khiêng một chiếc kiệu trang trí
on this chair sat a woman, the mistress
trên chiếc ghế này có một người phụ nữ ngồi, bà chủ
she was on red pillows under a colourful canopy
cô ấy nằm trên những chiếc gối đỏ dưới một mái che đầy màu sắc
Siddhartha stopped at the entrance to the pleasure-garden
Siddhartha dừng lại ở lối vào khu vườn vui chơi
and he watched the parade go by
và anh ấy đã xem đoàn diễu hành đi qua
he saw saw the servants and the maids
anh ấy nhìn thấy những người hầu và người hầu gái
he saw the baskets and the sedan-chair
anh ấy nhìn thấy những chiếc giỏ và chiếc kiệu
and he saw the lady on the chair
và anh ấy nhìn thấy người phụ nữ trên ghế
Under her black hair he saw a very delicate face
Dưới mái tóc đen của cô, anh nhìn thấy một khuôn mặt rất thanh tú
a bright red mouth, like a freshly cracked fig
một cái miệng đỏ tươi, giống như một quả sung mới nứt
eyebrows which were well tended and painted in a high arch
lông mày được chăm sóc cẩn thận và vẽ theo hình vòng cung cao
they were smart and watchful dark eyes
họ là đôi mắt đen thông minh và cảnh giác
a clear, tall neck rose from a green and golden garment
một chiếc cổ cao, rõ ràng nhô lên từ một bộ quần áo màu xanh lá cây và vàng
her hands were resting, long and thin
bàn tay cô ấy đang nghỉ ngơi, dài và gầy
she had wide golden bracelets over her wrists
cô ấy đeo vòng tay vàng rộng trên cổ tay

Siddhartha saw how beautiful she was, and his heart rejoiced
Siddhartha thấy nàng đẹp như thế nào, lòng chàng vui mừng.
He bowed deeply, when the sedan-chair came closer
Ông cúi đầu thật sâu khi kiệu đến gần hơn
straightening up again, he looked at the fair, charming face
đứng thẳng dậy, anh nhìn vào khuôn mặt xinh đẹp, quyến rũ
he read her smart eyes with the high arcs
anh ấy đọc được đôi mắt thông minh của cô ấy với những đường cong cao
he breathed in a fragrance of something he did not know
anh ấy hít vào một mùi hương của thứ gì đó mà anh ấy không biết
With a smile, the beautiful woman nodded for a moment
Người phụ nữ xinh đẹp mỉm cười gật đầu một lúc
then she disappeared into the garden
rồi cô ấy biến mất vào trong vườn
and then the servants disappeared as well
và sau đó những người hầu cũng biến mất
"I am entering this city with a charming omen" Siddhartha thought
"Ta đang tiến vào thành phố này với một điềm báo quyến rũ" Siddhartha nghĩ
He instantly felt drawn into the garden
Anh ấy ngay lập tức cảm thấy bị cuốn hút vào khu vườn
but he thought about his situation
nhưng anh ấy đã nghĩ về hoàn cảnh của mình
he became aware of how the servants and maids had looked at him
anh ấy nhận ra cách những người hầu và người hầu gái nhìn anh ấy
they thought him despicable, distrustful, and rejected him
họ nghĩ anh ta là kẻ đáng khinh, không đáng tin cậy và từ chối anh ta
"I am still a Samana" he thought
"Tôi vẫn là một Samana" anh nghĩ

"I am still an ascetic and beggar"
"Tôi vẫn là một nhà khổ hạnh và một kẻ ăn xin"
"I must not remain like this"
"Tôi không thể cứ thế này được nữa"
"I will not be able to enter the garden like this," he laughed
"Tôi sẽ không thể vào vườn như thế này được", anh cười.
he asked the next person who came along the path about the garden
anh ấy hỏi người tiếp theo đi dọc theo con đường về khu vườn
and he asked for the name of the woman
và anh ta hỏi tên của người phụ nữ
he was told that this was the garden of Kamala, the famous courtesan
Người ta nói với ông rằng đây là khu vườn của Kamala, một kỹ nữ nổi tiếng
and he was told that she also owned a house in the city
và anh ta được cho biết rằng cô ấy cũng sở hữu một ngôi nhà trong thành phố
Then, he entered the city with a goal
Sau đó, anh ta vào thành phố với một mục tiêu
Pursuing his goal, he allowed the city to suck him in
Theo đuổi mục tiêu của mình, anh ta đã để cho thành phố lôi kéo anh ta vào
he drifted through the flow of the streets
anh ấy trôi dạt qua dòng chảy của những con phố
he stood still on the squares in the city
anh ấy đứng yên trên các quảng trường trong thành phố
he rested on the stairs of stone by the river
anh ấy nghỉ ngơi trên những bậc đá bên bờ sông
When the evening came, he made friends with a barber's assistant
Khi buổi tối đến, anh ấy kết bạn với một trợ lý thợ cắt tóc
he had seen him working in the shade of an arch
anh ta đã nhìn thấy anh ta làm việc dưới bóng râm của một mái vòm

and he found him again praying in a temple of Vishnu
và anh ta lại thấy anh ta đang cầu nguyện trong đền thờ Vishnu
he told about stories of Vishnu and the Lakshmi
ông ấy kể về những câu chuyện của Vishnu và Lakshmi
Among the boats by the river, he slept this night
Giữa những chiếc thuyền bên bờ sông, đêm nay anh ngủ
Siddhartha came to him before the first customers came into his shop
Siddhartha đến gặp anh ta trước khi những khách hàng đầu tiên bước vào cửa hàng của anh ta
he had the barber's assistant shave his beard and cut his hair
anh ấy đã nhờ thợ cắt tóc cạo râu và cắt tóc cho anh ấy
he combed his hair and anointed it with fine oil
anh ta chải tóc và xức dầu thơm lên tóc
Then he went to take his bath in the river
Sau đó anh ta đi tắm ở sông

late in the afternoon, beautiful Kamala approached her garden
vào cuối buổi chiều, Kamala xinh đẹp đã đến gần khu vườn của cô ấy
Siddhartha was standing at the entrance again
Siddhartha lại đứng ở lối vào
he made a bow and received the courtesan's greeting
anh ta cúi chào và nhận lời chào của cô gái điếm
he got the attention of one of the servant
anh ấy đã thu hút được sự chú ý của một trong những người hầu
he asked him to inform his mistress
anh ta yêu cầu anh ta thông báo cho bà chủ của mình
"a young Brahman wishes to talk to her"
"một thanh niên Bà-la-môn muốn nói chuyện với cô ấy"
After a while, the servant returned
Một lúc sau, người hầu trở về
the servant asked Siddhartha to follow him

người hầu yêu cầu Siddhartha đi theo anh ta
Siddhartha followed the servant into a pavilion
Siddhartha theo người hầu vào một gian nhà
here Kamala was lying on a couch
ở đây Kamala đang nằm trên một chiếc ghế dài
and the servant left him alone with her
và người hầu để anh ta lại một mình với cô ấy
"Weren't you also standing out there yesterday, greeting me?" asked Kamala
"Hôm qua không phải anh cũng đứng ngoài đó chào tôi sao?" Kamala hỏi.
"It's true that I've already seen and greeted you yesterday"
"Đúng là tôi đã gặp và chào hỏi anh ngày hôm qua rồi"
"But didn't you yesterday wear a beard, and long hair?"
"Nhưng hôm qua không phải anh để râu và tóc dài sao?"
"and was there not dust in your hair?"
"và trên tóc ngươi không có bụi sao?"
"You have observed well, you have seen everything"
"Bạn đã quan sát tốt, bạn đã thấy tất cả mọi thứ"
"You have seen Siddhartha, the son of a Brahman"
"Bạn đã nhìn thấy Siddhartha, con trai của một Bà-la-môn"
"the Brahman who has left his home to become a Samana"
"Người Bà La Môn đã rời bỏ gia đình để trở thành một Samana"
"the Brahman who has been a Samana for three years"
"Brahman đã là một Samana trong ba năm"
"But now, I have left that path and came into this city"
"Nhưng bây giờ, tôi đã rời khỏi con đường đó và đến thành phố này"
"and the first one I met, even before I had entered the city, was you"
"và người đầu tiên tôi gặp, thậm chí trước khi tôi vào thành phố, chính là bạn"
"To say this, I have come to you, oh Kamala!"
"Để nói điều này, tôi đã đến với nàng, hỡi Kamala!"

"before, Siddhartha addressed all woman with his eyes to the ground"

"Trước đây, Siddhartha đã nói với tất cả phụ nữ bằng ánh mắt hướng xuống đất"

"You are the first woman whom I address otherwise"

"Em là người phụ nữ đầu tiên mà anh gọi theo cách khác"

"Never again do I want to turn my eyes to the ground"

"Tôi không bao giờ muốn nhìn xuống đất nữa"

"I won't turn when I'm coming across a beautiful woman"

"Tôi sẽ không quay lại khi gặp một người phụ nữ đẹp"

Kamala smiled and played with her fan of peacocks' feathers

Kamala mỉm cười và chơi với chiếc quạt lông công của mình

"And only to tell me this, Siddhartha has come to me?"

"Và chỉ để nói với ta điều này, Siddhartha đã đến gặp ta?"

"To tell you this and to thank you for being so beautiful"

"Để nói với bạn điều này và cảm ơn bạn vì đã xinh đẹp như vậy"

"I would like to ask you to be my friend and teacher"

"Tôi muốn nhờ bạn làm bạn và làm thầy của tôi"

"for I know nothing yet of that art which you have mastered"

"vì tôi vẫn chưa biết gì về nghệ thuật mà anh đã thành thạo"

At this, Kamala laughed aloud

Nghe vậy, Kamala cười lớn.

"Never before this has happened to me, my friend"

"Chưa bao giờ chuyện này xảy ra với tôi, bạn của tôi ạ"

"a Samana from the forest came to me and wanted to learn from me!"

"Một vị Sa Môn trong rừng đến gặp tôi và muốn học với tôi!"

"Never before this has happened to me"

"Chưa bao giờ chuyện này xảy ra với tôi"

"a Samana came to me with long hair and an old, torn loincloth!"

"Một vị Sa Môn đến gặp tôi với mái tóc dài và chiếc khố cũ rách!"

"Many young men come to me"

"Nhiều thanh niên đến với tôi"

"and there are also sons of Brahmans among them"

"và cũng có những người con trai của Bà-la-môn trong số họ"

"but they come in beautiful clothes"

"nhưng họ đến với những bộ quần áo đẹp"

"they come in fine shoes"

"họ đi giày đẹp"

"they have perfume in their hair

"họ có nước hoa trên tóc"

"and they have money in their pouches"

"và họ có tiền trong túi"

"This is how the young men are like, who come to me"

"Những chàng trai trẻ đến với tôi đều như thế này"

Spoke Siddhartha, "Already I am starting to learn from you"

Siddhartha nói, "Tôi đã bắt đầu học từ anh rồi"

"Even yesterday, I was already learning"

"Ngay hôm qua, tôi đã học rồi"

"I have already taken off my beard"

"Tôi đã cạo râu rồi"

"I have combed the hair"

"Tôi đã chải tóc rồi"

"and I have oil in my hair"

"và tóc tôi có dầu"

"There is little which is still missing in me"

"Tôi vẫn còn thiếu rất ít điều"

"oh excellent one, fine clothes, fine shoes, money in my pouch"

"Ồ tuyệt vời, quần áo đẹp, giày đẹp, tiền trong túi"

"You shall know Siddhartha has set harder goals for himself"

"Bạn sẽ biết Siddhartha đã đặt ra những mục tiêu khó khăn hơn cho chính mình"

"and he has reached these goals"

"và anh ấy đã đạt được những mục tiêu này"

"How shouldn't I reach that goal?"

"Làm sao tôi không thể đạt được mục tiêu đó?"

"the goal which I have set for myself yesterday"
"mục tiêu mà tôi đã đặt ra cho mình ngày hôm qua"
"to be your friend and to learn the joys of love from you"
"để trở thành bạn của bạn và học được niềm vui của tình yêu từ bạn"
"You'll see that I'll learn quickly, Kamala"
"Em sẽ thấy là anh học rất nhanh, Kamala"
"I have already learned harder things than what you're supposed to teach me"
"Tôi đã học được những điều khó hơn những gì anh phải dạy tôi"
"And now let's get to it"
"Và bây giờ chúng ta hãy bắt đầu thôi"
"You aren't satisfied with Siddhartha as he is?"
"Ngài không hài lòng với con người hiện tại của Siddhartha sao?"
"with oil in his hair, but without clothes"
"với dầu trên tóc, nhưng không mặc quần áo"
"Siddhartha without shoes, without money"
"Siddhartha không giày, không tiền"
Laughing, Kamala exclaimed, "No, my dear"
Cười lớn, Kamala kêu lên, "Không, em yêu"
"he doesn't satisfy me, yet"
"anh ấy vẫn chưa làm tôi hài lòng"
"Clothes are what he must have"
"Quần áo là thứ anh ấy phải có"
"pretty clothes, and shoes is what he needs"
"Quần áo đẹp và giày dép là những thứ anh ấy cần"
"pretty shoes, and lots of money in his pouch"
"giày đẹp và có rất nhiều tiền trong túi"
"and he must have gifts for Kamala"
"và anh ấy phải có quà tặng cho Kamala"
"Do you know it now, Samana from the forest?"
"Bây giờ ngươi đã biết chưa, Samana trong rừng?"
"Did you mark my words?"
"Bạn có để ý lời tôi nói không?"

"Yes, I have marked your words," Siddhartha exclaimed
"Vâng, tôi đã ghi nhớ lời của anh rồi", Siddhartha thốt lên.
"How should I not mark words which are coming from such a mouth!"
"Làm sao tôi có thể không đánh dấu những lời phát ra từ một cái miệng như thế!"
"Your mouth is like a freshly cracked fig, Kamala"
"Miệng em như quả sung tươi nứt nẻ, Kamala"
"My mouth is red and fresh as well"
"Miệng tôi cũng đỏ và tươi"
"it will be a suitable match for yours, you'll see"
"Nó sẽ phù hợp với bạn, rồi bạn sẽ thấy"
"But tell me, beautiful Kamala"
"Nhưng hãy nói cho tôi biết, Kamala xinh đẹp"
"aren't you at all afraid of the Samana from the forest""
"Ngươi không sợ Samana trong rừng sao"
"the Samana who has come to learn how to make love"
"Sa-môn đến để học cách làm tình"
"Whatever for should I be afraid of a Samana?"
"Tại sao tôi phải sợ một Samana?"
"a stupid Samana from the forest"
"một Samana ngu ngốc từ trong rừng"
"a Samana who is coming from the jackals"
"một Samana đến từ loài chó rừng"
"a Samana who doesn't even know yet what women are?"
"Một Sa Môn thậm chí còn chưa biết phụ nữ là gì?"
"Oh, he's strong, the Samana"
"Ồ, anh ấy mạnh mẽ lắm, Samana"
"and he isn't afraid of anything"
"và anh ấy không sợ bất cứ điều gì"
"He could force you, beautiful girl"
"Anh ta có thể ép buộc em, cô gái xinh đẹp"
"He could kidnap you and hurt you"
"Anh ta có thể bắt cóc bạn và làm bạn bị thương"
"No, Samana, I am not afraid of this"
"Không, Samana, tôi không sợ điều này"

"Did any Samana or Brahman ever fear someone might come and grab him?"

"Có Samana hay Brahman nào từng lo sợ có người đến bắt mình không?"

"could he fear someone steals his learning?

"Liệu anh ấy có sợ ai đó đánh cắp kiến thức của mình không?

"could anyone take his religious devotion"

"có ai có thể lấy đi lòng sùng đạo của anh ấy không"

"is it possible to take his depth of thought?

"Liệu có thể hiểu được chiều sâu suy nghĩ của anh ấy không?

"No, because these things are his very own"

"Không, vì những thứ này là của riêng anh ấy"

"he would only give away the knowledge he is willing to give"

"anh ấy chỉ chia sẻ những kiến thức mà anh ấy sẵn lòng chia sẻ"

"he would only give to those he is willing to give to"

"anh ấy chỉ cho những ai anh ấy sẵn lòng cho"

"precisely like this it is also with Kamala"

"chính xác như thế này cũng giống với Kamala"

"and it is the same way with the pleasures of love"

"và cũng giống như vậy với những thú vui của tình yêu"

"Beautiful and red is Kamala's mouth," answered Siddhartha

"Miệng của Kamala rất đẹp và đỏ," Siddhartha trả lời.

"but don't try to kiss it against Kamala's will"

"nhưng đừng cố hôn nó khi Kamala không muốn"

"because you will not obtain a single drop of sweetness from it"

"vì bạn sẽ không nhận được một giọt ngọt ngào nào từ nó"

"You are learning easily, Siddhartha"

"Con học dễ lắm, Siddhartha"

"you should also learn this"

"bạn cũng nên học điều này"

"love can be obtained by begging, buying"

"tình yêu có thể đạt được bằng cách cầu xin, mua chuộc"

"you can receive it as a gift"

"bạn có thể nhận nó như một món quà"
"or you can find it in the street"
"hoặc bạn có thể tìm thấy nó trên phố"
"but love cannot be stolen"
"nhưng tình yêu không thể bị đánh cắp"
"In this, you have come up with the wrong path"
"Trong chuyện này, anh đã đi sai đường rồi"
"it would be a pity if you would want to tackle love in such a wrong manner"
"sẽ thật đáng tiếc nếu bạn muốn giải quyết tình yêu theo cách sai lầm như vậy"
Siddhartha bowed with a smile
Siddhartha cúi đầu mỉm cười
"It would be a pity, Kamala, you are so right"
"Thật đáng tiếc, Kamala, cô nói đúng quá"
"It would be such a great pity"
"Thật là đáng tiếc"
"No, I shall not lose a single drop of sweetness from your mouth"
"Không, tôi sẽ không để mất một giọt ngọt ngào nào từ miệng em đâu"
"nor shall you lose sweetness from my mouth"
"và bạn sẽ không mất đi sự ngọt ngào từ miệng tôi"
"So it is agreed. Siddhartha will return"
"Vậy là đã đồng ý. Siddhartha sẽ trở về"
"Siddhartha will return once he has what he still lacks"
"Siddhartha sẽ trở về khi anh ấy có được những gì anh ấy còn thiếu"
"he will come back with clothes, shoes, and money"
"anh ấy sẽ trở về với quần áo, giày dép và tiền"
"But speak, lovely Kamala, couldn't you still give me one small advice?"
"Nhưng này Kamala đáng yêu, em không thể cho anh một lời khuyên nhỏ sao?"
"Give you an advice? Why not?"
"Cho cậu lời khuyên nhé? Tại sao không?"

"Who wouldn't like to give advice to a poor, ignorant Samana?"
"Ai lại không muốn đưa ra lời khuyên cho một vị Sa-môn nghèo khổ và thiếu hiểu biết?"
"Dear Kamala, where I should go to find these three things most quickly?"
"Kamala thân mến, tôi nên đi đâu để tìm thấy ba thứ này nhanh nhất?"
"Friend, many would like to know this"
"Bạn ơi, nhiều người muốn biết điều này"
"You must do what you've learned and ask for money"
"Bạn phải làm những gì bạn đã học và xin tiền"
"There is no other way for a poor man to obtain money"
"Không có cách nào khác để một người nghèo có thể kiếm được tiền"
"What might you be able to do?"
"Bạn có thể làm được gì?"
"I can think. I can wait. I can fast" said Siddhartha
"Tôi có thể suy nghĩ. Tôi có thể chờ đợi. Tôi có thể ăn chay" Siddhartha nói
"Nothing else?" asked Kamala
"Không còn gì nữa sao?" Kamala hỏi.
"yes, I can also write poetry"
"Vâng, tôi cũng có thể viết thơ"
"Would you like to give me a kiss for a poem?"
"Bạn có muốn tặng tôi một nụ hôn để đổi lấy một bài thơ không?"
"I would like to, if I like your poem"
"Tôi muốn, nếu tôi thích bài thơ của bạn"
"What would be its title?"
"Tên của nó sẽ là gì?"
Siddhartha spoke, after he had thought about it for a moment
Siddhartha nói sau khi suy nghĩ một lúc
"Into her shady garden stepped the pretty Kamala"

"Nàng Kamala xinh đẹp bước vào khu vườn râm mát của mình"

"At the garden's entrance stood the brown Samana"

"Ở lối vào khu vườn có một Samana màu nâu"

"Deeply, seeing the lotus's blossom, Bowed that man"

"Sâu thẳm, nhìn hoa sen nở, Cúi đầu người ấy"

"and smiling, Kamala thanked him"

"và mỉm cười, Kamala cảm ơn anh ấy"

"More lovely, thought the young man, than offerings for gods"

"Đáng yêu hơn, chàng trai trẻ nghĩ, so với việc dâng lễ vật cho các vị thần"

Kamala clapped her hands so loud that the golden bracelets clanged

Kamala vỗ tay rất to đến nỗi những chiếc vòng tay vàng kêu leng keng

"Beautiful are your verses, oh brown Samana"

"Những vần thơ của người thật đẹp, hỡi Samana da nâu"

"and truly, I'm losing nothing when I'm giving you a kiss for them"

"và thực sự, tôi chẳng mất mát gì khi tôi trao cho bạn một nụ hôn thay cho họ"

She beckoned him with her eyes

Cô ấy vẫy tay ra hiệu với anh bằng mắt

he tilted his head so that his face touched hers

anh nghiêng đầu để mặt anh chạm vào mặt cô

and he placed his mouth on her mouth

và anh đặt miệng mình lên miệng cô ấy

the mouth which was like a freshly cracked fig

cái miệng giống như một quả sung mới nứt

For a long time, Kamala kissed him

Kamala đã hôn anh ấy rất lâu

and with a deep astonishment Siddhartha felt how she taught him

và với sự ngạc nhiên sâu sắc Siddhartha cảm thấy cách cô ấy dạy anh ấy

he felt how wise she was
anh ấy cảm thấy cô ấy khôn ngoan như thế nào
he felt how she controlled him
anh ấy cảm thấy cô ấy kiểm soát anh ấy như thế nào
he felt how she rejected him
anh ấy cảm thấy cô ấy đã từ chối anh ấy
he felt how she lured him
anh ấy cảm thấy cô ấy đã quyến rũ anh ấy như thế nào
and he felt how there were to be more kisses
và anh ấy cảm thấy sẽ có nhiều nụ hôn hơn
every kiss was different from the others
mỗi nụ hôn đều khác nhau
he was still, when he received the kisses
anh ấy vẫn đứng yên khi nhận được những nụ hôn
Breathing deeply, he remained standing where he was
Hít thở thật sâu, anh vẫn đứng nguyên tại chỗ
he was astonished like a child about the things worth learning
anh ấy ngạc nhiên như một đứa trẻ về những điều đáng học
the knowledge revealed itself before his eyes
kiến thức đã tự bộc lộ trước mắt anh ta
"Very beautiful are your verses" exclaimed Kamala
"Những câu thơ của anh thật đẹp" Kamala thốt lên
"if I were rich, I would give you pieces of gold for them"
"Nếu tôi giàu, tôi sẽ tặng bạn những miếng vàng để đổi lấy chúng"
"But it will be difficult for you to earn enough money with verses"
"Nhưng sẽ rất khó để bạn kiếm đủ tiền bằng thơ"
"because you need a lot of money, if you want to be Kamala's friend"
"vì bạn cần rất nhiều tiền, nếu bạn muốn trở thành bạn của Kamala"
"The way you're able to kiss, Kamala!" stammered Siddhartha
"Cách em hôn, Kamala!" Siddhartha lắp bắp.

"Yes, this I am able to do"
"Vâng, tôi có thể làm được điều này"
"therefore I do not lack clothes, shoes, bracelets"
"Vì vậy tôi không thiếu quần áo, giày dép, vòng tay"
"I have all the beautiful things"
"Tôi có tất cả những thứ đẹp đẽ"
"But what will become of you?"
"Nhưng rồi chuyện gì sẽ xảy ra với anh?"
"Aren't you able to do anything else?"
"Anh không thể làm gì khác sao?"
"can you do more than think, fast, and make poetry?"
"Bạn có thể làm được nhiều hơn là chỉ suy nghĩ, nhanh chóng và làm thơ không?"
"I also know the sacrificial songs" said Siddhartha
"Tôi cũng biết những bài hát hiến tế" Siddhartha nói
"but I do not want to sing those songs anymore"
"nhưng tôi không muốn hát những bài hát đó nữa"
"I also know how to make magic spells"
"Tôi cũng biết cách làm phép thuật"
"but I do not want to speak them anymore"
"nhưng tôi không muốn nói chúng nữa"
"I have read the scriptures"
"Tôi đã đọc kinh thánh"
"Stop!" Kamala interrupted him
"Dừng lại!" Kamala ngắt lời anh ta
"You're able to read and write?"
"Bạn có thể đọc và viết không?"
"Certainly, I can do this, many people can"
"Chắc chắn tôi có thể làm được, nhiều người cũng có thể"
"Most people can't," Kamala replied
"Hầu hết mọi người đều không thể," Kamala trả lời
"I am also one of those who can't do it"
"Tôi cũng là một trong những người không thể làm được điều đó"
"It is very good that you're able to read and write"
"Thật tốt khi bạn có thể đọc và viết"

"you will also find use for the magic spells"
"bạn cũng sẽ thấy công dụng của phép thuật"
In this moment, a maid came running in
Lúc này, một cô hầu gái chạy vào
she whispered a message into her mistress's ear
cô ấy thì thầm một lời nhắn vào tai bà chủ của mình
"There's a visitor for me" exclaimed Kamala
"Có khách đến thăm tôi" Kamala kêu lên
"Hurry and get yourself away, Siddhartha"
"Hãy nhanh chân và tránh xa đi, Siddhartha"
"nobody may see you in here, remember this!"
"Không ai có thể nhìn thấy bạn ở đây đâu, hãy nhớ điều này!"
"Tomorrow, I'll see you again"
"Ngày mai, tôi sẽ gặp lại bạn"
Kamala ordered her maid to give Siddhartha white garments
Kamala ra lệnh cho người hầu gái của mình đưa cho Siddhartha bộ quần áo màu trắng
and then Siddhartha found himself being dragged away by the maid
và sau đó Siddhartha thấy mình bị người hầu gái kéo đi
he was brought into a garden-house out of sight of any paths
anh ta được đưa vào một ngôi nhà vườn khuất tầm nhìn của bất kỳ con đường nào
then he was led into the bushes of the garden
sau đó anh ta được dẫn vào bụi cây trong vườn
he was urged to get himself out of the garden as soon as possible
anh ta được thúc giục phải ra khỏi khu vườn càng sớm càng tốt
and he was told he must not be seen
và anh ta được bảo là không được nhìn thấy
he did as he had been told
anh ấy đã làm như những gì anh ấy đã được bảo
he was accustomed to the forest
anh ấy đã quen với khu rừng
so he managed to get out without making a sound

vì vậy anh ta đã xoay xở để thoát ra mà không gây ra tiếng động

he returned to the city carrying the rolled up garments under his arm
anh ta trở về thành phố mang theo những bộ quần áo cuộn tròn dưới cánh tay
At the inn, where travellers stay, he positioned himself by the door
Tại quán trọ, nơi du khách nghỉ lại, anh ta đứng cạnh cửa
without words he asked for food
không nói lời nào anh ấy đã xin đồ ăn
without a word he accepted a piece of rice-cake
không nói một lời anh ta nhận một miếng bánh gạo
he thought about how he had always begged
anh ấy nghĩ về cách anh ấy luôn cầu xin
"Perhaps as soon as tomorrow I will ask no one for food anymore"
"Có lẽ ngay ngày mai tôi sẽ không còn phải xin ai đồ ăn nữa"
Suddenly, pride flared up in him
Đột nhiên, lòng kiêu hãnh bùng lên trong anh
He was no Samana any more
Anh ấy không còn là Samana nữa
it was no longer appropriate for him to beg for food
việc anh ta đi xin thức ăn không còn phù hợp nữa
he gave the rice-cake to a dog
anh ấy đưa bánh gạo cho một con chó
and that night he remained without food
và đêm đó anh ấy không ăn gì cả
Siddhartha thought to himself about the city
Siddhartha tự nghĩ về thành phố
"Simple is the life which people lead in this world"
"Cuộc sống của con người trên thế giới này thật giản đơn"
"this life presents no difficulties"
"cuộc sống này không có khó khăn gì"

"**Everything was difficult and toilsome when I was a Samana**"
"Mọi việc đều khó khăn và vất vả khi tôi là một Samana"
"**as a Samana everything was hopeless**"
"Với tư cách là một Samana, mọi thứ đều vô vọng"
"**but now everything is easy**"
"nhưng bây giờ mọi thứ đều dễ dàng"
"**it is easy like the lesson in kissing from Kamala**"
"Nó dễ như bài học về nụ hôn của Kamala"
"**I need clothes and money, nothing else**"
"Tôi cần quần áo và tiền, không cần gì khác"
"**these goals are small and achievable**"
"những mục tiêu này nhỏ và có thể đạt được"
"**such goals won't make a person lose any sleep**"
"những mục tiêu như vậy sẽ không làm cho một người mất ngủ"

the next day he returned to Kamala's house
ngày hôm sau anh ấy trở về nhà Kamala
"**Things are working out well**" she called out to him
"Mọi chuyện đang diễn ra tốt đẹp" cô ấy gọi với anh ấy
"**They are expecting you at Kamaswami's**"
"Họ đang đợi anh ở nhà Kamaswami"
"**he is the richest merchant of the city**"
"anh ấy là thương gia giàu nhất thành phố"
"**If he likes you, he'll accept you into his service**"
"Nếu anh ấy thích bạn, anh ấy sẽ chấp nhận bạn vào làm việc cho anh ấy"
"**but you must be smart, brown Samana**"
"nhưng bạn phải thông minh, Samana da nâu"
"**I had others tell him about you**"
"Tôi đã nghe người khác kể với anh ấy về anh"
"**Be polite towards him, he is very powerful**"
"Hãy lịch sự với anh ta, anh ta rất mạnh mẽ"
"**But I warn you, don't be too modest!**"
"Nhưng tôi cảnh báo anh, đừng quá khiêm tốn!"

"I do not want you to become his servant"
"Tôi không muốn anh trở thành người hầu của anh ta"
"you shall become his equal"
"bạn sẽ trở thành người ngang hàng với anh ấy"
"or else I won't be satisfied with you"
"nếu không thì tôi sẽ không hài lòng với anh"
"Kamaswami is starting to get old and lazy"
"Kamaswami bắt đầu già đi và lười biếng"
"If he likes you, he'll entrust you with a lot"
"Nếu anh ấy thích bạn, anh ấy sẽ giao phó cho bạn rất nhiều thứ"
Siddhartha thanked her and laughed
Siddhartha cảm ơn cô và cười
she found out that he had not eaten
cô ấy phát hiện ra rằng anh ấy đã không ăn
so she sent him bread and fruits
vì vậy cô ấy đã gửi cho anh ấy bánh mì và trái cây
"You've been lucky" she said when they parted
"Anh thật may mắn" cô ấy nói khi họ chia tay
"I'm opening one door after another for you"
"Tôi đang mở từng cánh cửa cho bạn"
"How come? Do you have a spell?"
"Sao thế? Anh có phép thuật à?"
"I told you I knew how to think, to wait, and to fast"
"Tôi đã nói với anh là tôi biết cách suy nghĩ, cách chờ đợi và cách nhịn ăn"
"but you thought this was of no use"
"nhưng bạn nghĩ điều này vô ích"
"But it is useful for many things"
"Nhưng nó hữu ích cho nhiều thứ"
"Kamala, you'll see that the stupid Samanas are good at learning"
"Kamala, cô sẽ thấy rằng những tên Sa-môn ngu ngốc rất giỏi học"
"you'll see they are able to do many pretty things in the forest"

"bạn sẽ thấy họ có thể làm nhiều điều đẹp đẽ trong rừng"
"things which the likes of you aren't capable of"
"những thứ mà những người như anh không có khả năng làm được"
"The day before yesterday, I was still a shaggy beggar"
"Hôm kia, tôi vẫn còn là một gã ăn mày luộm thuộm"
"as recently as yesterday I have kissed Kamala"
"Mới hôm qua thôi tôi đã hôn Kamala"
"and soon I'll be a merchant and have money"
"và chẳng bao lâu nữa tôi sẽ trở thành một thương gia và có tiền"
"and I'll have all those things you insist upon"
"và tôi sẽ có tất cả những thứ mà bạn khăng khăng đòi hỏi"
"Well yes," she admitted, "but where would you be without me?"
"Vâng," cô thừa nhận, "nhưng anh sẽ ra sao nếu không có em?"
"What would you be, if Kamala wasn't helping you?"
"Bạn sẽ làm gì nếu không có Kamala giúp đỡ bạn?"
"Dear Kamala" said Siddhartha
"Kamala thân mến" Siddhartha nói
and he straightened up to his full height
và anh ta đứng thẳng dậy
"when I came to you into your garden, I did the first step"
"Khi tôi đến với bạn trong khu vườn của bạn, tôi đã thực hiện bước đầu tiên"
"It was my resolution to learn love from this most beautiful woman"
"Tôi quyết tâm học cách yêu thương từ người phụ nữ tuyệt vời nhất này"
"that moment I had made this resolution"
"Khoảnh khắc đó tôi đã đưa ra quyết định này"
"and I knew I would carry it out"
"và tôi biết tôi sẽ thực hiện nó"
"I knew that you would help me"
"Tôi biết là anh sẽ giúp tôi"

"at your first glance at the entrance of the garden I already knew it"
"Ngay từ cái nhìn đầu tiên khi bạn bước vào khu vườn, tôi đã biết rồi"
"But what if I hadn't been willing?" asked Kamala
"Nhưng nếu tôi không muốn thì sao?" Kamala hỏi.
"You were willing" replied Siddhartha
"Bạn đã sẵn lòng" Siddhartha trả lời
"When you throw a rock into water, it takes the fastest course to the bottom"
"Khi bạn ném một hòn đá xuống nước, nó sẽ trôi xuống đáy theo hướng nhanh nhất"
"This is how it is when Siddhartha has a goal"
"Đây là cách mà Siddhartha có mục tiêu"
"Siddhartha does nothing; he waits, he thinks, he fasts"
"Siddhartha không làm gì cả; anh ấy chờ đợi, anh ấy suy nghĩ, anh ấy ăn chay"
"but he passes through the things of the world like a rock through water"
"nhưng anh ấy vượt qua những thứ của thế gian như một tảng đá trong nước"
"he passed through the water without doing anything"
"anh ấy đi qua nước mà không làm gì cả"
"he is drawn to the bottom of the water"
"anh ấy bị kéo xuống đáy nước"
"he lets himself fall to the bottom of the water"
"anh ấy để mình rơi xuống đáy nước"
"His goal attracts him towards it"
"Mục tiêu của anh ấy thu hút anh ấy đến đó"
"he doesn't let anything enter his soul which might oppose the goal"
"anh ấy không để bất cứ điều gì xâm nhập vào tâm hồn mình có thể chống lại mục tiêu"
"This is what Siddhartha has learned among the Samanas"
"Đây là điều mà Siddhartha đã học được từ các Samana"
"This is what fools call magic"

"Đây chính là thứ mà kẻ ngốc gọi là phép thuật"
"they think it is done by daemons"
"Họ nghĩ rằng điều đó được thực hiện bởi quỷ dữ"
"but nothing is done by daemons"
"nhưng không có gì được thực hiện bởi các daemon"
"there are no daemons in this world"
"không có quỷ dữ nào trên thế giới này"
"Everyone can perform magic, should they choose to"
"Mọi người đều có thể thực hiện phép thuật, nếu họ muốn"
"everyone can reach his goals if he is able to think"
"mọi người đều có thể đạt được mục tiêu của mình nếu họ có khả năng suy nghĩ"
"everyone can reach his goals if he is able to wait"
"mọi người đều có thể đạt được mục tiêu của mình nếu họ có thể chờ đợi"
"everyone can reach his goals if he is able to fast"
"mọi người đều có thể đạt được mục tiêu của mình nếu họ có thể nhịn ăn"
Kamala listened to him; she loved his voice
Kamala lắng nghe anh ấy; cô ấy thích giọng nói của anh ấy
she loved the look from his eyes
cô ấy thích cái nhìn từ đôi mắt anh ấy
"Perhaps it is as you say, friend"
"Có lẽ đúng như bạn nói, bạn ạ"
"But perhaps there is another explanation"
"Nhưng có lẽ còn có một lời giải thích khác"
"Siddhartha is a handsome man"
"Siddhartha là một người đàn ông đẹp trai"
"his glance pleases the women"
"Cái nhìn của anh ấy làm phụ nữ thích thú"
"good fortune comes towards him because of this"
"may mắn đến với anh ấy vì điều này"
With one kiss, Siddhartha bid his farewell
Với một nụ hôn, Siddhartha tạm biệt
"I wish that it should be this way, my teacher"
"Em mong là mọi chuyện sẽ như thế này, thưa thầy"

"I wish that my glance shall please you"
"Tôi ước rằng cái nhìn của tôi sẽ làm bạn hài lòng"
"I wish that that you always bring me good fortune"
"Tôi mong rằng bạn luôn mang lại may mắn cho tôi"

With the Childlike People
Với Những Người Trẻ Con

Siddhartha went to Kamaswami the merchant
Siddhartha đến gặp Kamaswami, thương gia
he was directed into a rich house
anh ta được dẫn vào một ngôi nhà giàu có
servants led him between precious carpets into a chamber
người hầu dẫn anh ta đi giữa những tấm thảm quý giá vào một căn phòng
in the chamber was where he awaited the master of the house
trong phòng là nơi anh ta đang đợi chủ nhân của ngôi nhà
Kamaswami entered swiftly into the room
Kamaswami nhanh chóng bước vào phòng
he was a smoothly moving man
anh ấy là một người đàn ông di chuyển nhẹ nhàng
he had very gray hair and very intelligent, cautious eyes
anh ấy có mái tóc rất bạc và đôi mắt rất thông minh, thận trọng
and he had a greedy mouth
và anh ta có một cái miệng tham lam
Politely, the host and the guest greeted one another
Chủ nhà và khách chào nhau một cách lịch sự
"I have been told that you were a Brahman" the merchant began
"Tôi đã được kể rằng ông là một Bà-la-môn" người thương gia bắt đầu
"I have been told that you are a learned man"
"Người ta nói với tôi rằng ông là một người có học thức"
"and I have also been told something else"
"và tôi cũng đã được kể một điều khác"
"you seek to be in the service of a merchant"
"bạn muốn được phục vụ một thương gia"
"Might you have become destitute, Brahman, so that you seek to serve?"

"Có phải ngươi đã trở nên nghèo túng, hỡi Brahman, nên ngươi mới muốn phục vụ không?"
"No," said Siddhartha, "I have not become destitute"
"Không," Siddhartha nói, "Tôi không trở nên túng thiếu"
"nor have I ever been destitute" added Siddhartha
"Tôi cũng chưa bao giờ túng thiếu" Siddhartha nói thêm
"You should know that I'm coming from the Samanas"
"Bạn nên biết rằng tôi đến từ Samanas"
"I have lived with them for a long time"
"Tôi đã sống với họ một thời gian dài"
"you are coming from the Samanas"
"bạn đến từ Samanas"
"how could you be anything but destitute?"
"Làm sao bạn có thể không túng thiếu chứ?"
"Aren't the Samanas entirely without possessions?"
"Chẳng phải các Sa Môn đều không có tài sản sao?"
"I am without possessions, if that is what you mean" said Siddhartha
"Tôi không có tài sản gì cả, nếu đó là điều anh muốn nói" Siddhartha nói
"But I am without possessions voluntarily"
"Nhưng tôi không có tài sản một cách tự nguyện"
"and therefore I am not destitute"
"và do đó tôi không phải là người túng thiếu"
"But what are you planning to live from, being without possessions?"
"Nhưng anh định sống bằng gì khi không có tài sản gì?"
"I haven't thought of this yet, sir"
"Tôi vẫn chưa nghĩ đến điều này, thưa ngài"
"For more than three years, I have been without possessions"
"Hơn ba năm nay, tôi không có tài sản gì"
"and I have never thought about of what I should live"
"và tôi chưa bao giờ nghĩ về việc tôi nên sống thế nào"
"So you've lived of the possessions of others"
"Vậy là anh đã sống bằng tài sản của người khác"
"Presumable, this is how it is?"

"Có lẽ là như thế này?"
"Well, merchants also live of what other people own"
"Vâng, thương gia cũng sống bằng những gì người khác sở hữu"
"Well said," granted the merchant
"Nói hay lắm," người thương gia thừa nhận
"But he wouldn't take anything from another person for nothing"
"Nhưng anh ấy sẽ không lấy bất cứ thứ gì từ người khác mà không nhận lại gì cả"
"he would give his merchandise in return" said Kamaswami
"Anh ấy sẽ trao lại hàng hóa của mình" Kamaswami nói
"So it seems to be indeed"
"Có vẻ như đúng là như vậy"
"Everyone takes, everyone gives, such is life"
"Mọi người đều nhận, mọi người đều cho, đó là cuộc sống"
"But if you don't mind me asking, I have a question"
"Nhưng nếu anh không phiền thì tôi có một câu hỏi"
"being without possessions, what would you like to give?"
"Không có tài sản gì, bạn muốn cho đi điều gì?"
"Everyone gives what he has"
"Mọi người đều cho đi những gì mình có"
"The warrior gives strength"
"Chiến binh mang lại sức mạnh"
"the merchant gives merchandise"
"người buôn bán cung cấp hàng hóa"
"the teacher gives teachings"
"giáo viên đưa ra lời dạy"
"the farmer gives rice"
"Người nông dân cho gạo"
"the fisher gives fish"
"Người đánh cá cho cá"
"Yes indeed. And what is it that you've got to give?"
"Đúng vậy. Và anh có gì để cho?"
"What is it that you've learned?"
"Bạn đã học được những gì?"

"what you're able to do?"
"bạn có thể làm được gì?"
"I can think. I can wait. I can fast"
"Tôi có thể suy nghĩ. Tôi có thể chờ đợi. Tôi có thể nhịn ăn"
"That's everything?" asked Kamaswami
"Thế là hết rồi à?" Kamaswami hỏi.
"I believe that is everything there is!"
"Tôi tin là có tất cả mọi thứ!"
"And what's the use of that?"
"Vậy thì làm thế có tác dụng gì?"
"For example; fasting. What is it good for?"
"Ví dụ như ăn chay. Nó có tác dụng gì?"
"It is very good, sir"
"Tốt lắm, thưa ngài"
"there are times a person has nothing to eat"
"có những lúc một người không có gì để ăn"
"then fasting is the smartest thing he can do"
"Vậy thì nhịn ăn là điều thông minh nhất mà anh ta có thể làm"
"there was a time where Siddhartha hadn't learned to fast"
"Có một thời gian Siddhartha chưa học cách ăn chay"
"in this time he had to accept any kind of service"
"vào thời điểm này anh ấy phải chấp nhận bất kỳ loại dịch vụ nào"
"because hunger would force him to accept the service"
"vì cơn đói sẽ buộc anh ta phải chấp nhận phục vụ"
"But like this, Siddhartha can wait calmly"
"Nhưng như thế này, Siddhartha có thể bình tĩnh chờ đợi"
"he knows no impatience, he knows no emergency"
"anh ấy không biết mất kiên nhẫn, anh ấy không biết khẩn cấp"
"for a long time he can allow hunger to besiege him"
"trong một thời gian dài anh ta có thể để cơn đói bao vây mình"
"and he can laugh about the hunger"
"và anh ấy có thể cười về cơn đói"

"This, sir, is what fasting is good for"
"Thưa ngài, đây chính là lợi ích của việc ăn chay"
"You're right, Samana" acknowledged Kamaswami
"Bạn nói đúng, Samana" Kamaswami thừa nhận
"Wait for a moment" he asked of his guest
"Chờ một lát" anh ấy hỏi khách của mình
Kamaswami left the room and returned with a scroll
Kamaswami rời khỏi phòng và quay lại với một cuộn giấy
he handed Siddhartha the scroll and asked him to read it
ông đưa cho Siddhartha cuộn giấy và yêu cầu ông đọc nó
Siddhartha looked at the scroll handed to him
Siddhartha nhìn vào cuộn giấy được đưa cho mình
on the scroll a sales-contract had been written
trên cuộn giấy có một hợp đồng bán hàng đã được viết
he began to read out the scroll's contents
anh ta bắt đầu đọc nội dung của cuộn giấy
Kamaswami was very pleased with Siddhartha
Kamaswami rất hài lòng với Siddhartha
"would you write something for me on this piece of paper?"
"Bạn có thể viết gì đó cho tôi trên tờ giấy này không?"
He handed him a piece of paper and a pen
Anh ta đưa cho anh ta một tờ giấy và một cây bút
Siddhartha wrote, and returned the paper
Siddhartha viết và trả lại tờ giấy
Kamaswami read, "Writing is good, thinking is better"
Kamaswami đọc, "Viết là tốt, suy nghĩ là tốt hơn"
"Being smart is good, being patient is better"
"Thông minh là tốt, kiên nhẫn là tốt hơn"
"It is excellent how you're able to write" the merchant praised him
"Thật tuyệt vời khi bạn có thể viết" người thương gia khen ngợi anh ta
"Many a thing we will still have to discuss with one another"
"Còn nhiều điều chúng ta vẫn phải thảo luận với nhau"
"For today, I'm asking you to be my guest"
"Hôm nay, tôi muốn mời bạn làm khách của tôi"

"please come to live in this house"
"Xin hãy đến sống trong ngôi nhà này"
Siddhartha thanked Kamaswami and accepted his offer
Siddhartha cảm ơn Kamaswami và chấp nhận lời đề nghị của ông
he lived in the dealer's house from now on
từ giờ trở đi anh ấy sống trong nhà của người bán hàng
Clothes were brought to him, and shoes
Quần áo được mang đến cho anh ta, và giày dép
and every day, a servant prepared a bath for him
và mỗi ngày, một người hầu chuẩn bị nước tắm cho anh ta

Twice a day, a plentiful meal was served
Hai lần một ngày, một bữa ăn thịnh soạn được phục vụ
but Siddhartha only ate once a day
nhưng Siddhartha chỉ ăn một lần một ngày
and he ate neither meat, nor did he drink wine
và ông không ăn thịt, cũng không uống rượu
Kamaswami told him about his trade
Kamaswami kể cho anh ta nghe về nghề của mình
he showed him the merchandise and storage-rooms
anh ta chỉ cho anh ta hàng hóa và phòng chứa đồ
he showed him how the calculations were done
anh ấy đã chỉ cho anh ấy cách tính toán được thực hiện
Siddhartha got to know many new things
Siddhartha đã biết được nhiều điều mới mẻ
he heard a lot and spoke little
anh ấy nghe nhiều và nói ít
but he did not forget Kamala's words
nhưng anh không quên lời của Kamala
so he was never subservient to the merchant
vì vậy ông không bao giờ phục tùng thương gia
he forced him to treat him as an equal
anh ta buộc anh ta phải đối xử với anh ta như một người bình đẳng

perhaps he forced him to treat him as even more than an equal
có lẽ anh ta đã buộc anh ta phải đối xử với anh ta thậm chí còn hơn cả bình đẳng
Kamaswami conducted his business with care
Kamaswami đã tiến hành công việc kinh doanh của mình một cách cẩn thận
and he was very passionate about his business
và anh ấy rất đam mê công việc kinh doanh của mình
but Siddhartha looked upon all of this as if it was a game
nhưng Siddhartha nhìn tất cả những điều này như thể đó là một trò chơi
he tried hard to learn the rules of the game precisely
anh ấy đã cố gắng hết sức để học chính xác các quy tắc của trò chơi
but the contents of the game did not touch his heart
nhưng nội dung của trò chơi không chạm đến trái tim anh ấy
He had not been in Kamaswami's house for long
Anh ấy đã không ở nhà Kamaswami lâu rồi
but soon he took part in his landlord's business
nhưng chẳng bao lâu sau ông đã tham gia vào công việc kinh doanh của chủ đất

every day he visited beautiful Kamala
Mỗi ngày anh ấy đều đến thăm Kamala xinh đẹp
Kamala had an hour appointed for their meetings
Kamala đã hẹn một giờ cho cuộc họp của họ
she was wearing pretty clothes and fine shoes
cô ấy mặc quần áo đẹp và đi giày đẹp
and soon he brought her gifts as well
và chẳng mấy chốc anh ấy cũng mang quà đến cho cô ấy
Much he learned from her red, smart mouth
Anh học được nhiều điều từ cái miệng đỏ và thông minh của cô
Much he learned from her tender, supple hand

Anh đã học được nhiều điều từ bàn tay dịu dàng, mềm mại của cô

regarding love, Siddhartha was still a boy
về tình yêu, Siddhartha vẫn còn là một cậu bé
and he had a tendency to plunge into love blindly
và anh ấy có xu hướng lao vào tình yêu một cách mù quáng
he fell into lust like into a bottomless pit
anh ta rơi vào tình dục như rơi vào vực sâu không đáy
she taught him thoroughly, starting with the basics
cô ấy đã dạy anh ấy rất kỹ lưỡng, bắt đầu từ những điều cơ bản
pleasure cannot be taken without giving pleasure
không thể có được niềm vui mà không mang lại niềm vui
every gesture, every caress, every touch, every look
mỗi cử chỉ, mỗi cái vuốt ve, mỗi cái chạm, mỗi cái nhìn
every spot of the body, however small it was, had its secret
mọi điểm trên cơ thể, dù nhỏ đến đâu, đều có bí mật của nó
the secrets would bring happiness to those who know them
những bí mật sẽ mang lại hạnh phúc cho những ai biết chúng
lovers must not part from one another after celebrating love
những người yêu nhau không được phép rời xa nhau sau khi ăn mừng tình yêu
they must not part without one admiring the other
họ không được chia tay mà không có sự ngưỡng mộ của người kia
they must be as defeated as they have been victorious
họ phải bị đánh bại cũng như họ đã chiến thắng
neither lover should start feeling fed up or bored
không bên nào nên bắt đầu cảm thấy chán nản hay buồn chán
they should not get the evil feeling of having been abusive
họ không nên có cảm giác xấu xa khi bị ngược đãi
and they should not feel like they have been abused
và họ không nên cảm thấy như họ đã bị ngược đãi
Wonderful hours he spent with the beautiful and smart artist

Những giờ phút tuyệt vời anh ấy đã dành cho nghệ sĩ xinh đẹp và thông minh
he became her student, her lover, her friend
anh ấy đã trở thành học trò, người yêu, bạn của cô ấy
Here with Kamala was the worth and purpose of his present life
Ở đây với Kamala là giá trị và mục đích của cuộc sống hiện tại của anh ấy
his purpose was not with the business of Kamaswami
mục đích của anh ta không phải là với công việc của Kamaswami

Siddhartha received important letters and contracts
Siddhartha nhận được những lá thư và hợp đồng quan trọng
Kamaswami began discussing all important affairs with him
Kamaswami bắt đầu thảo luận mọi vấn đề quan trọng với anh ta
He soon saw that Siddhartha knew little about rice and wool
Ông sớm nhận ra rằng Siddhartha biết rất ít về gạo và len
but he saw that he acted in a fortunate manner
nhưng anh ấy thấy rằng anh ấy đã hành động theo cách may mắn
and Siddhartha surpassed him in calmness and equanimity
và Siddhartha đã vượt qua ông về sự bình tĩnh và điềm đạm
he surpassed him in the art of understanding previously unknown people
anh ấy đã vượt qua anh ấy trong nghệ thuật hiểu những người trước đây chưa từng biết
Kamaswami spoke about Siddhartha to a friend
Kamaswami đã nói về Siddhartha với một người bạn
"This Brahman is no proper merchant"
"Người Bà-la-môn này không phải là một thương gia thực thụ"
"he will never be a merchant"
"anh ấy sẽ không bao giờ trở thành một thương gia"
"for business there is never any passion in his soul"

"đối với kinh doanh không bao giờ có đam mê trong tâm hồn anh ấy"
"But he has a mysterious quality about him"
"Nhưng anh ấy có một phẩm chất bí ẩn"
"this quality brings success about all by itself"
"phẩm chất này tự nó mang lại thành công"
"it could be from a good Star of his birth"
"nó có thể đến từ một ngôi sao tốt lành nơi anh ấy sinh ra"
"or it could be something he has learned among Samanas"
"hoặc có thể đó là điều anh ta đã học được từ các Samana"
"He always seems to be merely playing with our business-affairs"
"Anh ta dường như luôn chỉ đùa giỡn với công việc kinh doanh của chúng ta"
"his business never fully becomes a part of him"
"công việc kinh doanh của anh ấy không bao giờ trở thành một phần của anh ấy"
"his business never rules over him"
"công việc kinh doanh của anh ấy không bao giờ chi phối anh ấy"
"he is never afraid of failure"
"anh ấy không bao giờ sợ thất bại"
"he is never upset by a loss"
"anh ấy không bao giờ buồn bã vì mất mát"
The friend advised the merchant
Người bạn khuyên người thương gia
"Give him a third of the profits he makes for you"
"Hãy chia cho anh ta một phần ba lợi nhuận mà anh ta kiếm được cho bạn"
"but let him also be liable when there are losses"
"nhưng cũng phải chịu trách nhiệm khi có tổn thất"
"Then, he'll become more zealous"
"Khi đó, anh ấy sẽ trở nên nhiệt thành hơn"
Kamaswami was curious, and followed the advice
Kamaswami tò mò và làm theo lời khuyên
But Siddhartha cared little about loses or profits

Nhưng Siddhartha không quan tâm nhiều đến thua lỗ hay lợi nhuận.

When he made a profit, he accepted it with equanimity
Khi anh ta kiếm được lợi nhuận, anh ta chấp nhận nó một cách bình thản

when he made losses, he laughed it off
khi anh ta thua lỗ, anh ta cười trừ

It seemed indeed, as if he did not care about the business
Có vẻ như thực sự anh ta không quan tâm đến việc kinh doanh

At one time, he travelled to a village
Có lần, ông đi đến một ngôi làng

he went there to buy a large harvest of rice
anh ấy đã đến đó để mua một vụ thu hoạch lúa lớn

But when he got there, the rice had already been sold
Nhưng khi anh ta đến đó, gạo đã được bán rồi

another merchant had gotten to the village before him
một thương gia khác đã đến làng trước anh ta

Nevertheless, Siddhartha stayed for several days in that village
Tuy nhiên, Siddhartha đã ở lại ngôi làng đó vài ngày.

he treated the farmers for a drink
anh ấy đã mời những người nông dân uống nước

he gave copper-coins to their children
ông đã tặng những đồng xu bằng đồng cho con cái của họ

he joined in the celebration of a wedding
anh ấy đã tham gia vào lễ kỷ niệm một đám cưới

and he returned extremely satisfied from his trip
và anh ấy trở về vô cùng hài lòng sau chuyến đi

Kamaswami was angry that Siddhartha had wasted time and money
Kamaswami tức giận vì Siddhartha đã lãng phí thời gian và tiền bạc

Siddhartha answered "Stop scolding, dear friend!"
Siddhartha trả lời: "Đừng la mắng nữa, bạn thân mến!"

"Nothing was ever achieved by scolding"

"Chẳng có gì đạt được bằng cách la mắng"
"If a loss has occurred, let me bear that loss"
"Nếu có tổn thất xảy ra, hãy để tôi chịu tổn thất đó"
"I am very satisfied with this trip"
"Tôi rất hài lòng với chuyến đi này"
"I have gotten to know many kinds of people"
"Tôi đã được biết đến nhiều loại người"
"a Brahman has become my friend"
"một Brahman đã trở thành bạn của tôi"
"children have sat on my knees"
"trẻ em đã ngồi trên đầu gối tôi"
"farmers have shown me their fields"
"Những người nông dân đã chỉ cho tôi cánh đồng của họ"
"nobody knew that I was a merchant"
"không ai biết tôi là một thương gia"
That's all very nice," exclaimed Kamaswami indignantly
"Tất cả đều rất tốt đẹp", Kamaswami thốt lên đầy phẫn nộ.
"but in fact, you are a merchant after all"
"nhưng thực ra, sau cùng thì anh cũng là một thương gia"
"Or did you have only travel for your amusement?"
"Hay anh chỉ đi du lịch để giải trí?"
"of course I have travelled for my amusement" Siddhartha laughed
"Tất nhiên là tôi đi du lịch để giải trí" Siddhartha cười
"For what else would I have travelled?"
"Tôi còn có thể đi du lịch vì điều gì nữa?"
"I have gotten to know people and places"
"Tôi đã được biết đến nhiều người và nhiều địa điểm"
"I have received kindness and trust"
"Tôi đã nhận được lòng tốt và sự tin tưởng"
"I have found friendships in this village"
"Tôi đã tìm thấy tình bạn ở ngôi làng này"
"if I had been Kamaswami, I would have travelled back annoyed"
"Nếu tôi là Kamaswami, tôi sẽ quay trở lại trong sự bực bội"
"I would have been in hurry as soon as my purchase failed"

"Tôi sẽ phải vội vã ngay khi giao dịch mua của tôi thất bại"
"and time and money would indeed have been lost"
"và thời gian và tiền bạc thực sự sẽ bị mất"
"But like this, I've had a few good days"
"Nhưng như thế này, tôi đã có một vài ngày tốt đẹp"
"I've learned from my time there"
"Tôi đã học được từ thời gian ở đó"
"and I have had joy from the experience"
"và tôi đã có niềm vui từ trải nghiệm đó"
"I've neither harmed myself nor others by annoyance and hastiness"
"Tôi không làm hại bản thân mình hay người khác bằng sự bực tức và vội vàng"
"if I ever return friendly people will welcome me"
"nếu tôi quay lại, mọi người sẽ chào đón tôi một cách thân thiện"
"if I return to do business friendly people will welcome me too"
"Nếu tôi quay lại để làm ăn, mọi người sẽ chào đón tôi nồng nhiệt"
"I praise myself for not showing any hurry or displeasure"
"Tôi tự khen mình vì không tỏ ra vội vàng hay khó chịu"
"So, leave it as it is, my friend"
"Vậy thì cứ để nguyên như vậy đi bạn của tôi"
"and don't harm yourself by scolding"
"và đừng làm hại bản thân bằng cách la mắng"
"If you see Siddhartha harming himself, then speak with me"
"Nếu bạn thấy Siddhartha tự làm hại mình, hãy nói chuyện với tôi"
"and Siddhartha will go on his own path"
"và Siddhartha sẽ đi trên con đường riêng của mình"
"But until then, let's be satisfied with one another"
"Nhưng cho đến lúc đó, chúng ta hãy hài lòng với nhau"
the merchant's attempts to convince Siddhartha were futile

những nỗ lực của thương gia để thuyết phục Siddhartha là vô ích

he could not make Siddhartha eat his bread
anh ta không thể bắt Siddhartha ăn bánh mì của mình
Siddhartha ate his own bread
Siddhartha ăn bánh mì của chính mình
or rather, they both ate other people's bread
hay đúng hơn là cả hai đều ăn bánh mì của người khác
Siddhartha never listened to Kamaswami's worries
Siddhartha không bao giờ lắng nghe những lo lắng của Kamaswami

and Kamaswami had many worries he wanted to share
và Kamaswami có nhiều nỗi lo lắng muốn chia sẻ
there were business-deals going on in danger of failing
có những giao dịch kinh doanh đang diễn ra có nguy cơ thất bại
shipments of merchandise seemed to have been lost
các lô hàng hóa dường như đã bị mất
debtors seemed to be unable to pay
các con nợ dường như không có khả năng trả nợ
Kamaswami could never convince Siddhartha to utter words of worry
Kamaswami không bao giờ có thể thuyết phục Siddhartha thốt ra những lời lo lắng
Kamaswami could not make Siddhartha feel anger towards business
Kamaswami không thể khiến Siddhartha tức giận với doanh nghiệp
he could not get him to to have wrinkles on the forehead
anh ta không thể làm cho anh ta có nếp nhăn trên trán
he could not make Siddhartha sleep badly
anh ta không thể làm cho Siddhartha ngủ không ngon

one day, Kamaswami tried to speak with Siddhartha
Một ngày nọ, Kamaswami đã cố gắng nói chuyện với Siddhartha

"Siddhartha, you have failed to learn anything new"
"Siddhartha, con đã không học được điều gì mới"
but again, Siddhartha laughed at this
nhưng một lần nữa, Siddhartha cười về điều này
"Would you please not kid me with such jokes"
"Bạn làm ơn đừng đùa tôi bằng những trò đùa như vậy nữa được không?"
"What I've learned from you is how much a basket of fish costs"
"Điều tôi học được từ bạn là một giỏ cá có giá bao nhiêu"
"and I learned how much interest may be charged on loaned money"
"và tôi đã biết được mức lãi suất có thể tính cho số tiền vay"
"These are your areas of expertise"
"Đây là lĩnh vực chuyên môn của bạn"
"I haven't learned to think from you, my dear Kamaswami"
"Tôi chưa học được cách suy nghĩ từ ngài, Kamaswami thân yêu của tôi"
"you ought to be the one seeking to learn from me"
"bạn nên là người muốn học hỏi từ tôi"
Indeed his soul was not with the trade
Thật vậy, tâm hồn anh không gắn bó với nghề này
The business was good enough to provide him with money for Kamala
Công việc kinh doanh đủ tốt để cung cấp cho anh ta tiền cho Kamala
and it earned him much more than he needed
và nó mang lại cho anh ta nhiều hơn những gì anh ta cần
Besides Kamala, Siddhartha's curiosity was with the people
Bên cạnh Kamala, sự tò mò của Siddhartha là với mọi người
their businesses, crafts, worries, and pleasures
công việc kinh doanh, nghề thủ công, nỗi lo lắng và thú vui của họ
all these things used to be alien to him
tất cả những thứ này trước đây đều xa lạ với anh ấy
their acts of foolishness used to be as distant as the moon

những hành động ngu ngốc của họ từng xa vời như mặt trăng
he easily succeeded in talking to all of them
anh ấy dễ dàng thành công trong việc nói chuyện với tất cả bọn họ
he could live with all of them
anh ấy có thể sống với tất cả bọn họ
and he could continue to learn from all of them
và anh ấy có thể tiếp tục học hỏi từ tất cả họ
but there was something which separated him from them
nhưng có điều gì đó đã tách biệt anh ta khỏi họ
he could feel a divide between him and the people
anh ấy có thể cảm thấy sự chia rẽ giữa anh ấy và mọi người
this separating factor was him being a Samana
yếu tố phân biệt này là anh ta là một Samana
He saw mankind going through life in a childlike manner
Ông thấy nhân loại trải qua cuộc sống theo cách trẻ thơ
in many ways they were living the way animals live
theo nhiều cách họ sống theo cách mà động vật sống
he loved and also despised their way of life
ông yêu và cũng khinh thường cách sống của họ
He saw them toiling and suffering
Ông nhìn thấy họ đang lao động và đau khổ
they were becoming gray for things unworthy of this price
họ đang trở nên xám xịt vì những thứ không xứng đáng với cái giá này
they did things for money and little pleasures
họ làm những việc vì tiền và những thú vui nhỏ
they did things for being slightly honoured
họ đã làm những điều để được tôn vinh một chút
he saw them scolding and insulting each other
anh ấy thấy họ la mắng và lăng mạ lẫn nhau
he saw them complaining about pain
anh ấy thấy họ phàn nàn về nỗi đau
pains at which a Samana would only smile
những nỗi đau mà một Samana chỉ mỉm cười
and he saw them suffering from deprivations

và ông thấy họ đang phải chịu đựng sự thiếu thốn
deprivations which a Samana would not feel
những sự thiếu thốn mà một Samana sẽ không cảm thấy
He was open to everything these people brought his way
Ông ấy cởi mở với mọi thứ mà những người này mang đến cho ông ấy
welcome was the merchant who offered him linen for sale
chào đón người thương gia đã chào bán vải lanh cho anh ta
welcome was the debtor who sought another loan
chào đón là con nợ đã tìm kiếm một khoản vay khác
welcome was the beggar who told him the story of his poverty
chào đón người ăn xin đã kể cho anh ta nghe câu chuyện về sự nghèo đói của anh ta
the beggar who was not half as poor as any Samana
người ăn xin không nghèo bằng một nửa bất kỳ Samana nào
He did not treat the rich merchant and his servant different
Ông không đối xử khác biệt với người thương gia giàu có và người hầu của ông ta
he let street-vendor cheat him when buying bananas
anh ta để người bán hàng rong lừa anh ta khi mua chuối
Kamaswami would often complain to him about his worries
Kamaswami thường phàn nàn với anh ta về những lo lắng của mình
or he would reproach him about his business
hoặc anh ta sẽ trách móc anh ta về công việc kinh doanh của anh ta
he listened curiously and happily
anh ấy lắng nghe một cách tò mò và vui vẻ
but he was puzzled by his friend
nhưng anh ấy đã bối rối bởi người bạn của mình
he tried to understand him
anh ấy đã cố gắng để hiểu anh ấy
and he admitted he was right, up to a certain point
và anh ấy thừa nhận anh ấy đúng, cho đến một mức độ nào đó

there were many who asked for Siddhartha
có rất nhiều người đã hỏi Siddhartha
many wanted to do business with him
nhiều người muốn làm ăn với anh ấy
there were many who wanted to cheat him
có rất nhiều người muốn lừa anh ấy
many wanted to draw some secret out of him
nhiều người muốn moi ra một số bí mật từ anh ấy
many wanted to appeal to his sympathy
nhiều người muốn kêu gọi sự thông cảm của anh ấy
many wanted to get his advice
nhiều người muốn nhận lời khuyên của anh ấy
He gave advice to those who wanted it
Ông đã đưa ra lời khuyên cho những ai muốn nó
he pitied those who needed pity
ông thương hại những người cần được thương hại
he made gifts to those who liked presents
anh ấy đã tặng quà cho những người thích quà tặng
he let some cheat him a bit
anh ấy để cho một số người lừa anh ấy một chút
this game which all people played occupied his thoughts
trò chơi mà mọi người đều chơi chiếm hết tâm trí anh ấy
he thought about this game just as much as he had about the Gods
anh ấy nghĩ về trò chơi này nhiều như anh ấy nghĩ về các vị thần

deep in his chest he felt a dying voice
sâu trong lồng ngực anh cảm thấy một giọng nói hấp hối
this voice admonished him quietly
giọng nói này đã nhẹ nhàng khuyên bảo anh ta
and he hardly perceived the voice inside of himself
và anh ta hầu như không nhận ra giọng nói bên trong mình
And then, for an hour, he became aware of something
Và rồi, trong một giờ, anh ấy nhận ra một điều gì đó
he became aware of the strange life he was leading
anh ấy nhận thức được cuộc sống kỳ lạ mà anh ấy đang sống

he realized this life was only a game
anh ấy nhận ra cuộc sống này chỉ là một trò chơi
at times he would feel happiness and joy
đôi khi anh ấy cảm thấy hạnh phúc và vui vẻ
but real life was still passing him by
nhưng cuộc sống thực vẫn đang trôi qua anh ấy
and it was passing by without touching him
và nó đã đi qua mà không chạm vào anh ta
Siddhartha played with his business-deals
Siddhartha chơi với các giao dịch kinh doanh của mình
Siddhartha found amusement in the people around him
Siddhartha tìm thấy niềm vui ở những người xung quanh mình
but regarding his heart, he was not with them
nhưng về tấm lòng của ông, ông không ở cùng họ
The source ran somewhere, far away from him
Nguồn gốc chạy ở đâu đó, rất xa anh ấy
it ran and ran invisibly
nó chạy và chạy vô hình
it had nothing to do with his life any more
nó không còn liên quan gì đến cuộc sống của anh nữa
at several times he became scared on account of such thoughts
nhiều lần anh ấy trở nên sợ hãi vì những suy nghĩ như vậy
he wished he could participate in all of these childlike games
anh ấy ước mình có thể tham gia vào tất cả những trò chơi trẻ con này
he wanted to really live
anh ấy thực sự muốn sống
he wanted to really act in their theatre
anh ấy thực sự muốn diễn xuất trong nhà hát của họ
he wanted to really enjoy their pleasures
anh ấy thực sự muốn tận hưởng thú vui của họ
and he wanted to live, instead of just standing by as a spectator

và anh ấy muốn sống, thay vì chỉ đứng đó như một khán giả

But again and again, he came back to beautiful Kamala
Nhưng hết lần này đến lần khác, anh lại quay trở về Kamala xinh đẹp
he learned the art of love
anh ấy đã học được nghệ thuật yêu
and he practised the cult of lust
và anh ta thực hành sự sùng bái dục vọng
lust, in which giving and taking becomes one
dục vọng, trong đó cho và nhận trở thành một
he chatted with her and learned from her
anh ấy đã trò chuyện với cô ấy và học hỏi từ cô ấy
he gave her advice, and he received her advice
anh ấy đã cho cô ấy lời khuyên và anh ấy đã nhận được lời khuyên của cô ấy
She understood him better than Govinda used to understand him
Cô hiểu anh ấy hơn Govinda từng hiểu anh ấy
she was more similar to him than Govinda had been
cô ấy giống anh ấy hơn Govinda
"You are like me," he said to her
"Em cũng giống anh vậy," anh nói với cô ấy
"you are different from most people"
"bạn khác biệt với hầu hết mọi người"
"You are Kamala, nothing else"
"Em là Kamala, không gì khác"
"and inside of you, there is a peace and refuge"
"và bên trong bạn, có sự bình yên và nơi trú ẩn"
"a refuge to which you can go at every hour of the day"
"nơi trú ẩn mà bạn có thể đến bất cứ lúc nào trong ngày"
"you can be at home with yourself"
"bạn có thể ở nhà với chính mình"
"I can do this too"
"Tôi cũng có thể làm được điều này"
"Few people have this place"

"Ít người có được nơi này"
"and yet all of them could have it"
"và tất cả bọn họ đều có thể có nó"
"Not all people are smart" said Kamala
"Không phải tất cả mọi người đều thông minh" Kamala nói
"No," said Siddhartha, "that's not the reason why"
"Không," Siddhartha nói, "đó không phải là lý do tại sao"
"Kamaswami is just as smart as I am"
"Kamaswami cũng thông minh như tôi vậy"
"but he has no refuge in himself"
"nhưng anh ta không có nơi ẩn náu trong chính mình"
"Others have it, although they have the minds of children"
"Những người khác có nó, mặc dù họ có tâm trí của trẻ con"
"Most people, Kamala, are like a falling leaf"
"Hầu hết mọi người, Kamala, giống như một chiếc lá rơi"
"a leaf which is blown and is turning around through the air"
"một chiếc lá bị thổi bay và quay tròn trong không khí"
"a leaf which wavers, and tumbles to the ground"
"một chiếc lá rung chuyển và rơi xuống đất"
"But others, a few, are like stars"
"Nhưng những người khác, một số ít, giống như những ngôi sao"
"they go on a fixed course"
"họ đi theo một lộ trình cố định"
"no wind reaches them"
"không có cơn gió nào thổi tới chúng"
"in themselves they have their law and their course"
"trong chính bản thân chúng có luật lệ và con đường của chúng"
"Among all the learned men I have met, there was one of this kind"
"Trong số tất cả những người đàn ông học thức mà tôi từng gặp, có một người như thế này"
"he was a truly perfected one"
"anh ấy thực sự là một người hoàn hảo"

"I'll never be able to forget him"
"Tôi sẽ không bao giờ có thể quên anh ấy"
"It is that Gotama, the exalted one"
"Đó chính là Gotama, đấng tối cao"
"Thousands of followers are listening to his teachings every day"
"Hàng ngàn tín đồ đang lắng nghe lời dạy của ông mỗi ngày"
"they follow his instructions every hour"
"họ làm theo chỉ dẫn của anh ấy mỗi giờ"
"but they are all falling leaves"
"nhưng tất cả đều là lá rụng"
"not in themselves they have teachings and a law"
"bản thân chúng không có giáo lý và luật lệ"
Kamala looked at him with a smile
Kamala nhìn anh với nụ cười
"Again, you're talking about him," she said
"Lại nữa, anh đang nói về anh ấy," cô nói
"again, you're having a Samana's thoughts"
"Lại nữa, anh đang có suy nghĩ của một Samana"
Siddhartha said nothing, and they played the game of love
Siddhartha không nói gì, và họ chơi trò chơi tình yêu
one of the thirty or forty different games Kamala knew
một trong ba mươi hoặc bốn mươi trò chơi khác nhau mà Kamala biết
Her body was flexible like that of a jaguar
Cơ thể cô ấy mềm dẻo như một con báo đốm
flexible like the bow of a hunter
linh hoạt như cung của thợ săn
he who had learned from her how to make love
anh ấy là người đã học được cách làm tình từ cô ấy
he was knowledgeable of many forms of lust
anh ta hiểu biết về nhiều hình thức của dục vọng
he that learned from her knew many secrets
người học từ cô ấy biết nhiều bí mật
For a long time, she played with Siddhartha
Trong một thời gian dài, cô ấy đã chơi với Siddhartha

she enticed him and rejected him
cô ấy đã quyến rũ anh ấy và từ chối anh ấy
she forced him and embraced him
cô ấy ép buộc anh ấy và ôm anh ấy
she enjoyed his masterful skills
cô ấy thích những kỹ năng điêu luyện của anh ấy
until he was defeated and rested exhausted by her side
cho đến khi anh bị đánh bại và kiệt sức nghỉ ngơi bên cạnh cô
The courtesan bent over him
Cô gái điếm cúi xuống bên anh ta
she took a long look at his face
cô ấy nhìn thật lâu vào khuôn mặt anh ấy
she looked at his eyes, which had grown tired
cô nhìn vào đôi mắt anh, đôi mắt đã trở nên mệt mỏi
"You are the best lover I have ever seen" she said thoughtfully
"Anh là người tình tuyệt vời nhất mà em từng gặp" cô ấy nói một cách trầm ngâm
"You're stronger than others, more supple, more willing"
"Bạn mạnh mẽ hơn những người khác, mềm dẻo hơn, sẵn sàng hơn"
"You've learned my art well, Siddhartha"
"Ngươi đã học rất tốt nghệ thuật của ta, Siddhartha"
"At some time, when I'll be older, I'd want to bear your child"
"Đến một lúc nào đó, khi em lớn hơn, em muốn sinh con cho anh"
"And yet, my dear, you've remained a Samana"
"Nhưng mà, em yêu, em vẫn là một Samana"
"and despite this, you do not love me"
"và mặc dù vậy, anh không yêu em"
"there is nobody that you love"
"không có ai mà bạn yêu"
"Isn't it so?" asked Kamala
"Có phải vậy không?" Kamala hỏi.
"It might very well be so," Siddhartha said tiredly

"Có thể là như vậy lắm," Siddhartha nói một cách mệt mỏi.
"I am like you, because you also do not love"
"Tôi cũng giống như bạn, vì bạn cũng không yêu"
"how else could you practise love as a craft?"
"Nếu không thì làm sao bạn có thể thực hành tình yêu như một nghề thủ công?"
"Perhaps, people of our kind can't love"
"Có lẽ, những người như chúng ta không thể yêu"
"The childlike people can love, that's their secret"
"Những người trẻ con có thể yêu, đó là bí mật của họ"

Sansara

For a long time, Siddhartha had lived in the world and lust
Trong một thời gian dài, Siddhartha đã sống trong thế gian và ham muốn

he lived this way though, without being a part of it
mặc dù anh ấy đã sống theo cách này, nhưng không phải là một phần của nó

he had killed this off when he had been a Samana
anh ấy đã giết chết điều này khi anh ấy là một Samana

but now they had awoken again
nhưng bây giờ họ đã thức dậy một lần nữa

he had tasted riches, lust, and power
anh ta đã nếm trải sự giàu có, dục vọng và quyền lực

for a long time he had remained a Samana in his heart
trong một thời gian dài ông vẫn là một Samana trong trái tim mình

Kamala, being smart, had realized this quite right
Kamala, là người thông minh, đã nhận ra điều này rất đúng

thinking, waiting, and fasting still guided his life
suy nghĩ, chờ đợi và ăn chay vẫn hướng dẫn cuộc sống của ông

the childlike people remained alien to him
những người trẻ con vẫn xa lạ với anh ta

and he remained alien to the childlike people
và anh ấy vẫn xa lạ với những người trẻ con

Years passed by; surrounded by the good life
Những năm tháng trôi qua; được bao quanh bởi cuộc sống tốt đẹp

Siddhartha hardly felt the years fading away
Siddhartha hầu như không cảm thấy những năm tháng đang trôi qua

He had become rich and possessed a house of his own
Ông đã trở nên giàu có và sở hữu một ngôi nhà riêng

he even had his own servants
anh ta thậm chí còn có người hầu riêng của mình

he had a garden before the city, by the river
ông có một khu vườn trước thành phố, bên bờ sông
The people liked him and came to him for money or advice
Mọi người thích ông và đến với ông để xin tiền hoặc lời khuyên
but there was nobody close to him, except Kamala
nhưng không có ai gần gũi với anh ấy, ngoại trừ Kamala
the bright state of being awake
trạng thái tươi sáng của sự tỉnh táo
the feeling which he had experienced at the height of his youth
cảm giác mà anh ấy đã trải qua ở thời kỳ đỉnh cao của tuổi trẻ
in those days after Gotama's sermon
vào những ngày sau bài giảng của Gotama
after the separation from Govinda
sau khi chia tay Govinda
the tense expectation of life
sự mong đợi căng thẳng của cuộc sống
the proud state of standing alone
trạng thái tự hào khi đứng một mình
being without teachings or teachers
không có giáo lý hay giáo viên
the supple willingness to listen to the divine voice in his own heart
sự sẵn lòng mềm dẻo lắng nghe tiếng nói thiêng liêng trong chính trái tim mình
all these things had slowly become a memory
tất cả những điều này đã dần dần trở thành ký ức
the memory had been fleeting, distant, and quiet
ký ức đã thoáng qua, xa xôi và yên tĩnh
the holy source, which used to be near, now only murmured
nguồn nước thiêng liêng, vốn đã ở gần, giờ chỉ còn thì thầm
the holy source, which used to murmur within himself
nguồn thiêng liêng, vốn thường thì thầm bên trong mình
Nevertheless, many things he had learned from the Samanas
Tuy nhiên, ông đã học được nhiều điều từ các Samana

he had learned from Gotama
ông đã học được từ Gotama
he had learned from his father the Brahman
anh ấy đã học được từ cha mình Brahman
his father had remained within his being for a long time
cha của anh ấy đã ở trong con người anh ấy một thời gian dài
moderate living, the joy of thinking, hours of meditation
sống điều độ, niềm vui suy nghĩ, nhiều giờ thiền định
the secret knowledge of the self; his eternal entity
kiến thức bí mật của bản thân; thực thể vĩnh cửu của anh ấy
the self which is neither body nor consciousness
cái ngã không phải là thân thể cũng không phải là ý thức
Many a part of this he still had
Nhiều phần của điều này anh vẫn còn
but one part after another had been submerged
nhưng từng phần một đã bị chìm
and eventually each part gathered dust
và cuối cùng mỗi phần đều bám đầy bụi
a potter's wheel, once in motion, will turn for a long time
bánh xe của thợ gốm, một khi đã chuyển động, sẽ quay trong một thời gian dài
it loses its vigour only slowly
nó chỉ mất đi sức sống một cách chậm rãi
and it comes to a stop only after time
và nó chỉ dừng lại sau một thời gian
Siddhartha's soul had kept on turning the wheel of asceticism
Linh hồn của Siddhartha vẫn tiếp tục quay bánh xe khổ hạnh
the wheel of thinking had kept turning for a long time
bánh xe suy nghĩ đã quay trong một thời gian dài
the wheel of differentiation had still turned for a long time
bánh xe phân biệt vẫn còn quay trong một thời gian dài
but it turned slowly and hesitantly
nhưng nó quay chậm và do dự
and it was close to coming to a standstill
và nó đã gần như dừng lại

Slowly, like humidity entering the dying stem of a tree
Chậm rãi, như độ ẩm xâm nhập vào thân cây đang chết
filling the stem slowly and making it rot
làm đầy thân cây một cách chậm rãi và làm cho nó thối rữa
the world and sloth had entered Siddhartha's soul
thế gian và sự lười biếng đã xâm nhập vào tâm hồn Siddhartha
slowly it filled his soul and made it heavy
nó từ từ lấp đầy tâm hồn anh và làm nó trở nên nặng nề
it made his soul tired and put it to sleep
nó làm cho tâm hồn anh mệt mỏi và ngủ quên
On the other hand, his senses had become alive
Mặt khác, các giác quan của anh đã trở nên sống động
there was much his senses had learned
có rất nhiều giác quan của anh ấy đã học được
there was much his senses had experienced
có rất nhiều giác quan của anh ấy đã trải nghiệm
Siddhartha had learned to trade
Siddhartha đã học cách buôn bán
he had learned how to use his power over people
anh ta đã học được cách sử dụng sức mạnh của mình đối với mọi người
he had learned how to enjoy himself with a woman
anh ấy đã học được cách tận hưởng bản thân với một người phụ nữ
he had learned how to wear beautiful clothes
anh ấy đã học cách mặc quần áo đẹp
he had learned how to give orders to servants
anh ấy đã học cách ra lệnh cho người hầu
he had learned how to bathe in perfumed waters
anh ấy đã học cách tắm trong nước thơm
He had learned how to eat tenderly and carefully prepared food
Anh ấy đã học cách ăn nhẹ nhàng và chuẩn bị thức ăn cẩn thận
he even ate fish, meat, and poultry

anh ấy thậm chí còn ăn cá, thịt và gia cầm
spices and sweets and wine, which causes sloth and forgetfulness
gia vị, đồ ngọt và rượu, gây ra sự lười biếng và hay quên
He had learned to play with dice and on a chess-board
Anh ấy đã học chơi xúc xắc và trên bàn cờ vua
he had learned to watch dancing girls
anh ấy đã học cách quan sát các cô gái nhảy múa
he learned to have himself carried about in a sedan-chair
anh ấy đã học cách tự mình di chuyển trên kiệu
he learned to sleep on a soft bed
anh ấy đã học cách ngủ trên một chiếc giường mềm mại
But still he felt different from others
Nhưng anh vẫn cảm thấy khác biệt với những người khác
he still felt superior to the others
anh ấy vẫn cảm thấy mình vượt trội hơn những người khác
he always watched them with some mockery
anh ấy luôn nhìn họ với vẻ chế giễu
there was always some mocking disdain to how he felt about them
luôn có một chút khinh thường chế giễu về cách anh ấy cảm thấy về họ
the same disdain a Samana feels for the people of the world
cùng sự khinh miệt mà một Samana cảm thấy đối với mọi người trên thế giới

Kamaswami was ailing and felt annoyed
Kamaswami đang đau yếu và cảm thấy khó chịu
he felt insulted by Siddhartha
anh ấy cảm thấy bị xúc phạm bởi Siddhartha
and he was vexed by his worries as a merchant
và ông ấy đã rất phiền muộn vì những lo lắng của mình với tư cách là một thương gia
Siddhartha had always watched these things with mockery
Siddhartha luôn luôn quan sát những điều này với sự chế giễu
but his mockery had become more tired

nhưng sự chế giễu của anh ta đã trở nên mệt mỏi hơn
his superiority had become more quiet
sự vượt trội của anh ấy đã trở nên yên tĩnh hơn
as slowly imperceptible as the rainy season passing by
chậm rãi không thể nhận thấy như mùa mưa đang trôi qua
slowly, Siddhartha had assumed something of the childlike people's ways
Dần dần, Siddhartha đã mang trong mình một phần tính cách trẻ con của con người
he had gained some of their childishness
anh ấy đã có được một số sự trẻ con của họ
and he had gained some of their fearfulness
và anh ấy đã đạt được một số nỗi sợ hãi của họ
And yet, the more be become like them the more he envied them
Tuy nhiên, càng trở nên giống họ, anh ta càng ghen tị với họ.
He envied them for the one thing that was missing from him
Anh ấy ghen tị với họ vì một điều còn thiếu ở anh ấy
the importance they were able to attach to their lives
tầm quan trọng mà họ có thể gắn vào cuộc sống của họ
the amount of passion in their joys and fears
mức độ đam mê trong niềm vui và nỗi sợ hãi của họ
the fearful but sweet happiness of being constantly in love
niềm hạnh phúc đáng sợ nhưng ngọt ngào của việc liên tục yêu
These people were in love with themselves all of the time
Những người này luôn yêu bản thân mình
women loved their children, with honours or money
phụ nữ yêu thương con cái của họ, bằng danh dự hoặc tiền bạc
the men loved themselves with plans or hopes
những người đàn ông yêu bản thân mình với những kế hoạch hoặc hy vọng
But he did not learn this from them
Nhưng ông đã không học được điều này từ họ
he did not learn the joy of children

anh ấy không học được niềm vui của trẻ con
and he did not learn their foolishness
và anh ta đã không học được sự ngu ngốc của họ
what he mostly learned were their unpleasant things
những gì anh ấy học được chủ yếu là những điều khó chịu của họ
and he despised these things
và anh ta khinh thường những thứ này
in the morning, after having had company
vào buổi sáng, sau khi đã có khách
more and more he stayed in bed for a long time
anh ấy càng ngày càng nằm trên giường lâu hơn
he felt unable to think, and was tired
anh ấy cảm thấy không thể suy nghĩ và mệt mỏi
he became angry and impatient when Kamaswami bored him with his worries
ông trở nên tức giận và mất kiên nhẫn khi Kamaswami làm ông chán ngán với những lo lắng của mình
he laughed just too loud when he lost a game of dice
anh ấy cười quá to khi thua một ván xúc xắc
His face was still smarter and more spiritual than others
Khuôn mặt của anh ấy vẫn thông minh và có tâm hồn hơn những người khác
but his face rarely laughed anymore
nhưng khuôn mặt anh ấy hiếm khi cười nữa
slowly, his face assumed other features
chậm rãi, khuôn mặt anh ta hiện ra những nét khác
the features often found in the faces of rich people
những đặc điểm thường thấy trên khuôn mặt của người giàu
features of discontent, of sickliness, of ill-humour
đặc điểm của sự bất mãn, của sự ốm yếu, của sự buồn bực
features of sloth, and of a lack of love
đặc điểm của sự lười biếng và thiếu tình yêu
the disease of the soul which rich people have
căn bệnh của tâm hồn mà người giàu có mắc phải
Slowly, this disease grabbed hold of him

Dần dần, căn bệnh này đã chiếm lấy anh ta
like a thin mist, tiredness came over Siddhartha
giống như một làn sương mỏng, sự mệt mỏi ập đến với Siddhartha
slowly, this mist got a bit denser every day
Dần dần, sương mù này ngày một dày đặc hơn
it got a bit murkier every month
nó trở nên hơi mơ hồ hơn mỗi tháng
and every year it got a bit heavier
và mỗi năm nó lại nặng hơn một chút
dresses become old with time
váy trở nên cũ theo thời gian
clothes lose their beautiful colour over time
quần áo mất đi màu sắc đẹp theo thời gian
they get stains, wrinkles, worn off at the seams
chúng có vết bẩn, nếp nhăn, mòn ở các đường nối
they start to show threadbare spots here and there
chúng bắt đầu xuất hiện những đốm cũ kỹ ở đây và ở đó
this is how Siddhartha's new life was
đây là cuộc sống mới của Siddhartha
the life which he had started after his separation from Govinda
cuộc sống mà anh đã bắt đầu sau khi chia tay Govinda
his life had grown old and lost colour
cuộc sống của anh đã trở nên cũ kỹ và mất đi màu sắc
there was less splendour to it as the years passed by
nó ít lộng lẫy hơn khi những năm tháng trôi qua
his life was gathering wrinkles and stains
cuộc sống của anh ấy đang chất đầy nếp nhăn và vết bẩn
and hidden at bottom, disappointment and disgust were waiting
và ẩn sâu bên dưới là sự thất vọng và chán ghét đang chờ đợi
they were showing their ugliness
họ đang thể hiện sự xấu xí của họ
Siddhartha did not notice these things
Siddhartha không để ý đến những điều này

he remembered the bright and reliable voice inside of him
anh nhớ lại giọng nói trong trẻo và đáng tin cậy bên trong anh
he noticed the voice had become silent
anh ấy nhận thấy giọng nói đã trở nên im lặng
the voice which had awoken in him at that time
giọng nói đã thức tỉnh trong anh lúc đó
the voice that had guided him in his best times
giọng nói đã dẫn dắt anh trong những thời khắc đẹp nhất
he had been captured by the world
anh ấy đã bị thế giới bắt giữ
he had been captured by lust, covetousness, sloth
anh ta đã bị bắt giữ bởi dục vọng, lòng tham, sự lười biếng
and finally he had been captured by his most despised vice
và cuối cùng anh ta đã bị bắt giữ bởi thói hư tật xấu đáng khinh bỉ nhất của mình
the vice which he mocked the most
tệ nạn mà anh ta chế giễu nhiều nhất
the most foolish one of all vices
sự ngu ngốc nhất trong tất cả các tệ nạn
he had let greed into his heart
anh ta đã để lòng tham vào trái tim mình
Property, possessions, and riches also had finally captured him
Tài sản, của cải và sự giàu có cuối cùng cũng đã chiếm được anh ta
having things was no longer a game to him
việc có được mọi thứ không còn là trò chơi đối với anh ấy nữa
his possessions had become a shackle and a burden
tài sản của anh ta đã trở thành xiềng xích và gánh nặng
It had happened in a strange and devious way
Nó đã xảy ra theo một cách kỳ lạ và gian xảo
Siddhartha had gotten this vice from the game of dice
Siddhartha đã mắc phải tệ nạn này từ trò chơi xúc xắc
he had stopped being a Samana in his heart
anh ấy đã không còn là một Samana trong trái tim mình nữa
and then he began to play the game for money

và sau đó anh ta bắt đầu chơi trò chơi để kiếm tiền
first he joined the game with a smile
đầu tiên anh ấy tham gia trò chơi với một nụ cười
at this time he only played casually
vào thời điểm này anh ấy chỉ chơi một cách bình thường
he wanted to join the customs of the childlike people
anh ấy muốn tham gia vào phong tục của những người trẻ con
but now he played with an increasing rage and passion
nhưng bây giờ anh ấy chơi với sự giận dữ và đam mê ngày càng tăng
He was a feared gambler among the other merchants
Ông là một tay cờ bạc đáng sợ trong số những thương gia khác
his stakes were so audacious that few dared to take him on
tiền cược của anh ta quá táo bạo đến nỗi ít ai dám chơi với anh ta
He played the game due to a pain of his heart
Anh ấy chơi trò chơi này vì anh ấy bị đau tim
losing and wasting his wretched money brought him an angry joy
việc mất và lãng phí số tiền khốn khổ của mình đã mang lại cho anh ta niềm vui giận dữ
he could demonstrate his disdain for wealth in no other way
anh ta không thể chứng minh sự khinh miệt của mình đối với sự giàu có theo cách nào khác
he could not mock the merchants' false god in a better way
ông ta không thể chế giễu vị thần giả của các thương gia theo cách tốt hơn
so he gambled with high stakes
vì vậy anh ta đã đánh bạc với số tiền cược cao
he mercilessly hated himself and mocked himself
anh ta ghét bản thân mình một cách tàn nhẫn và chế giễu chính mình
he won thousands, threw away thousands
anh ta thắng hàng ngàn, vứt đi hàng ngàn
he lost money, jewellery, a house in the country

anh ấy đã mất tiền, đồ trang sức, một ngôi nhà ở nông thôn
he won it again, and then he lost again
anh ấy lại thắng rồi lại thua
he loved the fear he felt while he was rolling the dice
anh ấy thích cảm giác sợ hãi khi anh ấy đang lăn xúc xắc
he loved feeling worried about losing what he gambled
anh ấy thích cảm giác lo lắng về việc mất những gì anh ấy đã đánh bạc
he always wanted to get this fear to a slightly higher level
anh ta luôn muốn đưa nỗi sợ này lên một mức độ cao hơn một chút
he only felt something like happiness when he felt this fear
anh ấy chỉ cảm thấy một điều gì đó giống như hạnh phúc khi anh ấy cảm thấy nỗi sợ hãi này
it was something like an intoxication
nó giống như một cơn say
something like an elevated form of life
một cái gì đó giống như một hình thức sống cao cấp
something brighter in the midst of his dull life
một điều gì đó tươi sáng hơn giữa cuộc sống buồn tẻ của anh ấy
And after each big loss, his mind was set on new riches
Và sau mỗi lần mất mát lớn, tâm trí anh lại hướng đến những của cải mới
he pursued the trade more zealously
anh ấy theo đuổi nghề này một cách nhiệt tình hơn
he forced his debtors more strictly to pay
anh ta buộc các con nợ của mình phải trả tiền nghiêm ngặt hơn
because he wanted to continue gambling
vì anh ta muốn tiếp tục đánh bạc
he wanted to continue squandering
anh ta muốn tiếp tục phung phí
he wanted to continue demonstrating his disdain of wealth
anh ta muốn tiếp tục thể hiện sự khinh thường của mình đối với sự giàu có

Siddhartha lost his calmness when losses occurred
Siddhartha mất đi sự bình tĩnh khi mất mát xảy ra
he lost his patience when he was not paid on time
anh ấy mất kiên nhẫn khi không được trả tiền đúng hạn
he lost his kindness towards beggars
anh ta đã mất đi lòng tốt đối với những người ăn xin
He gambled away tens of thousands at one roll of the dice
Anh ta đã đánh bạc hàng chục ngàn đô la chỉ trong một lần tung xúc xắc
he became more strict and more petty in his business
anh ta trở nên nghiêm khắc hơn và nhỏ nhen hơn trong công việc kinh doanh của mình
occasionally, he was dreaming at night about money!
Thỉnh thoảng, anh ấy mơ thấy tiền vào ban đêm!
whenever he woke up from this ugly spell, he continued fleeing
bất cứ khi nào anh ta tỉnh dậy sau câu thần chú xấu xí này, anh ta vẫn tiếp tục chạy trốn
whenever he found his face in the mirror to have aged, he found a new game
bất cứ khi nào anh thấy khuôn mặt mình trong gương đã già đi, anh lại tìm ra một trò chơi mới
whenever embarrassment and disgust came over him, he numbed his mind
bất cứ khi nào sự xấu hổ và ghê tởm ập đến, anh ấy làm tê liệt tâm trí mình
he numbed his mind with sex and wine
anh ta làm tê liệt tâm trí mình bằng tình dục và rượu
and from there he fled back into the urge to pile up and obtain possessions
và từ đó anh ta chạy trốn trở lại với sự thôi thúc tích lũy và sở hữu
In this pointless cycle he ran
Trong chu kỳ vô nghĩa này anh ta đã chạy
from his life he grow tired, old, and ill

từ cuộc sống của mình, anh ta trở nên mệt mỏi, già nua và ốm yếu

Then the time came when a dream warned him
Rồi đến lúc một giấc mơ cảnh báo anh ta
He had spent the hours of the evening with Kamala
Anh đã dành nhiều giờ buổi tối với Kamala
he had been in her beautiful pleasure-garden
anh ấy đã ở trong khu vườn khoái lạc xinh đẹp của cô ấy
They had been sitting under the trees, talking
Họ đã ngồi dưới gốc cây, nói chuyện
and Kamala had said thoughtful words
và Kamala đã nói những lời sâu sắc
words behind which a sadness and tiredness lay hidden
những lời nói ẩn chứa nỗi buồn và sự mệt mỏi
She had asked him to tell her about Gotama
Cô ấy đã yêu cầu anh ấy kể cho cô ấy về Gotama
she could not hear enough of him
cô ấy không thể nghe đủ về anh ấy
she loved how clear his eyes were
cô ấy thích đôi mắt trong veo của anh ấy
she loved how still and beautiful his mouth was
cô ấy thích cái miệng tĩnh lặng và đẹp đẽ của anh ấy
she loved the kindness of his smile
cô ấy thích sự tử tế trong nụ cười của anh ấy
she loved how peaceful his walk had been
cô ấy thích cách anh ấy đi bộ thật yên bình
For a long time, he had to tell her about the exalted Buddha
Trong một thời gian dài, anh phải kể cho cô nghe về Đức Phật cao cả
and Kamala had sighed, and spoke
và Kamala đã thở dài và nói
"One day, perhaps soon, I'll also follow that Buddha"
"Một ngày nào đó, có lẽ sớm thôi, tôi cũng sẽ theo Đức Phật ấy"
"I'll give him my pleasure-garden for a gift"

"Tôi sẽ tặng anh ấy khu vườn vui chơi của tôi như một món quà"
"and I will take my refuge in his teachings"
"và tôi sẽ nương náu trong lời dạy của Người"
But after this, she had aroused him
Nhưng sau đó, cô đã khơi dậy anh ấy
she had tied him to her in the act of making love
cô ấy đã trói anh ấy vào cô ấy trong khi đang làm tình
with painful fervour, biting and in tears
với sự nhiệt thành đau đớn, cắn xé và nước mắt
it was as if she wanted to squeeze the last sweet drop out of this wine
như thế cô ấy muốn vắt đến giọt ngọt cuối cùng của loại rượu này
Never before had it become so strangely clear to Siddhartha
Chưa bao giờ điều đó lại trở nên rõ ràng lạ lùng đến thế với Siddhartha
he felt how close lust was akin to death
anh ấy cảm thấy ham muốn gần giống với cái chết như thế nào
he laid by her side, and Kamala's face was close to him
anh nằm bên cạnh cô, và khuôn mặt của Kamala gần anh
under her eyes and next to the corners of her mouth
dưới mắt và gần khóe miệng của cô ấy
it was as clear as never before
nó rõ ràng hơn bao giờ hết
there read a fearful inscription
có một dòng chữ đáng sợ được đọc ở đó
an inscription of small lines and slight grooves
một dòng chữ gồm những đường nhỏ và rãnh nhỏ
an inscription reminiscent of autumn and old age
một dòng chữ gợi nhớ đến mùa thu và tuổi già
here and there, gray hairs among his black ones
đây đó, tóc bạc xen lẫn tóc đen
Siddhartha himself, who was only in his forties, noticed the same thing

Bản thân Siddhartha, lúc đó mới ngoài bốn mươi tuổi, cũng nhận thấy điều tương tự

Tiredness was written on Kamala's beautiful face
Sự mệt mỏi hiện rõ trên khuôn mặt xinh đẹp của Kamala
tiredness from walking a long path
mệt mỏi vì đi bộ một chặng đường dài
a path which has no happy destination
một con đường không có đích đến hạnh phúc
tiredness and the beginning of withering
sự mệt mỏi và sự bắt đầu héo úa
fear of old age, autumn, and having to die
sợ tuổi già, mùa thu và phải chết
With a sigh, he had bid his farewell to her
Với một tiếng thở dài, anh đã tạm biệt cô
the soul full of reluctance, and full of concealed anxiety
tâm hồn đầy sự miễn cưỡng và đầy nỗi lo lắng tiềm ẩn

Siddhartha had spent the night in his house with dancing girls
Siddhartha đã dành cả đêm trong nhà mình với các cô gái nhảy múa
he acted as if he was superior to them
anh ta hành động như thể anh ta cao hơn họ
he acted superior towards the fellow-members of his caste
anh ta hành động vượt trội hơn những người cùng đẳng cấp với mình
but this was no longer true
nhưng điều này không còn đúng nữa
he had drunk much wine that night
anh ấy đã uống rất nhiều rượu vào đêm đó
and he went to bed a long time after midnight
và anh ấy đã đi ngủ rất lâu sau nửa đêm
tired and yet excited, close to weeping and despair
mệt mỏi nhưng vẫn phấn khích, gần như khóc lóc và tuyệt vọng
for a long time he sought to sleep, but it was in vain

trong một thời gian dài anh ta cố gắng ngủ, nhưng vô ích
his heart was full of misery
trái tim anh ấy đầy đau khổ
he thought he could not bear any longer
anh ấy nghĩ rằng anh ấy không thể chịu đựng được nữa
he was full of a disgust, which he felt penetrating his entire body
anh ta tràn đầy sự ghê tởm, anh ta cảm thấy nó đang lan tỏa khắp cơ thể mình
like the lukewarm repulsive taste of the wine
giống như hương vị ấm áp khó chịu của rượu
the dull music was a little too happy
âm nhạc buồn tẻ có vẻ hơi vui vẻ
the smile of the dancing girls was a little too soft
nụ cười của các cô gái nhảy múa có vẻ hơi yếu đuối
the scent of their hair and breasts was a little too sweet
mùi hương từ tóc và ngực của họ hơi ngọt ngào
But more than by anything else, he was disgusted by himself
Nhưng hơn bất cứ điều gì khác, anh ta ghê tởm chính bản thân mình
he was disgusted by his perfumed hair
anh ta ghê tởm mái tóc thơm tho của mình
he was disgusted by the smell of wine from his mouth
anh ta ghê tởm mùi rượu từ miệng mình
he was disgusted by the listlessness of his skin
anh ta ghê tởm sự vô hồn của làn da mình
Like when someone who has eaten and drunk far too much
Giống như khi một người nào đó đã ăn và uống quá nhiều
they vomit it back up again with agonising pain
họ lại nôn nó ra lần nữa với nỗi đau đớn tột cùng
but they feel relieved by the vomiting
nhưng họ cảm thấy nhẹ nhõm khi nôn mửa
this sleepless man wished to free himself of these pleasures
người đàn ông mất ngủ này muốn giải thoát mình khỏi những thú vui này

he wanted to be rid of these habits
anh ấy muốn thoát khỏi những thói quen này
he wanted to escape all of this pointless life
anh ấy muốn thoát khỏi cuộc sống vô nghĩa này
and he wanted to escape from himself
và anh ấy muốn thoát khỏi chính mình
it wasn't until the light of the morning when he had slightly fallen sleep
phải đến khi trời sáng anh mới ngủ thiếp đi
the first activities in the street were already beginning
những hoạt động đầu tiên trên phố đã bắt đầu
for a few moments he had found a hint of sleep
trong một vài khoảnh khắc anh đã tìm thấy một chút buồn ngủ
In those moments, he had a dream
Vào những khoảnh khắc đó, anh đã có một giấc mơ
Kamala owned a small, rare singing bird in a golden cage
Kamala sở hữu một con chim hót nhỏ, quý hiếm trong một chiếc lồng vàng
it always sung to him in the morning
nó luôn hát cho anh ấy nghe vào buổi sáng
but then he dreamt this bird had become mute
nhưng sau đó anh ta mơ thấy con chim này đã trở nên câm
since this arose his attention, he stepped in front of the cage
vì điều này đã thu hút sự chú ý của anh ta, anh ta bước tới trước cái lồng
he looked at the bird inside the cage
anh ấy nhìn con chim bên trong lồng
the small bird was dead, and lay stiff on the ground
con chim nhỏ đã chết và nằm cứng trên mặt đất
He took the dead bird out of its cage
Anh ta lấy con chim chết ra khỏi lồng
he took a moment to weigh the dead bird in his hand
anh ấy dành một chút thời gian để cân con chim chết trong tay
and then threw it away, out in the street
và sau đó vứt nó đi, ra ngoài phố

in the same moment he felt terribly shocked
cùng lúc đó anh ấy cảm thấy vô cùng sốc
his heart hurt as if he had thrown away all value
trái tim anh đau đớn như thể anh đã vứt bỏ mọi giá trị
everything good had been inside of this dead bird
mọi thứ tốt đẹp đều nằm bên trong con chim chết này
Starting up from this dream, he felt encompassed by a deep sadness
Bắt đầu từ giấc mơ này, anh cảm thấy bị bao trùm bởi một nỗi buồn sâu sắc
everything seemed worthless to him
mọi thứ dường như vô giá trị với anh ấy
worthless and pointless was the way he had been going through life
vô giá trị và vô nghĩa là cách anh ấy đã trải qua cuộc sống
nothing which was alive was left in his hands
không có gì còn sống sót trong tay anh ta
nothing which was in some way delicious could be kept
không có thứ gì ngon theo một cách nào đó có thể được giữ lại
nothing worth keeping would stay
không có gì đáng giữ lại sẽ ở lại
alone he stood there, empty like a castaway on the shore
một mình anh đứng đó, trống rỗng như một kẻ bị đắm tàu trên bờ biển

With a gloomy mind, Siddhartha went to his pleasure-garden
Với tâm trạng u ám, Siddhartha đi đến khu vườn vui chơi của mình
he locked the gate and sat down under a mango-tree
anh ta khóa cổng và ngồi xuống dưới một cây xoài
he felt death in his heart and horror in his chest
anh ấy cảm thấy cái chết trong tim và nỗi kinh hoàng trong lồng ngực
he sensed how everything died and withered in him

anh ấy cảm nhận được mọi thứ đều chết và héo úa trong anh ấy

By and by, he gathered his thoughts in his mind
Dần dần, anh ấy tập hợp những suy nghĩ của mình trong tâm trí

once again, he went through the entire path of his life
một lần nữa, anh ấy đã trải qua toàn bộ chặng đường của cuộc đời mình

he started with the first days he could remember
anh ấy bắt đầu với những ngày đầu tiên anh ấy có thể nhớ

When was there ever a time when he had felt a true bliss?
Có khi nào anh cảm thấy hạnh phúc thực sự không?

Oh yes, several times he had experienced such a thing
Ồ vâng, anh ấy đã trải qua chuyện như thế này nhiều lần rồi

In his years as a boy he had had a taste of bliss
Trong những năm tháng còn là một cậu bé, ông đã được nếm trải niềm hạnh phúc

he had felt happiness in his heart when he obtained praise from the Brahmans
ông đã cảm thấy hạnh phúc trong lòng khi nhận được lời khen ngợi từ các Bà-la-môn

"There is a path in front of the one who has distinguished himself"
"Có một con đường ở phía trước cho người đã xuất chúng"

he had felt bliss reciting the holy verses
anh ấy đã cảm thấy hạnh phúc khi đọc những câu thơ thánh

he had felt bliss disputing with the learned ones
anh ấy đã cảm thấy hạnh phúc khi tranh luận với những người có học thức

he had felt bliss when he was an assistant in the offerings
anh ấy đã cảm thấy hạnh phúc khi anh ấy là một trợ lý trong việc cúng dường

Then, he had felt it in his heart
Sau đó, anh đã cảm thấy điều đó trong trái tim mình

"There is a path in front of you"
"Có một con đường ở phía trước bạn"

"you are destined for this path"
"bạn được định sẵn cho con đường này"
"the gods are awaiting you"
"các vị thần đang chờ đợi bạn"
And again, as a young man, he had felt bliss
Và một lần nữa, khi còn trẻ, anh đã cảm thấy hạnh phúc
when his thoughts separated him from those thinking on the same things
khi những suy nghĩ của anh ấy tách biệt anh ấy khỏi những người đang suy nghĩ về cùng một điều
when he wrestled in pain for the purpose of Brahman
khi anh ấy vật lộn trong đau đớn vì mục đích của Brahman
when every obtained knowledge only kindled new thirst in him
khi mọi kiến thức thu được chỉ khơi dậy cơn khát mới trong anh ta
in the midst of the pain he felt this very same thing
giữa cơn đau anh ấy cảm thấy điều tương tự
"Go on! You are called upon!"
"Tiến lên! Các ngươi được triệu tập!"
He had heard this voice when he had left his home
Anh đã nghe giọng nói này khi anh rời khỏi nhà
he heard heard this voice when he had chosen the life of a Samana
anh ấy đã nghe thấy giọng nói này khi anh ấy chọn cuộc sống của một Samana
and again he heard this voice when left the Samanas
và một lần nữa anh ta nghe thấy giọng nói này khi rời khỏi Samanas
he had heard the voice when he went to see the perfected one
anh ấy đã nghe thấy giọng nói khi anh ấy đi gặp người hoàn hảo
and when he had gone away from the perfected one, he had heard the voice

và khi ông đã rời xa người đã hoàn thiện, ông đã nghe thấy tiếng nói

he had heard the voice when he went into the uncertain

anh ấy đã nghe thấy giọng nói khi anh ấy đi vào nơi không chắc chắn

For how long had he not heard this voice anymore?

Đã bao lâu rồi anh không còn nghe thấy giọng nói này nữa?

for how long had he reached no height anymore?

đã bao lâu rồi anh ấy không đạt tới độ cao nào nữa?

how even and dull was the manner in which he went through life?

Cách ông sống cuộc đời này đều đặn và buồn tẻ đến mức nào?

for many long years without a high goal

trong nhiều năm dài không có mục tiêu cao cả

he had been without thirst or elevation

anh ấy đã không khát hoặc không được nâng cao

he had been content with small lustful pleasures

anh ta đã hài lòng với những thú vui dục vọng nhỏ bé

and yet he was never satisfied!

nhưng ông vẫn chưa bao giờ hài lòng!

For all of these years he had tried hard to become like the others

Trong suốt những năm qua, anh đã cố gắng hết sức để trở nên giống như những người khác

he longed to be one of the childlike people

anh ấy mong muốn trở thành một trong những người trẻ con

but he didn't know that that was what he really wanted

nhưng anh ấy không biết rằng đó là điều anh ấy thực sự muốn

his life had been much more miserable and poorer than theirs

cuộc sống của anh ta khốn khổ và nghèo nàn hơn nhiều so với họ

because their goals and worries were not his

bởi vì mục tiêu và nỗi lo lắng của họ không phải là của anh ấy

the entire world of the Kamaswami-people had only been a game to him

toàn bộ thế giới của những người Kamaswami chỉ là một trò chơi đối với anh ta

their lives were a dance he would watch

cuộc sống của họ là một điệu nhảy mà anh sẽ xem

they performed a comedy he could amuse himself with

họ đã biểu diễn một vở hài kịch mà anh ấy có thể tự giải trí

Only Kamala had been dear and valuable to him

Chỉ có Kamala là thân thương và có giá trị với anh

but was she still valuable to him?

nhưng liệu cô ấy có còn giá trị với anh không?

Did he still need her?

Anh ấy còn cần cô không?

Or did she still need him?

Hay cô vẫn còn cần anh?

Did they not play a game without an ending?

Họ có chơi một trò chơi không có kết thúc không?

Was it necessary to live for this?

Có cần thiết phải sống vì điều này không?

No, it was not necessary!

Không, điều đó không cần thiết!

The name of this game was Sansara

Tên của trò chơi này là Sansara

a game for children which was perhaps enjoyable to play once

một trò chơi dành cho trẻ em có lẽ đã từng rất thú vị khi chơi

maybe it could be played twice

có lẽ nó có thể được chơi hai lần

perhaps you could play it ten times

có lẽ bạn có thể chơi nó mười lần

but should you play it for ever and ever?

nhưng bạn có nên chơi nó mãi mãi không?

Then, Siddhartha knew that the game was over

Sau đó, Siddhartha biết rằng trò chơi đã kết thúc

he knew that he could not play it any more

anh ấy biết rằng anh ấy không thể chơi nó nữa

Shivers ran over his body and inside of him

Cơn rùng mình chạy khắp cơ thể và bên trong anh
he felt that something had died
anh ấy cảm thấy có cái gì đó đã chết

That entire day, he sat under the mango-tree
Cả ngày hôm đó, anh ngồi dưới gốc cây xoài
he was thinking of his father
anh ấy đang nghĩ đến cha mình
he was thinking of Govinda
anh ấy đang nghĩ đến Govinda
and he was thinking of Gotama
và anh ấy đang nghĩ đến Gotama
Did he have to leave them to become a Kamaswami?
Liệu ông có phải rời xa họ để trở thành Kamaswami không?
He was still sitting there when the night had fallen
Anh vẫn ngồi đó khi màn đêm buông xuống
he caught sight of the stars, and thought to himself
anh ấy nhìn thấy những vì sao và tự nghĩ
"Here I'm sitting under my mango-tree in my pleasure-garden"
"Tôi đang ngồi dưới gốc cây xoài trong khu vườn vui vẻ của tôi"
He smiled a little to himself
Anh ấy mỉm cười một chút với chính mình
was it really necessary to own a garden?
có thực sự cần thiết phải sở hữu một khu vườn không?
was it not a foolish game?
đó có phải là một trò chơi ngu ngốc không?
did he need to own a mango-tree?
anh ấy có cần phải sở hữu một cây xoài không?
He also put an end to this
Ông cũng đã chấm dứt điều này
this also died in him
điều này cũng chết trong anh ấy
He rose and bid his farewell to the mango-tree
Anh đứng dậy và tạm biệt cây xoài

he bid his farewell to the pleasure-garden
anh ấy tạm biệt khu vườn vui chơi
Since he had been without food this day, he felt strong hunger
Vì anh ấy đã không ăn gì trong ngày hôm nay nên anh ấy cảm thấy rất đói.
and he thought of his house in the city
và anh ấy nghĩ đến ngôi nhà của mình trong thành phố
he thought of his chamber and bed
anh ấy nghĩ đến phòng và giường của mình
he thought of the table with the meals on it
anh ấy nghĩ đến cái bàn có đồ ăn trên đó
He smiled tiredly, shook himself, and bid his farewell to these things
Anh ta mỉm cười mệt mỏi, lắc mình và tạm biệt những thứ này
In the same hour of the night, Siddhartha left his garden
Vào đúng giờ đó trong đêm, Siddhartha rời khỏi khu vườn của mình
he left the city and never came back
anh ấy rời khỏi thành phố và không bao giờ quay trở lại

For a long time, Kamaswami had people look for him
Trong một thời gian dài, Kamaswami đã để mọi người tìm kiếm ông
they thought he had fallen into the hands of robbers
họ nghĩ anh ấy đã rơi vào tay bọn cướp
Kamala had no one look for him
Kamala không có ai tìm kiếm anh ấy
she was not astonished by his disappearance
cô ấy không ngạc nhiên về sự biến mất của anh ấy
Did she not always expect it?
Cô ấy không phải luôn mong đợi điều đó sao?
Was he not a Samana?
Ông ấy không phải là một Samana sao?
a man who was at home nowhere, a pilgrim

một người đàn ông không có nhà ở đâu cả, một người hành hương

she had felt this the last time they had been together
cô ấy đã cảm thấy điều này vào lần cuối cùng họ ở bên nhau
she was happy despite all the pain of the loss
cô ấy vẫn vui vẻ mặc dù phải chịu nhiều đau đớn vì mất mát
she was happy she had been with him one last time
cô ấy rất vui vì đã được ở bên anh ấy lần cuối
she was happy she had pulled him so affectionately to her heart
cô ấy rất vui vì đã kéo anh ấy vào lòng mình một cách trìu mến như vậy
she was happy she had felt completely possessed and penetrated by him
cô ấy hạnh phúc khi cảm thấy mình hoàn toàn bị anh ấy chiếm hữu và xâm chiếm
When she received the news, she went to the window
Khi cô ấy nhận được tin, cô ấy đã đi đến cửa sổ
at the window she held a rare singing bird
ở cửa sổ cô ấy cầm một con chim hót quý hiếm
the bird was held captive in a golden cage
con chim bị nhốt trong một cái lồng vàng
She opened the door of the cage
Cô ấy mở cửa lồng
she took the bird out and let it fly
cô ấy lấy con chim ra và thả nó bay
For a long time, she gazed after it
Trong một thời gian dài, cô ấy nhìn theo nó
From this day on, she received no more visitors
Từ ngày đó trở đi, cô không còn nhận được thêm khách viếng thăm nào nữa.
and she kept her house locked
và cô ấy giữ ngôi nhà của mình khóa chặt
But after some time, she became aware that she was pregnant
Nhưng sau một thời gian, cô ấy nhận ra mình đã mang thai

she was pregnant from the last time she was with Siddhartha
cô ấy đã mang thai từ lần cuối cùng cô ấy ở với Siddhartha

By the River
Bên bờ sông

Siddhartha walked through the forest
Siddhartha đi bộ qua khu rừng
he was already far from the city
anh ấy đã đi xa khỏi thành phố rồi
and he knew nothing but one thing
và anh ta không biết gì ngoài một điều
there was no going back for him
không có đường quay lại cho anh ta
the life that he had lived for many years was over
cuộc sống mà anh ấy đã sống trong nhiều năm đã kết thúc
he had tasted all of this life
anh ấy đã nếm trải tất cả cuộc sống này
he had sucked everything out of this life
anh ta đã hút hết mọi thứ ra khỏi cuộc sống này
until he was disgusted with it
cho đến khi anh ta ghê tởm nó
the singing bird he had dreamt of was dead
con chim biết hót mà anh mơ thấy đã chết
and the bird in his heart was dead too
và con chim trong tim anh cũng đã chết
he had been deeply entangled in Sansara
anh ấy đã bị vướng sâu vào Sansara
he had sucked up disgust and death into his body
anh ta đã hấp thụ sự ghê tởm và cái chết vào cơ thể mình
like a sponge sucks up water until it is full
giống như một miếng bọt biển hút nước cho đến khi đầy
he was full of misery and death
anh ấy đầy đau khổ và chết chóc
there was nothing left in this world which could have attracted him
không còn gì trên thế giới này có thể thu hút anh ấy
nothing could have given him joy or comfort

không có gì có thể mang lại cho anh ấy niềm vui hay sự thoải mái

he passionately wished to know nothing about himself anymore

anh ấy tha thiết muốn không biết gì về bản thân mình nữa

he wanted to have rest and be dead

anh ấy muốn được nghỉ ngơi và chết

he wished there was a lightning-bolt to strike him dead!

anh ta ước gì có một tia sét đánh chết anh ta!

If there only was a tiger to devour him!

Giá như có một con hổ đến ăn thịt anh ta!

If there only was a poisonous wine which would numb his senses

Giá như có một loại rượu độc có thể làm tê liệt các giác quan của anh ấy

a wine which brought him forgetfulness and sleep

một loại rượu mang lại cho anh ta sự lãng quên và giấc ngủ

a wine from which he wouldn't awake from

một loại rượu mà anh ấy không muốn tỉnh dậy

Was there still any kind of filth he had not soiled himself with?

Còn có thứ bẩn thỉu nào mà anh chưa làm bẩn mình không?

was there a sin or foolish act he had not committed?

Có tội lỗi hay hành động ngu ngốc nào mà anh ta chưa phạm phải không?

was there a dreariness of the soul he didn't know?

Có phải có một nỗi buồn tẻ nào đó trong tâm hồn mà anh không biết?

was there anything he had not brought upon himself?

có điều gì mà anh ấy không tự chuốc lấy không?

Was it still at all possible to be alive?

Liệu con người có thể còn sống được nữa không?

Was it possible to breathe in again and again?

Liệu có thể hít vào liên tục được không?

Could he still breathe out?

Liệu anh ấy vẫn có thể thở ra được không?

was he able to bear hunger?
Liệu anh ta có thể chịu được cơn đói không?
was there any way to eat again?
Có cách nào để ăn lại không?
was it possible to sleep again?
Tôi có thể ngủ lại được không?
could he sleep with a woman again?
anh ấy có thể ngủ với một người phụ nữ nữa không?
had this cycle not exhausted itself?
chu kỳ này chưa tự nó kết thúc sao?
were things not brought to their conclusion?
mọi việc chưa đi đến hồi kết sao?

Siddhartha reached the large river in the forest
Siddhartha đã đến con sông lớn trong rừng
it was the same river he crossed when he had still been a young man
đó là con sông mà anh ấy đã băng qua khi anh ấy vẫn còn là một thanh niên
it was the same river he crossed from the town of Gotama
đó là con sông mà ông đã băng qua từ thị trấn Gotama
he remembered a ferryman who had taken him over the river
anh ấy nhớ lại người lái đò đã đưa anh qua sông
By this river he stopped, and hesitantly he stood at the bank
Bên bờ sông này, anh dừng lại và ngập ngừng đứng ở bờ
Tiredness and hunger had weakened him
Sự mệt mỏi và đói đã làm anh ta yếu đi
"what should I walk on for?"
"Tôi nên bước đi vì điều gì?"
"to what goal was there left to go?"
"Còn mục tiêu nào để hướng tới nữa?"
No, there were no more goals
Không, không còn mục tiêu nào nữa
there was nothing left but a painful yearning to shake off this dream

không còn gì ngoài nỗi khao khát đau đớn muốn rũ bỏ giấc mơ này

he yearned to spit out this stale wine
anh ta khao khát nhổ ra thứ rượu cũ này

he wanted to put an end to this miserable and shameful life
anh ấy muốn chấm dứt cuộc sống khốn khổ và đáng xấu hổ này

a coconut-tree bent over the bank of the river
một cây dừa cong xuống bờ sông

Siddhartha leaned against its trunk with his shoulder
Siddhartha dựa vai vào thân cây

he embraced the trunk with one arm
anh ấy ôm chặt thân cây bằng một cánh tay

and he looked down into the green water
và anh nhìn xuống mặt nước xanh

the water ran under him
nước chảy dưới chân anh ấy

he looked down and found himself to be entirely filled with the wish to let go
anh nhìn xuống và thấy mình hoàn toàn tràn ngập mong muốn buông bỏ

he wanted to drown in these waters
anh ấy muốn chết đuối trong vùng nước này

the water reflected a frightening emptiness back at him
mặt nước phản chiếu một sự trống rỗng đáng sợ trở lại anh ta

the water answered to the terrible emptiness in his soul
nước đã trả lời cho sự trống rỗng khủng khiếp trong tâm hồn anh ta

Yes, he had reached the end
Vâng, anh ấy đã đến đích

There was nothing left for him, except to annihilate himself
Không còn gì cho anh ta nữa, ngoại trừ việc tự hủy diệt mình

he wanted to smash the failure into which he had shaped his life
anh ấy muốn đập tan sự thất bại mà anh ấy đã định hình cuộc đời mình

he wanted to throw his life before the feet of mockingly laughing gods
anh ta muốn ném cuộc đời mình trước chân các vị thần đang cười nhạo
This was the great vomiting he had longed for; death
Đây là cơn nôn mửa khủng khiếp mà anh ta mong muốn; cái chết
the smashing to bits of the form he hated
sự đập tan thành từng mảnh của hình dạng mà anh ta ghét
Let him be food for fishes and crocodiles
Hãy để anh ta trở thành thức ăn cho cá và cá sấu
Siddhartha the dog, a lunatic
Siddhartha con chó, một kẻ điên
a depraved and rotten body; a weakened and abused soul!
một cơ thể đồi trụy và thối nát; một tâm hồn yếu đuối và bị ngược đãi!
let him be chopped to bits by the daemons
hãy để cho bọn quỷ dữ chặt anh ta thành từng mảnh
With a distorted face, he stared into the water
Với khuôn mặt méo mó, anh nhìn chằm chằm vào mặt nước
he saw the reflection of his face and spat at it
anh ta nhìn thấy hình ảnh phản chiếu của khuôn mặt mình và khạc nhổ vào nó
In deep tiredness, he took his arm away from the trunk of the tree
Trong cơn mệt mỏi tột độ, anh ta nhấc cánh tay ra khỏi thân cây
he turned a bit, in order to let himself fall straight down
anh ta quay lại một chút để có thể ngã thẳng xuống
in order to finally drown in the river
để cuối cùng chết đuối trong dòng sông
With his eyes closed, he slipped towards death
Với đôi mắt nhắm nghiền, anh ta trượt về phía cái chết
Then, out of remote areas of his soul, a sound stirred up
Sau đó, từ nơi xa xôi của tâm hồn anh, một âm thanh vang lên
a sound stirred up out of past times of his now weary life

một âm thanh được khơi dậy từ quá khứ của cuộc sống mệt mỏi hiện tại của anh ấy

It was a singular word, a single syllable
Đó là một từ đơn lẻ, một âm tiết đơn

without thinking he spoke the voice to himself
không suy nghĩ anh ta nói giọng nói đó với chính mình

he slurred the beginning and the end of all prayers of the Brahmans
ông ta đã nói sai phần đầu và phần cuối của tất cả những lời cầu nguyện của các Bà-la-môn

he spoke the holy Om
ông ấy đã nói câu Om thánh thiện

"that what is perfect" or "the completion"
"điều đó là hoàn hảo" hoặc "sự hoàn thành"

And in the moment he realized the foolishness of his actions
Và ngay lúc đó anh nhận ra sự ngu ngốc trong hành động của mình

the sound of Om touched Siddhartha's ear
âm thanh của Om chạm đến tai Siddhartha

his dormant spirit suddenly woke up
tinh thần đang ngủ yên của anh ấy đột nhiên thức dậy

Siddhartha was deeply shocked
Siddhartha đã vô cùng kinh ngạc

he saw this was how things were with him
anh ấy thấy mọi chuyện diễn ra như thế này với anh ấy

he was so doomed that he had been able to seek death
anh ta đã quá tuyệt vọng đến nỗi anh ta đã có thể tìm đến cái chết

he had lost his way so much that he wished the end
anh ấy đã lạc đường quá nhiều đến nỗi anh ấy mong muốn kết thúc

the wish of a child had been able to grow in him
mong muốn của một đứa trẻ đã có thể lớn lên trong anh ấy

he had wished to find rest by annihilating his body!
anh ta đã muốn tìm sự nghỉ ngơi bằng cách hủy diệt cơ thể mình!

all the agony of recent times
tất cả những đau khổ của thời gian gần đây
all sobering realizations that his life had created
tất cả những nhận thức tinh táo mà cuộc sống của anh đã tạo ra
all the desperation that he had felt
tất cả sự tuyệt vọng mà anh ấy đã cảm thấy
these things did not bring about this moment
những điều này không mang lại khoảnh khắc này
when the Om entered his consciousness he became aware of himself
khi Om đi vào ý thức của anh ấy, anh ấy đã nhận thức được chính mình
he realized his misery and his error
anh ấy nhận ra sự đau khổ và lỗi lầm của mình
Om! he spoke to himself
Ồ! anh ấy nói với chính mình
Om! and again he knew about Brahman
Om! và một lần nữa ông biết về Brahman
Om! he knew about the indestructibility of life
Ồ! anh ấy biết về sự bất diệt của cuộc sống
Om! he knew about all that is divine, which he had forgotten
Ồ! Anh ấy biết về tất cả những gì thiêng liêng, mà anh ấy đã quên mất
But this was only a moment that flashed before him
Nhưng đây chỉ là khoảnh khắc thoáng qua trước mắt anh
By the foot of the coconut-tree, Siddhartha collapsed
Dưới gốc cây dừa, Siddhartha ngã gục
he was struck down by tiredness
anh ấy đã bị đánh gục bởi sự mệt mỏi
mumbling "Om", he placed his head on the root of the tree
lẩm bẩm "Om", anh ta tựa đầu vào gốc cây
and he fell into a deep sleep
và anh ấy chìm vào giấc ngủ sâu
Deep was his sleep, and without dreams

Giấc ngủ của anh sâu và không có giấc mơ
for a long time he had not known such a sleep any more
trong một thời gian dài anh đã không còn biết đến giấc ngủ như thế nữa

When he woke up after many hours, he felt as if ten years had passed
Khi anh tỉnh dậy sau nhiều giờ, anh cảm thấy như thể mười năm đã trôi qua
he heard the water quietly flowing
anh ấy nghe thấy tiếng nước chảy lặng lẽ
he did not know where he was
anh ấy không biết anh ấy đang ở đâu
and he did not know who had brought him here
và anh ta không biết ai đã đưa anh ta đến đây
he opened his eyes and looked with astonishment
anh ấy mở mắt và nhìn với vẻ ngạc nhiên
there were trees and the sky above him
có những cái cây và bầu trời phía trên anh ta
he remembered where he was and how he got here
anh ấy nhớ mình đang ở đâu và làm sao anh ấy đến được đây
But it took him a long while for this
Nhưng anh ấy đã mất một thời gian dài để làm điều này
the past seemed to him as if it had been covered by a veil
quá khứ dường như với anh ta như thể nó đã được che phủ bởi một tấm màn
infinitely distant, infinitely far away, infinitely meaningless
vô cùng xa xôi, vô cùng xa xôi, vô cùng vô nghĩa
He only knew that his previous life had been abandoned
Anh chỉ biết rằng cuộc sống trước đây của anh đã bị bỏ rơi
this past life seemed to him like a very old, previous incarnation
kiếp trước này đối với anh dường như là một kiếp trước rất cũ
this past life felt like a pre-birth of his present self
kiếp trước này giống như một sự tái sinh của chính anh hiện tại

full of disgust and wretchedness, he had intended to throw his life away
đầy sự ghê tởm và khốn khổ, anh ta đã định vứt bỏ cuộc sống của mình
he had come to his senses by a river, under a coconut-tree
anh ta đã tỉnh lại bên bờ sông, dưới một cây dừa
the holy word "Om" was on his lips
từ thánh "Om" ở trên môi anh ấy
he had fallen asleep and had now woken up
anh ấy đã ngủ thiếp đi và bây giờ đã thức dậy
he was looking at the world as a new man
anh ấy đang nhìn thế giới như một con người mới
Quietly, he spoke the word "Om" to himself
Anh ấy lặng lẽ nói từ "Om" với chính mình
the "Om" he was speaking when he had fallen asleep
tiếng "Om" mà anh ấy nói khi anh ấy ngủ thiếp đi
his sleep felt like nothing more than a long meditative recitation of "Om"
giấc ngủ của anh ấy chẳng khác gì một bài tụng niệm dài dòng "Om"
all his sleep had been a thinking of "Om"
tất cả giấc ngủ của anh ấy đều là suy nghĩ về "Om"
a submergence and complete entering into "Om"
sự chìm đắm và hoàn toàn đi vào "Om"
a going into the perfected and completed
một sự đi vào sự hoàn thiện và trọn vẹn
What a wonderful sleep this had been!
Thật là một giấc ngủ tuyệt vời!
he had never before been so refreshed by sleep
anh ấy chưa bao giờ được sảng khoái như vậy khi ngủ
Perhaps, he really had died
Có lẽ, anh ấy thực sự đã chết
maybe he had drowned and was reborn in a new body?
có lẽ anh ấy đã chết đuối và được tái sinh trong một cơ thể mới?
But no, he knew himself and who he was

Nhưng không, anh biết mình và anh là ai
he knew his hands and his feet
anh ấy biết tay và chân của mình
he knew the place where he lay
anh ấy biết nơi anh ấy nằm
he knew this self in his chest
anh ấy biết bản thân này trong lồng ngực mình
Siddhartha the eccentric, the weird one
Siddhartha lập dị, kỳ lạ
but this Siddhartha was nevertheless transformed
nhưng Siddhartha này vẫn được biến đổi
he was strangely well rested and awake
anh ấy đã nghỉ ngơi và tỉnh táo một cách kỳ lạ
and he was joyful and curious
và anh ấy vui vẻ và tò mò

Siddhartha straightened up and looked around
Siddhartha đứng thẳng dậy và nhìn quanh
then he saw a person sitting opposite to him
sau đó anh ta nhìn thấy một người ngồi đối diện với anh ta
a monk in a yellow robe with a shaven head
một nhà sư mặc áo choàng vàng với đầu cạo trọc
he was sitting in the position of pondering
anh ấy đang ngồi ở tư thế suy ngẫm
He observed the man, who had neither hair on his head nor a beard
Anh ta quan sát người đàn ông, người không có tóc trên đầu cũng không có râu
he had not observed him for long when he recognised this monk
anh ta đã không quan sát anh ta lâu khi anh ta nhận ra nhà sư này
it was Govinda, the friend of his youth
đó là Govinda, người bạn thời trẻ của anh ấy
Govinda, who had taken his refuge with the exalted Buddha
Govinda, người đã quy y với Đức Phật cao quý

Like Siddhartha, Govinda had also aged
Giống như Siddhartha, Govinda cũng đã già đi
but his face still bore the same features
nhưng khuôn mặt anh vẫn mang những nét giống vậy
his face still expressed zeal and faithfulness
khuôn mặt anh vẫn còn biểu lộ sự nhiệt thành và lòng trung thành
you could see he was still searching, but timidly
bạn có thể thấy anh ấy vẫn đang tìm kiếm, nhưng một cách rụt rè
Govinda sensed his gaze, opened his eyes, and looked at him
Govinda cảm nhận được ánh mắt của anh, mở mắt ra và nhìn anh.
Siddhartha saw that Govinda did not recognise him
Siddhartha thấy Govinda không nhận ra mình
Govinda was happy to find him awake
Govinda rất vui mừng khi thấy anh ấy tỉnh dậy
apparently, he had been sitting here for a long time
Có vẻ như anh ấy đã ngồi ở đây một thời gian dài
he had been waiting for him to wake up
anh ấy đã đợi anh ấy thức dậy
he waited, although he did not know him
anh ấy đã chờ đợi, mặc dù anh ấy không biết anh ấy
"I have been sleeping" said Siddhartha
"Tôi đã ngủ rồi" Siddhartha nói
"How did you get here?"
"Làm sao bạn đến được đây?"
"You have been sleeping" answered Govinda
"Bạn đã ngủ" Govinda trả lời
"It is not good to be sleeping in such places"
"Ngủ ở những nơi như thế này không tốt đâu"
"snakes and the animals of the forest have their paths here"
"rắn và các loài động vật trong rừng có đường đi ở đây"
"I, oh sir, am a follower of the exalted Gotama"
"Thưa ngài, tôi là đệ tử của đức Gotama cao quý"

"I was on a pilgrimage on this path"
"Tôi đang hành hương trên con đường này"
"I saw you lying and sleeping in a place where it is dangerous to sleep"
"Tôi thấy anh nằm ngủ ở một nơi rất nguy hiểm"
"Therefore, I sought to wake you up"
"Vì vậy, tôi đã tìm cách đánh thức bạn dậy"
"but I saw that your sleep was very deep"
"nhưng tôi thấy giấc ngủ của anh rất sâu"
"so I stayed behind from my group"
"vậy nên tôi ở lại phía sau nhóm của tôi"
"and I sat with you until you woke up"
"và tôi ngồi với em cho đến khi em tỉnh dậy"
"And then, so it seems, I have fallen asleep myself"
"Và rồi, có vẻ như chính tôi cũng đã ngủ thiếp đi"
"I, who wanted to guard your sleep, fell asleep"
"Tôi, người muốn bảo vệ giấc ngủ của bạn, đã ngủ quên"
"Badly, I have served you"
"Tôi đã phục vụ anh tệ lắm"
"tiredness had overwhelmed me"
"Sự mệt mỏi đã chế ngự tôi"
"But since you're awake, let me go to catch up with my brothers"
"Nhưng vì anh đã tỉnh rồi, để em đi đón anh em em nhé"
"I thank you, Samana, for watching out over my sleep" spoke Siddhartha
"Tôi cảm ơn Samana đã chăm sóc giấc ngủ của tôi" Siddhartha nói
"You're friendly, you followers of the exalted one"
"Các ngươi thân thiện, hỡi những người theo đấng tối cao"
"Now you may go to them"
"Bây giờ bạn có thể đến gặp họ"
"I'm going, sir. May you always be in good health"
"Tôi đi đây, thưa ngài. Chúc ngài luôn mạnh khỏe"
"I thank you, Samana"
"Tôi cảm ơn cô, Samana"

Govinda made the gesture of a salutation and said "Farewell"
Govinda làm động tác chào và nói "Tạm biệt"
"Farewell, Govinda" said Siddhartha
"Tạm biệt, Govinda" Siddhartha nói
The monk stopped as if struck by lightning
Nhà sư dừng lại như bị sét đánh
"Permit me to ask, sir, from where do you know my name?"
"Xin cho tôi hỏi, thưa ông, làm sao ông biết tên tôi?"
Siddhartha smiled, "I know you, oh Govinda, from your father's hut"
Siddhartha mỉm cười, "Tôi biết anh, Govinda, từ túp lều của cha anh"
"and I know you from the school of the Brahmans"
"và tôi biết anh từ trường phái Bà La Môn"
"and I know you from the offerings"
"và tôi biết bạn từ những lễ vật"
"and I know you from our walk to the Samanas"
"và tôi biết bạn từ chuyến đi bộ của chúng ta đến Samanas"
"and I know you from when you took refuge with the exalted one"
"và ta biết ngươi từ khi ngươi nương náu nơi Đấng cao cả"
"You're Siddhartha," Govinda exclaimed loudly, "Now, I recognise you"
"Ngươi là Siddhartha," Govinda kêu lên lớn, "Bây giờ, ta nhận ra ngươi"
"I don't comprehend how I couldn't recognise you right away"
"Tôi không hiểu tại sao tôi lại không thể nhận ra anh ngay lập tức"
"Siddhartha, my joy is great to see you again"
"Siddhartha, tôi rất vui mừng khi được gặp lại anh"
"It also gives me joy, to see you again" spoke Siddhartha
"Tôi cũng rất vui khi được gặp lại anh" Siddhartha nói
"You've been the guard of my sleep"
"Anh đã là người bảo vệ giấc ngủ của em"

"again, I thank you for this"
"một lần nữa, tôi cảm ơn bạn vì điều này"
"but I wouldn't have required any guard"
"nhưng tôi không cần bất kỳ người bảo vệ nào"
"Where are you going to, oh friend?"
"Bạn định đi đâu thế, bạn tôi?"
"I'm going nowhere," answered Govinda
"Tôi sẽ không đi đâu cả," Govinda trả lời
"We monks are always travelling"
"Chúng tôi, những nhà sư, luôn luôn du hành"
"whenever it is not the rainy season, we move from one place to another"
"Bất cứ khi nào không phải mùa mưa, chúng tôi di chuyển từ nơi này đến nơi khác"
"we live according to the rules of the teachings passed on to us"
"Chúng tôi sống theo những quy tắc của giáo lý được truyền lại cho chúng tôi"
"we accept alms, and then we move on"
"Chúng tôi nhận của bố thí, và sau đó chúng tôi tiếp tục"
"It is always like this"
"Luôn luôn như thế này"
"But you, Siddhartha, where are you going to?"
"Nhưng hỡi Siddhartha, con sẽ đi đâu?"
"for me it is as it is with you"
"Với tôi thì cũng giống như với bạn vậy"
"I'm going nowhere; I'm just travelling"
"Tôi không đi đâu cả; tôi chỉ đang đi du lịch"
"I'm also on a pilgrimage"
"Tôi cũng đang đi hành hương"
Govinda spoke "You say you're on a pilgrimage, and I believe you"
Govinda nói "Bạn nói bạn đang hành hương, và tôi tin bạn"
"But, forgive me, oh Siddhartha, you do not look like a pilgrim"

"Nhưng, xin hãy tha thứ cho tôi, hỡi Siddhartha, trông anh không giống một người hành hương"

"You're wearing a rich man's garments"

"Bạn đang mặc quần áo của người giàu có"

"you're wearing the shoes of a distinguished gentleman"

"bạn đang đi đôi giày của một quý ông lịch lãm"

"and your hair, with the fragrance of perfume, is not a pilgrim's hair"

"và mái tóc của em, với hương thơm của nước hoa, không phải là mái tóc của người hành hương"

"you do not have the hair of a Samana"

"Bạn không có mái tóc của một Samana"

"you are right, my dear"

"Em nói đúng đấy, em yêu"

"you have observed things well"

"bạn đã quan sát mọi thứ rất tốt"

"your keen eyes see everything"

"đôi mắt tinh tường của bạn nhìn thấy mọi thứ"

"But I haven't said to you that I was a Samana"

"Nhưng tôi chưa nói với anh rằng tôi là một Sa Môn"

"I said I'm on a pilgrimage"

"Tôi đã nói là tôi đang đi hành hương"

"And so it is, I'm on a pilgrimage"

"Và thế là tôi đang trên đường hành hương"

"You're on a pilgrimage" said Govinda

"Bạn đang đi hành hương" Govinda nói

"But few would go on a pilgrimage in such clothes"

"Nhưng ít ai đi hành hương trong những bộ quần áo như thế"

"few would pilger in such shoes"

"ít ai đi giày như thế này"

"and few pilgrims have such hair"

"và ít người hành hương nào có mái tóc như vậy"

"I have never met such a pilgrim"

"Tôi chưa bao giờ gặp một người hành hương nào như vậy"

"and I have been a pilgrim for many years"

"và tôi đã là một người hành hương trong nhiều năm"

"I believe you, my dear Govinda"
"Tôi tin em, Govinda thân yêu của tôi"
"But now, today, you've met a pilgrim just like this"
"Nhưng bây giờ, hôm nay, bạn đã gặp một người hành hương như thế này"
"a pilgrim wearing these kinds of shoes and garment"
"một người hành hương mang những loại giày và trang phục này"
"Remember, my dear, the world of appearances is not eternal"
"Hãy nhớ nhé, em yêu, thế giới của sự xuất hiện không phải là vĩnh cửu"
"our shoes and garments are anything but eternal"
"giày dép và quần áo của chúng ta không có gì là vĩnh cửu"
"our hair and bodies are not eternal either"
"Tóc và cơ thể của chúng ta cũng không phải là vĩnh cửu"
I'm wearing a rich man's clothes"
Tôi đang mặc quần áo của một người đàn ông giàu có"
"you've seen this quite right"
"bạn đã thấy điều này khá đúng"
"I'm wearing them, because I have been a rich man"
"Tôi mặc chúng vì tôi là người giàu có"
"and I'm wearing my hair like the worldly and lustful people"
"và tôi đang để tóc giống như những người thế gian và dâm dục"
"because I have been one of them"
"vì tôi đã từng là một trong số họ"
"And what are you now, Siddhartha?" Govinda asked
"Vậy bây giờ anh là gì, Siddhartha?" Govinda hỏi.
"I don't know it, just like you"
"Tôi không biết điều đó, giống như bạn vậy"
"I was a rich man, and now I am not a rich man anymore"
"Tôi đã từng là một người giàu có, và bây giờ tôi không còn là một người giàu có nữa"
"and what I'll be tomorrow, I don't know"

"và ngày mai tôi sẽ thế nào, tôi không biết"

"You've lost your riches?" asked Govinda

"Anh đã mất hết của cải rồi à?" Govinda hỏi.

"I've lost my riches, or they have lost me"

"Tôi đã mất hết của cải, hoặc họ đã mất tôi"

"My riches somehow happened to slip away from me"

"Của cải của tôi bằng cách nào đó đã tuột khỏi tay tôi"

"The wheel of physical manifestations is turning quickly, Govinda"

"Bánh xe của những biểu hiện vật chất đang quay nhanh, Govinda"

"Where is Siddhartha the Brahman?"

"Tất Đạt Đa, người Bà La Môn, ở đâu?"

"Where is Siddhartha the Samana?"

"Sa-môn Siddhartha ở đâu?"

"Where is Siddhartha the rich man?"

"Người giàu có Siddhartha ở đâu?"

"Non-eternal things change quickly, Govinda, you know it"

"Những thứ không vĩnh cửu thay đổi rất nhanh, Govinda, anh biết mà"

Govinda looked at the friend of his youth for a long time

Govinda nhìn người bạn thời trẻ của mình một lúc lâu

he looked at him with doubt in his eyes

anh ta nhìn anh ta với vẻ nghi ngờ trong mắt

After that, he gave him the salutation which one would use on a gentleman

Sau đó, ông ấy đưa cho anh ta lời chào mà người ta thường dùng với một quý ông.

and he went on his way, and continued his pilgrimage

và ông tiếp tục cuộc hành hương của mình

With a smiling face, Siddhartha watched him leave

Với khuôn mặt tươi cười, Siddhartha nhìn anh ta rời đi

he loved him still, this faithful, fearful man

anh vẫn yêu anh ấy, người đàn ông trung thành và đáng sợ này

how could he not have loved everybody and everything in this moment?
Làm sao anh ấy có thể không yêu mọi người và mọi vật vào khoảnh khắc này?
in the glorious hour after his wonderful sleep, filled with Om!
trong giờ phút vinh quang sau giấc ngủ tuyệt vời của Người, tràn ngập tiếng Om!
The enchantment, which had happened inside of him in his sleep
Sự mê hoặc đã xảy ra bên trong anh trong giấc ngủ
this enchantment was everything that he loved
sự mê hoặc này là tất cả những gì anh ấy yêu thích
he was full of joyful love for everything he saw
anh ấy tràn đầy tình yêu vui vẻ với mọi thứ anh ấy nhìn thấy
exactly this had been his sickness before
chính xác đây là căn bệnh của anh ấy trước đây
he had not been able to love anybody or anything
anh ấy không thể yêu bất cứ ai hay bất cứ điều gì
With a smiling face, Siddhartha watched the leaving monk
Với khuôn mặt tươi cười, Siddhartha nhìn nhà sư rời đi

The sleep had strengthened him a lot
Giấc ngủ đã làm anh ấy mạnh mẽ hơn rất nhiều
but hunger gave him great pain
nhưng cơn đói đã làm anh đau đớn vô cùng
by now he had not eaten for two days
đến giờ anh ấy đã không ăn gì trong hai ngày
the times were long past when he could resist such hunger
thời gian đã qua lâu rồi khi anh ta có thể chống lại cơn đói như vậy
With sadness, and yet also with a smile, he thought of that time
Với nỗi buồn, nhưng cũng với nụ cười, anh nghĩ về thời gian đó

In those days, so he remembered, he had boasted of three things to Kamala
Vào những ngày đó, anh nhớ lại, anh đã khoe khoang với Kamala ba điều
he had been able to do three noble and undefeatable feats
anh ấy đã có thể thực hiện được ba chiến công cao quý và bất khả chiến bại
he was able to fast, wait, and think
anh ấy có thể nhịn ăn, chờ đợi và suy nghĩ
These had been his possessions; his power and strength
Đây là những tài sản của ông; sức mạnh và quyền lực của ông
in the busy, laborious years of his youth, he had learned these three feats
trong những năm tháng bận rộn, vất vả của tuổi trẻ, ông đã học được ba chiến công này
And now, his feats had abandoned him
Và bây giờ, chiến công của anh đã từ bỏ anh
none of his feats were his any more
không có chiến công nào của anh ấy là của anh ấy nữa
neither fasting, nor waiting, nor thinking
không nhịn ăn, không chờ đợi, không suy nghĩ
he had given them up for the most wretched things
anh ấy đã từ bỏ họ để làm những điều tồi tệ nhất
what is it that fades most quickly?
Cái gì phai nhạt nhanh nhất?
sensual lust, the good life, and riches!
ham muốn nhục dục, cuộc sống sung túc và giàu có!
His life had indeed been strange
Cuộc sống của anh thực sự kỳ lạ
And now, so it seemed, he had really become a childlike person
Và bây giờ, có vẻ như anh ấy thực sự đã trở thành một người trẻ con
Siddhartha thought about his situation
Siddhartha nghĩ về hoàn cảnh của mình
Thinking was hard for him now

Bây giờ việc suy nghĩ thật khó khăn với anh ấy
he did not really feel like thinking
anh ấy thực sự không muốn suy nghĩ
but he forced himself to think
nhưng anh ấy buộc mình phải suy nghĩ
"all these most easily perishing things have slipped from me"
"tất cả những thứ dễ hư hỏng nhất này đã tuột khỏi tay tôi"
"again, now I'm standing here under the sun"
"Lần nữa, bây giờ tôi đang đứng đây dưới ánh mặt trời"
"I am standing here just like a little child"
"Tôi đứng đây như một đứa trẻ"
"nothing is mine, I have no abilities"
"không có gì là của tôi, tôi không có khả năng"
"there is nothing I could bring about"
"không có gì tôi có thể mang lại"
"I have learned nothing from my life"
"Tôi chẳng học được gì từ cuộc sống của mình"
"How wondrous all of this is!"
"Tất cả những điều này thật kỳ diệu!"
"it's wondrous that I'm no longer young"
"Thật kỳ diệu khi tôi không còn trẻ nữa"
"my hair is already half gray and my strength is fading"
"Tóc tôi đã bạc một nửa và sức lực của tôi đang suy yếu"
"and now I'm starting again at the beginning, as a child!"
"và bây giờ tôi lại bắt đầu lại từ đầu, như một đứa trẻ!"
Again, he had to smile to himself
Một lần nữa, anh phải mỉm cười với chính mình
Yes, his fate had been strange!
Đúng vậy, số phận của ông thật kỳ lạ!
Things were going downhill with him
Mọi thứ đang đi xuống với anh ấy
and now he was again facing the world naked and stupid
và bây giờ anh lại đối mặt với thế giới một cách trần trụi và ngu ngốc
But he could not feel sad about this

Nhưng anh không thể cảm thấy buồn về điều này
no, he even felt a great urge to laugh
không, anh ấy thậm chí còn cảm thấy một sự thôi thúc lớn lao muốn cười
he felt an urge to laugh about himself
anh ấy cảm thấy muốn cười về bản thân mình
he felt an urge to laugh about this strange, foolish world
anh ấy cảm thấy muốn cười về thế giới kỳ lạ, ngớ ngẩn này
"Things are going downhill with you!" he said to himself
"Mọi chuyện đang đi xuống với mày!" anh tự nhủ
and he laughed about his situation
và anh ấy cười về hoàn cảnh của mình
as he was saying it he happened to glance at the river
khi anh ấy đang nói điều đó anh ấy tình cờ liếc nhìn dòng sông
and he also saw the river going downhill
và anh ấy cũng thấy dòng sông chảy xuống dốc
it was singing and being happy about everything
nó đang hát và vui vẻ về mọi thứ
He liked this, and kindly he smiled at the river
Ông thích điều này và mỉm cười hiền hậu với dòng sông
Was this not the river in which he had intended to drown himself?
Đây chẳng phải là con sông mà anh ta định trầm mình sao?
in past times, a hundred years ago
trong quá khứ, một trăm năm trước
or had he dreamed this?
hay anh ấy đã mơ thấy điều này?
"Wondrous indeed was my life" he thought
"Cuộc sống của tôi thật kỳ diệu" anh nghĩ
"my life has taken wondrous detours"
"cuộc sống của tôi đã có những bước ngoặt kỳ diệu"
"As a boy, I only dealt with gods and offerings"
"Khi còn nhỏ, tôi chỉ giao tiếp với các vị thần và lễ vật"
"As a youth, I only dealt with asceticism"
"Khi còn trẻ, tôi chỉ hành nghề khổ hạnh"

"I spent my time in thinking and meditation"
"Tôi dành thời gian để suy nghĩ và thiền định"
"I was searching for Brahman
"Tôi đang tìm kiếm Brahman
and I worshipped the eternal in the Atman"
"và tôi tôn thờ sự vĩnh hằng trong Atman"
"But as a young man, I followed the penitents"
"Nhưng khi còn trẻ, tôi đã theo những người ăn năn"
"I lived in the forest and suffered heat and frost"
"Tôi sống trong rừng và chịu đựng cái nóng và cái lạnh"
"there I learned how to overcome hunger"
"ở đó tôi đã học được cách vượt qua cơn đói"
"and I taught my body to become dead"
"và tôi đã dạy cơ thể mình trở nên chết"
"Wonderfully, soon afterwards, insight came towards me"
"Thật kỳ diệu, ngay sau đó, sự sáng suốt đã đến với tôi"
"insight in the form of the great Buddha's teachings"
"sự hiểu biết sâu sắc dưới hình thức giáo lý của Đức Phật vĩ đại"
"I felt the knowledge of the oneness of the world"
"Tôi cảm nhận được sự hiểu biết về tính thống nhất của thế giới"
"I felt it circling in me like my own blood"
"Tôi cảm thấy nó chảy trong tôi như máu của chính tôi"
"But I also had to leave Buddha and the great knowledge"
"Nhưng tôi cũng phải rời xa Đức Phật và tri thức vĩ đại"
"I went and learned the art of love with Kamala"
"Tôi đã đi và học nghệ thuật yêu đương với Kamala"
"I learned trading and business with Kamaswami"
"Tôi đã học buôn bán và kinh doanh với Kamaswami"
"I piled up money, and wasted it again"
"Tôi đã tích lũy tiền, và lại lãng phí nó"
"I learned to love my stomach and please my senses"
"Tôi đã học cách yêu dạ dày của mình và làm hài lòng các giác quan của mình"
"I had to spend many years losing my spirit"

"Tôi đã phải mất nhiều năm để đánh mất tinh thần của mình"
"and I had to unlearn thinking again"
"và tôi lại phải học cách quên đi suy nghĩ"
"there I had forgotten the oneness"
"ở đó tôi đã quên mất sự thống nhất"
"Isn't it just as if I had turned slowly from a man into a child"?
"Chẳng phải giống như tôi đã từ từ biến đổi từ một người đàn ông thành một đứa trẻ sao"?
"from a thinker into a childlike person"
"từ một nhà tư tưởng trở thành một người trẻ con"
"And yet, this path has been very good"
"Nhưng con đường này rất tốt"
"and yet, the bird in my chest has not died"
"và thế nhưng, con chim trong lồng ngực tôi vẫn chưa chết"
"what a path has this been!"
"Đây quả là một con đường tuyệt vời!"
"I had to pass through so much stupidity"
"Tôi đã phải trải qua quá nhiều sự ngu ngốc"
"I had to pass through so much vice"
"Tôi đã phải trải qua rất nhiều tệ nạn"
"I had to make so many errors"
"Tôi đã phải mắc rất nhiều lỗi"
"I had to feel so much disgust and disappointment"
"Tôi đã phải cảm thấy rất ghê tởm và thất vọng"
"I had to do all this to become a child again"
"Tôi đã phải làm tất cả những điều này để trở thành một đứa trẻ một lần nữa"
"and then I could start over again"
"và sau đó tôi có thể bắt đầu lại"
"But it was the right way to do it"
"Nhưng đó là cách đúng đắn để làm điều đó"
"my heart says yes to it and my eyes smile to it"
"trái tim tôi nói đồng ý và đôi mắt tôi mỉm cười với nó"
"I've had to experience despair"
"Tôi đã phải trải qua sự tuyệt vọng"

"I've had to sink down to the most foolish of all thoughts"
"Tôi đã phải chìm xuống với những suy nghĩ ngớ ngẩn nhất"
"I've had to think to the thoughts of suicide"
"Tôi đã phải nghĩ đến ý định tự tử"
"only then would I be able to experience divine grace"
"chỉ khi đó tôi mới có thể trải nghiệm được ân sủng của Chúa"
"only then could I hear Om again"
"chỉ khi đó tôi mới có thể nghe thấy Om lần nữa"
"only then would I be able to sleep properly and awake again"
"chỉ khi đó tôi mới có thể ngủ ngon và thức dậy trở lại"
"I had to become a fool, to find Atman in me again"
"Tôi phải trở thành một kẻ ngốc để tìm lại Atman trong tôi"
"I had to sin, to be able to live again"
"Tôi phải phạm tội để có thể sống lại"
"Where else might my path lead me to?"
"Con đường của tôi còn có thể dẫn tôi đến đâu nữa?"
"It is foolish, this path, it moves in loops"
"Thật ngu ngốc, con đường này, nó di chuyển theo vòng lặp"
"perhaps it is going around in a circle"
"có lẽ nó đang đi vòng tròn"
"Let this path go where it likes"
"Hãy để con đường này đi theo hướng nó muốn"
"where ever this path goes, I want to follow it"
"Bất cứ nơi nào con đường này dẫn đến, tôi muốn đi theo nó"
he felt joy rolling like waves in his chest
anh cảm thấy niềm vui dâng trào như sóng trong lồng ngực
he asked his heart, "from where did you get this happiness?"
Anh tự hỏi trái tim mình, "Ngươi lấy được hạnh phúc này từ đâu?"
"does it perhaps come from that long, good sleep?"
"có lẽ là do giấc ngủ dài và ngon đó chăng?"
"the sleep which has done me so much good"
"Giấc ngủ đã mang lại cho tôi rất nhiều điều tốt đẹp"
"or does it come from the word Om, which I said?"
"hay nó xuất phát từ chữ Om mà tôi đã nói?"

"Or does it come from the fact that I have escaped?"
"Hay là vì tôi đã trốn thoát?"
"does this happiness come from standing like a child under the sky?"
"Hạnh phúc này có phải đến từ việc đứng dưới bầu trời như một đứa trẻ không?"
"Oh how good is it to have fled"
"Ồ, thật tuyệt vời khi được trốn thoát"
"it is great to have become free!"
"Thật tuyệt vời khi được tự do!"
"How clean and beautiful the air here is"
"Không khí ở đây trong lành và đẹp quá"
"the air is good to breath"
"không khí trong lành để thở"
"where I ran away from everything smelled of ointments"
"nơi tôi chạy trốn mọi thứ đều có mùi thuốc mỡ"
"spices, wine, excess, sloth"
"gia vị, rượu, sự dư thừa, sự lười biếng"
"How I hated this world of the rich"
"Tôi ghét thế giới giàu có này biết bao"
"I hated those who revel in fine food and the gamblers!"
"Tôi ghét những kẻ đắm chìm trong đồ ăn ngon và cờ bạc!"
"I hated myself for staying in this terrible world for so long!
"Tôi ghét bản thân mình vì đã phải sống trong thế giới khủng khiếp này quá lâu!"
"I have deprived, poisoned, and tortured myself"
"Tôi đã tước đoạt, đầu độc và tra tấn chính mình"
"I have made myself old and evil!"
"Ta đã làm mình già nua và độc ác!"
"No, I will never again do the things I liked doing so much"
"Không, tôi sẽ không bao giờ làm lại những việc mà tôi từng thích làm nữa"
"I won't delude myself into thinking that Siddhartha was wise!"
"Tôi sẽ không tự lừa dối mình khi nghĩ rằng Siddhartha là người thông thái!"

"But this one thing I have done well"
"Nhưng có một điều tôi đã làm tốt"
"this I like, this I must praise"
"cái này tôi thích, cái này tôi phải khen"
"I like that there is now an end to that hatred against myself"
"Tôi thích rằng giờ đây sự căm ghét bản thân tôi đã chấm dứt"
"there is an end to that foolish and dreary life!"
"Cuộc sống buồn tẻ và ngu ngốc đó đã kết thúc rồi!"
"I praise you, Siddhartha, after so many years of foolishness"
"Tôi khen ngợi anh, Siddhartha, sau bao năm ngu ngốc"
"you have once again had an idea"
"bạn lại có một ý tưởng nữa"
"you have heard the bird in your chest singing"
"bạn đã nghe thấy tiếng chim hót trong lồng ngực mình"
"and you followed the song of the bird!"
"và bạn đã theo tiếng chim hót!"
with these thoughts he praised himself
với những suy nghĩ này anh ấy đã tự khen mình
he had found joy in himself again
anh ấy đã tìm thấy niềm vui trong chính mình một lần nữa
he listened curiously to his stomach rumbling with hunger
anh ta tò mò lắng nghe bụng mình đang cồn cào vì đói
he had tasted and spat out a piece of suffering and misery
anh ta đã nếm trải và nhổ ra một mảnh đau khổ và bất hạnh
in these recent times and days, this is how he felt
trong thời gian gần đây và những ngày này, đây là cảm giác của anh ấy
he had devoured it up to the point of desperation and death
anh ta đã ăn ngấu nghiến nó đến mức tuyệt vọng và chết
how everything had happened was good
mọi thứ đã xảy ra đều tốt đẹp
he could have stayed with Kamaswami for much longer
anh ấy có thể ở lại với Kamaswami lâu hơn nữa
he could have made more money, and then wasted it
anh ta có thể kiếm được nhiều tiền hơn, và sau đó lãng phí nó
he could have filled his stomach and let his soul die of thirst

anh ta có thể lấp đầy dạ dày và để tâm hồn mình chết khát
he could have lived in this soft upholstered hell much longer
anh ta có thể sống trong địa ngục mềm mại này lâu hơn nữa
if this had not happened, he would have continued this life
nếu điều này không xảy ra, anh ấy sẽ tiếp tục cuộc sống này
the moment of complete hopelessness and despair
khoảnh khắc tuyệt vọng và tuyệt vọng hoàn toàn
the most extreme moment when he hung over the rushing waters
khoảnh khắc cực đoan nhất khi anh ấy lơ lửng trên dòng nước chảy xiết
the moment he was ready to destroy himself
khoảnh khắc anh ấy đã sẵn sàng để tự hủy hoại mình
the moment he had felt this despair and deep disgust
khoảnh khắc anh ấy cảm thấy tuyệt vọng và ghê tởm sâu sắc này
he had not succumbed to it
anh ấy đã không khuất phục trước nó
the bird was still alive after all
cuối cùng thì con chim vẫn còn sống
this was why he felt joy and laughed
đây là lý do tại sao anh ấy cảm thấy vui vẻ và cười
this was why his face was smiling brightly under his hair
đây là lý do tại sao khuôn mặt anh ấy tươi cười rạng rỡ dưới mái tóc
his hair which had now turned gray
mái tóc của anh ấy giờ đã chuyển sang màu xám
"It is good," he thought, "to get a taste of everything for oneself"
"Thật tốt khi tự mình nếm trải mọi thứ", anh nghĩ.
"everything which one needs to know"
"mọi thứ mà người ta cần biết"
"lust for the world and riches do not belong to the good things"

"Lòng ham muốn thế gian và sự giàu có không thuộc về những điều tốt đẹp"
"I have already learned this as a child"
"Tôi đã học điều này khi còn nhỏ"
"I have known it for a long time"
"Tôi đã biết điều đó từ lâu rồi"
"but I hadn't experienced it until now"
"nhưng tôi chưa từng trải nghiệm điều đó cho đến bây giờ"
"And now that I I've experienced it I know it"
"Và bây giờ tôi đã trải nghiệm nó, tôi biết điều đó"
"I don't just know it in my memory, but in my eyes, heart, and stomach"
"Tôi không chỉ biết điều đó trong trí nhớ của mình, mà còn trong mắt, trong trái tim và trong dạ dày của tôi"
"it is good for me to know this!"
"Biết được điều này thật tốt cho tôi!"

For a long time, he pondered his transformation
Trong một thời gian dài, anh ấy đã suy ngẫm về sự biến đổi của mình
he listened to the bird, as it sang for joy
anh ấy lắng nghe con chim, khi nó hót vì vui mừng
Had this bird not died in him?
Con chim này chẳng phải đã chết trong anh sao?
had he not felt this bird's death?
chẳng lẽ anh ta không cảm nhận được cái chết của con chim này sao?
No, something else from within him had died
Không, có thứ gì đó khác bên trong anh đã chết
something which yearned to die had died
một cái gì đó mong muốn chết đã chết
Was it not this that he used to intend to kill?
Đây chẳng phải là điều anh ta từng có ý định giết sao?
Was it not his his small, frightened, and proud self that had died?

Chẳng phải bản thân nhỏ bé, sợ hãi và kiêu hãnh của ông đã chết rồi sao?

he had wrestled with his self for so many years
anh ấy đã đấu tranh với chính mình trong nhiều năm
the self which had defeated him again and again
cái bản ngã đã đánh bại anh ta hết lần này đến lần khác
the self which was back again after every killing
bản thân đã trở lại sau mỗi lần giết chóc
the self which prohibited joy and felt fear?
cái bản ngã ngăn cấm niềm vui và cảm thấy sợ hãi?
Was it not this self which today had finally come to its death?
Chẳng phải chính cái tôi này hôm nay đã đi đến cái chết sao?
here in the forest, by this lovely river
ở đây trong rừng, bên dòng sông xinh đẹp này
Was it not due to this death, that he was now like a child?
Chẳng phải vì cái chết này mà giờ đây anh trở nên như một đứa trẻ sao?
so full of trust and joy, without fear
rất đầy tin tưởng và vui vẻ, không sợ hãi
Now Siddhartha also got some idea of why he had fought this self in vain
Bây giờ Siddhartha cũng hiểu được lý do tại sao anh đã chiến đấu với bản ngã này một cách vô ích.
he knew why he couldn't fight his self as a Brahman
anh ấy biết tại sao anh ấy không thể chiến đấu với chính mình như một Brahman
Too much knowledge had held him back
Quá nhiều kiến thức đã kìm hãm anh ta
too many holy verses, sacrificial rules, and self-castigation
quá nhiều câu thánh ca, quy tắc hiến tế và tự trừng phạt
all these things held him back
tất cả những điều này đã kìm hãm anh ấy
so much doing and striving for that goal!
rất nhiều nỗ lực và phấn đấu vì mục tiêu đó!
he had been full of arrogance

anh ta đã đầy kiêu ngạo
he was always the smartest
anh ấy luôn là người thông minh nhất
he was always working the most
anh ấy luôn làm việc nhiều nhất
he had always been one step ahead of all others
anh ấy luôn đi trước mọi người một bước
he was always the knowing and spiritual one
anh ấy luôn là người hiểu biết và có tâm linh
he was always considered the priest or wise one
ông luôn được coi là một vị linh mục hoặc một người thông thái
his self had retreated into being a priest, arrogance, and spirituality
bản thân ông đã rút lui vào việc trở thành một linh mục, sự kiêu ngạo và tâm linh
there it sat firmly and grew all this time
nó ngồi vững ở đó và lớn lên trong suốt thời gian này
and he had thought he could kill it by fasting
và anh ta nghĩ rằng anh ta có thể giết nó bằng cách nhịn ăn
Now he saw his life as it had become
Bây giờ anh ấy thấy cuộc sống của mình như nó đã trở thành
he saw that the secret voice had been right
anh ấy thấy rằng giọng nói bí mật đã đúng
no teacher would ever have been able to bring about his salvation
không có giáo viên nào có thể mang lại sự cứu rỗi cho anh ta
Therefore, he had to go out into the world
Vì vậy, anh ấy phải đi ra thế giới
he had to lose himself to lust and power
anh ta phải đánh mất chính mình vì dục vọng và quyền lực
he had to lose himself to women and money
anh ấy đã phải đánh mất chính mình vì phụ nữ và tiền bạc
he had to become a merchant, a dice-gambler, a drinker
anh ta phải trở thành một thương gia, một người chơi xúc xắc, một người uống rượu

and he had to become a greedy person
và anh ta đã phải trở thành một người tham lam
he had to do this until the priest and Samana in him was dead
anh ta phải làm điều này cho đến khi vị linh mục và Samana trong anh ta chết
Therefore, he had to continue bearing these ugly years
Vì vậy, ông phải tiếp tục chịu đựng những năm tháng xấu xí này
he had to bear the disgust and the teachings
anh ta phải chịu đựng sự ghê tởm và những lời dạy bảo
he had to bear the pointlessness of a dreary and wasted life
anh ta phải chịu đựng sự vô nghĩa của một cuộc sống buồn tẻ và lãng phí
he had to conclude it up to its bitter end
anh ta phải kết thúc nó cho đến tận cùng
he had to do this until Siddhartha the lustful could also die
anh ta phải làm điều này cho đến khi Siddhartha dâm đãng cũng có thể chết
He had died and a new Siddhartha had woken up from the sleep
Ông đã chết và một Siddhartha mới đã thức dậy sau giấc ngủ
this new Siddhartha would also grow old
Siddhartha mới này cũng sẽ già đi
he would also have to die eventually
cuối cùng anh ta cũng phải chết
Siddhartha was still mortal, as is every physical form
Siddhartha vẫn còn là phàm nhân, giống như mọi hình thức vật chất khác
But today he was young and a child and full of joy
Nhưng hôm nay anh ấy còn trẻ và là một đứa trẻ và tràn đầy niềm vui
He thought these thoughts to himself
Anh ấy nghĩ những suy nghĩ này với chính mình
he listened with a smile to his stomach
anh ấy lắng nghe với một nụ cười trong bụng

he listened gratefully to a buzzing bee
anh ấy lắng nghe một cách biết ơn tiếng ong vo ve
Cheerfully, he looked into the rushing river
Anh ta vui vẻ nhìn xuống dòng sông đang chảy xiết
he had never before liked a water as much as this one
anh ấy chưa bao giờ thích một loại nước nào nhiều như thế này
he had never before perceived the voice so stronger
anh chưa bao giờ cảm nhận được giọng nói mạnh mẽ như vậy
he had never understood the parable of the moving water so strongly
anh ấy chưa bao giờ hiểu câu chuyện ngụ ngôn về dòng nước chuyển động một cách mạnh mẽ như vậy
he had never before noticed how beautifully the river moved
anh ấy chưa bao giờ nhận ra dòng sông chuyển động đẹp đến thế nào
It seemed to him, as if the river had something special to tell him
Với anh, dường như dòng sông có điều gì đó đặc biệt muốn nói với anh
something he did not know yet, which was still awaiting him
điều gì đó mà anh ấy vẫn chưa biết, điều đó vẫn đang chờ đợi anh ấy
In this river, Siddhartha had intended to drown himself
Ở dòng sông này, Siddhartha đã có ý định tự tử
in this river the old, tired, desperate Siddhartha had drowned today
trên dòng sông này, Siddhartha già nua, mệt mỏi và tuyệt vọng đã chết đuối ngày hôm nay
But the new Siddhartha felt a deep love for this rushing water
Nhưng Siddhartha mới cảm thấy một tình yêu sâu sắc cho dòng nước chảy xiết này
and he decided for himself, not to leave it very soon

và anh ấy đã tự quyết định, không rời khỏi đó quá sớm

The Ferryman
Người lái đò

"By this river I want to stay," thought Siddhartha
"Bên bờ sông này, tôi muốn ở lại", Siddhartha nghĩ.
"it is the same river which I have crossed a long time ago"
"đó là con sông mà tôi đã băng qua từ lâu rồi"
"I was on my way to the childlike people"
"Tôi đang trên đường đến với những con người trẻ thơ"
"a friendly ferryman had guided me across the river"
"một người lái đò thân thiện đã dẫn tôi qua sông"
"he is the one I want to go to"
"anh ấy là người tôi muốn đến"
"starting out from his hut, my path led me to a new life"
"Bắt đầu từ túp lều của mình, con đường của tôi đã dẫn tôi đến một cuộc sống mới"
"a path which had grown old and is now dead"
"một con đường đã cũ và giờ đã chết"
"my present path shall also take its start there!"
"con đường hiện tại của tôi cũng sẽ bắt đầu từ đó!"
Tenderly, he looked into the rushing water
Anh dịu dàng nhìn vào dòng nước chảy xiết
he looked into the transparent green lines the water drew
anh ấy nhìn vào những đường màu xanh trong suốt mà nước vẽ ra
the crystal lines of water were rich in secrets
những đường nét tinh thể của nước chứa đầy bí mật
he saw bright pearls rising from the deep
anh ấy nhìn thấy những viên ngọc trai sáng lấp lánh nổi lên từ sâu thẳm
quiet bubbles of air floating on the reflecting surface

những bong bóng không khí yên tĩnh trôi nổi trên bề mặt phản chiếu
the blue of the sky depicted in the bubbles
màu xanh của bầu trời được mô tả trong các bong bóng
the river looked at him with a thousand eyes
dòng sông nhìn anh bằng ngàn con mắt
the river had green eyes and white eyes
dòng sông có đôi mắt xanh và đôi mắt trắng
the river had crystal eyes and sky-blue eyes
dòng sông có đôi mắt trong như pha lê và đôi mắt xanh như bầu trời
he loved this water very much, it delighted him
anh ấy rất thích nước này, nó làm anh ấy thích thú
he was grateful to the water
anh ấy biết ơn nước
In his heart he heard the voice talking
Trong tim anh nghe thấy tiếng nói đang nói
"Love this water! Stay near it!"
"Thích nước này quá! Hãy ở gần nó!"
"Learn from the water!" his voice commanded him
"Hãy học từ nước!" giọng nói của anh ra lệnh cho anh ta
Oh yes, he wanted to learn from it
Ồ vâng, anh ấy muốn học hỏi từ nó
he wanted to listen to the water
anh ấy muốn lắng nghe tiếng nước
He who would understand this water's secrets
Người nào hiểu được bí mật của nguồn nước này
he would also understand many other things
anh ấy cũng sẽ hiểu nhiều điều khác nữa
this is how it seemed to him
đây là cách mà nó có vẻ như với anh ấy
But out of all secrets of the river, today he only saw one
Nhưng trong tất cả những bí mật của dòng sông, hôm nay anh chỉ nhìn thấy một
this secret touched his soul
bí mật này đã chạm đến tâm hồn anh ấy

this water ran and ran, incessantly
nước này chảy mãi không ngừng
the water ran, but nevertheless it was always there
nước chảy, nhưng dù sao nó vẫn luôn ở đó
the water always, at all times, was the same
nước luôn luôn, mọi lúc, đều giống nhau
and at the same time it was new in every moment
và đồng thời nó mới mẻ trong từng khoảnh khắc
he who could grasp this would be great
người nào có thể hiểu được điều này sẽ là người vĩ đại
but he didn't understand or grasp it
nhưng anh ta không hiểu hoặc nắm bắt được nó
he only felt some idea of it stirring
anh ấy chỉ cảm thấy một số ý tưởng của nó đang khuấy động
it was like a distant memory, a divine voices
nó giống như một ký ức xa xôi, một giọng nói thiêng liêng

Siddhartha rose as the workings of hunger in his body became unbearable
Siddhartha đứng dậy khi cơn đói trong cơ thể anh trở nên không thể chịu đựng được.
In a daze he walked further away from the city
Trong cơn choáng váng, anh bước đi xa dần khỏi thành phố
he walked up the river along the path by the bank
anh ấy đi bộ dọc theo con đường bên bờ sông
he listened to the current of the water
anh ấy lắng nghe dòng nước chảy
he listened to the rumbling hunger in his body
anh ấy lắng nghe cơn đói đang cồn cào trong cơ thể mình
When he reached the ferry, the boat was just arriving
Khi anh ta đến bến phà, thuyền vừa mới đến
the same ferryman who had once transported the young Samana across the river
cùng một người lái đò đã từng chở chàng Samana trẻ tuổi qua sông
he stood in the boat and Siddhartha recognised him

anh ấy đứng trên thuyền và Siddhartha nhận ra anh ấy
he had also aged very much
anh ấy cũng đã già đi rất nhiều
the ferryman was astonished to see such an elegant man walking on foot
người lái đò ngạc nhiên khi thấy một người đàn ông thanh lịch như vậy đi bộ
"Would you like to ferry me over?" he asked
"Anh có muốn chở tôi qua đó không?" anh hỏi.
he took him into his boat and pushed it off the bank
anh ta đưa anh ta vào thuyền và đẩy nó ra khỏi bờ
"It's a beautiful life you have chosen for yourself" the passenger spoke
"Đó là cuộc sống tươi đẹp mà bạn đã chọn cho mình" hành khách nói
"It must be beautiful to live by this water every day"
"Sống bằng nguồn nước này mỗi ngày hẳn là tuyệt vời"
"and it must be beautiful to cruise on it on the river"
"và chắc hẳn sẽ rất tuyệt khi được đi thuyền trên sông"
With a smile, the man at the oar moved from side to side
Với một nụ cười, người đàn ông chèo thuyền di chuyển từ bên này sang bên kia
"It is as beautiful as you say, sir"
"Nó đẹp như lời ngài nói, thưa ngài"
"But isn't every life and all work beautiful?"
"Nhưng chẳng phải mọi cuộc sống và mọi công việc đều đẹp sao?"
"This may be true" replied Siddhartha
"Điều này có thể đúng" Siddhartha trả lời
"But I envy you for your life"
"Nhưng tôi ghen tị với cuộc sống của anh"
"Ah, you would soon stop enjoying it"
"Ồ, bạn sẽ sớm ngừng thích nó thôi"
"This is no work for people wearing fine clothes"
"Đây không phải là công việc dành cho những người mặc quần áo đẹp"

Siddhartha laughed at the observation
Siddhartha cười trước lời nhận xét đó
"Once before, I have been looked upon today because of my clothes"
"Trước đây, tôi đã từng được mọi người chú ý đến hôm nay vì quần áo của tôi"
"I have been looked upon with distrust"
"Tôi đã bị nhìn với ánh mắt ngờ vực"
"they are a nuisance to me"
"họ làm phiền tôi"
"Wouldn't you, ferryman, like to accept these clothes"
"Anh lái đò ơi, anh có muốn nhận những bộ quần áo này không?"
"because you must know, I have no money to pay your fare"
"vì anh phải biết, tôi không có tiền để trả tiền vé cho anh"
"You're joking, sir," the ferryman laughed
"Ngài đang đùa đấy à, thưa ngài," người lái đò cười.
"I'm not joking, friend"
"Tôi không đùa đâu, bạn ạ"
"once before you have ferried me across this water in your boat"
"Trước kia anh đã từng đưa em qua vùng nước này bằng thuyền của anh"
"you did it for the immaterial reward of a good deed"
"bạn đã làm điều đó vì phần thưởng vô hình là một việc làm tốt"
"ferry me across the river and accept my clothes for it"
"đưa tôi qua sông và nhận quần áo của tôi"
"And do you, sir, intent to continue travelling without clothes?"
"Vậy thưa ngài, ngài có định tiếp tục đi mà không mặc quần áo không?"
"Ah, most of all I wouldn't want to continue travelling at all"
"À, quan trọng nhất là tôi không muốn tiếp tục đi du lịch nữa"
"I would rather you gave me an old loincloth"
"Tôi thà rằng bạn đưa cho tôi một cái khố cũ"

"I would like it if you kept me with you as your assistant"
"Tôi muốn anh giữ tôi lại làm trợ lý cho anh"
"or rather, I would like if you accepted me as your trainee"
"hay đúng hơn là tôi muốn anh chấp nhận tôi làm thực tập sinh của anh"
"because first I'll have to learn how to handle the boat"
"vì trước tiên tôi phải học cách điều khiển thuyền"
For a long time, the ferryman looked at the stranger
Người lái đò nhìn người lạ hồi lâu
he was searching in his memory for this strange man
anh ấy đang tìm kiếm trong ký ức của mình người đàn ông lạ này
"Now I recognise you," he finally said
"Bây giờ tôi nhận ra anh rồi," cuối cùng anh ấy nói.
"At one time, you've slept in my hut"
"Có một lần, anh đã ngủ trong túp lều của tôi"
"this was a long time ago, possibly more than twenty years"
"Chuyện này xảy ra đã lâu rồi, có thể là hơn hai mươi năm"
"and you've been ferried across the river by me"
"và tôi đã đưa bạn qua sông"
"that day we parted like good friends"
"ngày hôm đó chúng ta chia tay như những người bạn tốt"
"Haven't you been a Samana?"
"Chẳng phải ngươi là một Sa Môn sao?"
"I can't think of your name anymore"
"Tôi không thể nghĩ ra tên của bạn nữa"
"My name is Siddhartha, and I was a Samana"
"Tên tôi là Siddhartha, và tôi là một Samana"
"I had still been a Samana when you last saw me"
"Tôi vẫn còn là một Samana khi anh gặp tôi lần cuối"
"So be welcome, Siddhartha. My name is Vasudeva"
"Xin chào mừng, Siddhartha. Tên tôi là Vasudeva"
"You will, so I hope, be my guest today as well"
"Tôi hy vọng hôm nay anh cũng sẽ là khách của tôi"
"and you may sleep in my hut"
"và bạn có thể ngủ trong túp lều của tôi"

"and you may tell me, where you're coming from"
"và bạn có thể cho tôi biết bạn đến từ đâu"
"and you may tell me why these beautiful clothes are such a nuisance to you"
"và bạn có thể cho tôi biết tại sao những bộ quần áo đẹp này lại làm phiền bạn đến vậy"
They had reached the middle of the river
Họ đã đến giữa sông
Vasudeva pushed the oar with more strength
Vasudeva đẩy mái chèo mạnh hơn
in order to overcome the current
để vượt qua hiện tại
He worked calmly, with brawny arms
Anh ấy làm việc một cách bình tĩnh, với đôi tay rắn chắc
his eyes were fixed in on the front of the boat
mắt anh ấy nhìn chằm chằm vào phía trước thuyền
Siddhartha sat and watched him
Siddhartha ngồi và nhìn anh ta
he remembered his time as a Samana
ông nhớ lại thời gian làm Samana của mình
he remembered how love for this man had stirred in his heart
anh nhớ lại tình yêu dành cho người đàn ông này đã khuấy động trong trái tim anh như thế nào
Gratefully, he accepted Vasudeva's invitation
Biết ơn, ông đã chấp nhận lời mời của Vasudeva
When they had reached the bank, he helped him to tie the boat to the stakes
Khi họ đã đến bờ, anh ta giúp anh ta buộc thuyền vào cọc.
after this, the ferryman asked him to enter the hut
sau đó, người lái đò yêu cầu anh ta vào túp lều
he offered him bread and water, and Siddhartha ate with eager pleasure
ông đưa cho anh ta bánh mì và nước, và Siddhartha ăn với niềm vui háo hức

and he also ate with eager pleasure of the mango fruits
Vasudeva offered him
và ông cũng ăn một cách thích thú những quả xoài mà
Vasudeva đã mời ông

Afterwards, it was almost the time of the sunset
Sau đó, gần đến lúc hoàng hôn
they sat on a log by the bank
họ ngồi trên một khúc gỗ bên bờ sông
Siddhartha told the ferryman about where he originally came from
Siddhartha kể với người lái đò về nơi anh đến ban đầu
he told him about his life as he had seen it today
anh ấy kể cho anh ấy nghe về cuộc sống của anh ấy như anh ấy đã thấy ngày hôm nay
the way he had seen it in that hour of despair
cách anh ấy đã nhìn thấy nó trong giờ phút tuyệt vọng đó
the tale of his life lasted late into the night
câu chuyện về cuộc đời anh ấy kéo dài đến tận đêm khuya
Vasudeva listened with great attention
Vasudeva lắng nghe với sự chú ý lớn
Listening carefully, he let everything enter his mind
Lắng nghe cẩn thận, anh để mọi thứ đi vào tâm trí mình
birthplace and childhood, all that learning
nơi sinh và tuổi thơ, tất cả những gì học được
all that searching, all joy, all distress
tất cả những tìm kiếm, tất cả niềm vui, tất cả đau khổ
This was one of the greatest virtues of the ferryman
Đây là một trong những đức tính lớn nhất của người lái đò
like only a few, he knew how to listen
giống như chỉ một số ít người, anh ấy biết cách lắng nghe
he did not have to speak a word
anh ấy không cần phải nói một lời nào
but the speaker sensed how Vasudeva let his words enter his mind

nhưng người nói cảm nhận được cách Vasudeva để những lời nói của mình đi vào tâm trí anh ta

his mind was quiet, open, and waiting
tâm trí anh ấy tĩnh lặng, cởi mở và chờ đợi

he did not lose a single word
anh ấy không mất một từ nào

he did not await a single word with impatience
anh ta không hề chờ đợi một lời nào với sự sốt ruột

he did not add his praise or rebuke
anh ấy không thêm lời khen hay lời khiển trách

he was just listening, and nothing else
anh ấy chỉ lắng nghe và không làm gì khác

Siddhartha felt what a happy fortune it is to confess to such a listener
Siddhartha cảm thấy thật may mắn khi được thú nhận với một người lắng nghe như vậy.

he felt fortunate to bury in his heart his own life
anh ấy cảm thấy may mắn khi chôn vùi cuộc đời mình trong trái tim mình

he buried his own search and suffering
anh ấy đã chôn vùi sự tìm kiếm và đau khổ của chính mình

he told the tale of Siddhartha's life
ông kể câu chuyện về cuộc đời của Siddhartha

when he spoke of the tree by the river
khi anh ấy nói về cái cây bên bờ sông

when he spoke of his deep fall
khi anh ấy nói về sự sa ngã sâu sắc của mình

when he spoke of the holy Om
khi ông nói về Om thánh thiện

when he spoke of how he had felt such a love for the river
khi anh ấy nói về việc anh ấy đã cảm thấy yêu dòng sông như thế nào

the ferryman listened to these things with twice as much attention
người lái đò lắng nghe những điều này với sự chú ý gấp đôi

he was entirely and completely absorbed by it

anh ấy hoàn toàn và hoàn toàn bị cuốn hút bởi nó
he was listening with his eyes closed
anh ấy đang lắng nghe với đôi mắt nhắm nghiền
when Siddhartha fell silent a long silence occurred
khi Siddhartha im lặng, một sự im lặng kéo dài đã xảy ra
then Vasudeva spoke "It is as I thought"
sau đó Vasudeva nói "Đúng như tôi nghĩ"
"The river has spoken to you"
"Dòng sông đã nói chuyện với bạn"
"the river is your friend as well"
"Dòng sông cũng là bạn của bạn"
"the river speaks to you as well"
"dòng sông cũng nói với bạn"
"That is good, that is very good"
"Tốt lắm, tốt lắm"
"Stay with me, Siddhartha, my friend"
"Hãy ở lại với tôi, Siddhartha, bạn của tôi"
"I used to have a wife"
"Tôi đã từng có vợ"
"her bed was next to mine"
"Giường của cô ấy nằm cạnh giường tôi"
"but she has died a long time ago"
"nhưng cô ấy đã chết từ lâu rồi"
"for a long time, I have lived alone"
"Tôi đã sống một mình trong một thời gian dài"
"Now, you shall live with me"
"Bây giờ, em sẽ sống với anh"
"there is enough space and food for both of us"
"có đủ chỗ và thức ăn cho cả hai chúng ta"
"I thank you," said Siddhartha
"Tôi cảm ơn bạn," Siddhartha nói.
"I thank you and accept"
"Tôi cảm ơn và chấp nhận"
"And I also thank you for this, Vasudeva"
"Và tôi cũng cảm ơn bà vì điều này, Vasudeva"
"I thank you for listening to me so well"

"Cảm ơn anh đã lắng nghe tôi rất kỹ"
"people who know how to listen are rare"
"Những người biết lắng nghe thì hiếm"
"I have not met a single person who knew it as well as you do"
"Tôi chưa từng gặp một người nào hiểu rõ điều đó như anh"
"I will also learn in this respect from you"
"Tôi cũng sẽ học hỏi từ anh về mặt này"
"You will learn it," spoke Vasudeva
"Bạn sẽ học được điều đó," Vasudeva nói
"but you will not learn it from me"
"nhưng bạn sẽ không học được điều đó từ tôi"
"The river has taught me to listen"
"Dòng sông đã dạy tôi cách lắng nghe"
"you will learn to listen from the river as well"
"bạn cũng sẽ học cách lắng nghe từ dòng sông"
"It knows everything, the river"
"Nó biết tất cả mọi thứ, dòng sông"
"everything can be learned from the river"
"mọi thứ đều có thể học được từ dòng sông"
"See, you've already learned this from the water too"
"Thấy chưa, bạn cũng đã học được điều này từ nước rồi"
"you have learned that it is good to strive downwards"
"bạn đã học được rằng thật tốt khi phấn đấu hướng xuống"
"you have learned to sink and to seek depth"
"bạn đã học cách chìm xuống và tìm kiếm chiều sâu"
"The rich and elegant Siddhartha is becoming an oarsman's servant"
"Siddhartha giàu có và thanh lịch đang trở thành người hầu của người chèo thuyền"
"the learned Brahman Siddhartha becomes a ferryman"
"Người học thức Brahman Siddhartha trở thành người lái đò"
"this has also been told to you by the river"
"điều này cũng đã được kể cho bạn bởi dòng sông"
"You'll learn the other thing from it as well"
"Bạn cũng sẽ học được điều khác từ nó"

Siddhartha spoke after a long pause
Siddhartha nói sau một hồi im lặng dài
"What other things will I learn, Vasudeva?"
"Tôi còn học được những điều gì nữa, Vasudeva?"
Vasudeva rose. "It is late," he said
Vasudeva đứng dậy. "Đã muộn rồi," ông nói
and Vasudeva proposed going to sleep
và Vasudeva đề nghị đi ngủ
"I can't tell you that other thing, oh friend"
"Tôi không thể nói với bạn điều khác, bạn ơi"
"You'll learn the other thing, or perhaps you know it already"
"Bạn sẽ học được điều khác, hoặc có lẽ bạn đã biết rồi"
"See, I'm no learned man"
"Thấy chưa, tôi không phải là người có học thức"
"I have no special skill in speaking"
"Tôi không có khả năng nói đặc biệt"
"I also have no special skill in thinking"
"Tôi cũng không có khả năng suy nghĩ đặc biệt nào"
"All I'm able to do is to listen and to be godly"
"Tất cả những gì tôi có thể làm là lắng nghe và trở nên thánh thiện"
"I have learned nothing else"
"Tôi không học được điều gì khác nữa"
"If I was able to say and teach it, I might be a wise man"
"Nếu tôi có thể nói và dạy điều đó, tôi có thể là một người khôn ngoan"
"but like this I am only a ferryman"
"nhưng như thế này tôi chỉ là một người lái đò"
"and it is my task to ferry people across the river"
"và nhiệm vụ của tôi là đưa mọi người qua sông"
"I have transported many thousands of people"
"Tôi đã vận chuyển hàng ngàn người"
"and to all of them, my river has been nothing but an obstacle"

"và đối với tất cả bọn họ, dòng sông của tôi chẳng là gì ngoài một chướng ngại vật"
"it was something that got in the way of their travels"
"đó là thứ gì đó cản trở chuyến đi của họ"
"they travelled to seek money and business"
"họ đi du lịch để tìm kiếm tiền bạc và kinh doanh"
"they travelled for weddings and pilgrimages"
"họ đi du lịch để dự đám cưới và hành hương"
"and the river was obstructing their path"
"và dòng sông đã cản trở con đường của họ"
"the ferryman's job was to get them quickly across that obstacle"
"Nhiệm vụ của người lái đò là đưa họ nhanh chóng vượt qua chướng ngại vật đó"
"But for some among thousands, a few, the river has stopped being an obstacle"
"Nhưng đối với một số người trong số hàng ngàn người, một số ít, dòng sông đã không còn là trở ngại nữa"
"they have heard its voice and they have listened to it"
"họ đã nghe tiếng nói của nó và họ đã lắng nghe nó"
"and the river has become sacred to them"
"và dòng sông đã trở nên thiêng liêng đối với họ"
"it become sacred to them as it has become sacred to me"
"nó trở nên thiêng liêng với họ như nó đã trở nên thiêng liêng với tôi"
"for now, let us rest, Siddhartha"
"Bây giờ, chúng ta hãy nghỉ ngơi, Siddhartha"

Siddhartha stayed with the ferryman and learned to operate the boat
Siddhartha ở lại với người lái đò và học cách điều khiển thuyền
when there was nothing to do at the ferry, he worked with Vasudeva in the rice-field
khi không có việc gì để làm ở bến phà, anh ấy làm việc với Vasudeva ở cánh đồng lúa

he gathered wood and plucked the fruit off the banana-trees
anh ta thu thập gỗ và hái quả từ cây chuối
He learned to build an oar and how to mend the boat
Ông đã học cách đóng mái chèo và cách sửa thuyền
he learned how to weave baskets and repaid the hut
anh ấy đã học cách đan giỏ và trả nợ cho túp lều
and he was joyful because of everything he learned
và anh ấy vui mừng vì tất cả những gì anh ấy đã học được
the days and months passed quickly
những ngày và tháng trôi qua nhanh chóng
But more than Vasudeva could teach him, he was taught by the river
Nhưng hơn cả những gì Vasudeva có thể dạy anh, anh đã được dòng sông dạy
Incessantly, he learned from the river
Không ngừng, anh học hỏi từ dòng sông
Most of all, he learned to listen
Quan trọng nhất, anh ấy đã học được cách lắng nghe
he learned to pay close attention with a quiet heart
anh ấy đã học cách chú ý thật kỹ với một trái tim bình lặng
he learned to keep a waiting, open soul
anh ấy đã học cách giữ một tâm hồn rộng mở, chờ đợi
he learned to listen without passion
anh ấy đã học cách lắng nghe mà không có đam mê
he learned to listen without a wish
anh ấy đã học cách lắng nghe mà không mong muốn
he learned to listen without judgement
anh ấy đã học cách lắng nghe mà không phán xét
he learned to listen without an opinion
anh ấy đã học cách lắng nghe mà không có ý kiến

In a friendly manner, he lived side by side with Vasudeva
Ông sống thân thiện với Vasudeva
occasionally they exchanged some words
thỉnh thoảng họ trao đổi vài lời
then, at length, they thought about the words

rồi, cuối cùng, họ nghĩ về những từ ngữ
Vasudeva was no friend of words
Vasudeva không phải là bạn của lời nói
Siddhartha rarely succeeded in persuading him to speak
Siddhartha hiếm khi thành công trong việc thuyết phục anh ta nói
"did you too learn that secret from the river?"
"Anh cũng học được bí mật đó từ dòng sông à?"
"the secret that there is no time?"
"Bí mật là không có thời gian?"
Vasudeva's face was filled with a bright smile
Khuôn mặt của Vasudeva tràn ngập nụ cười rạng rỡ
"Yes, Siddhartha," he spoke
"Vâng, Siddhartha," anh ta nói
"I learned that the river is everywhere at once"
"Tôi đã học được rằng dòng sông ở khắp mọi nơi cùng một lúc"
"it is at the source and at the mouth of the river"
"nó nằm ở nguồn và ở cửa sông"
"it is at the waterfall and at the ferry"
"nó ở thác nước và ở bến phà"
"it is at the rapids and in the sea"
"nó ở ghềnh thác và trên biển"
"it is in the mountains and everywhere at once"
"nó ở trên núi và ở khắp mọi nơi cùng một lúc"
"and I learned that there is only the present time for the river"
"và tôi đã học được rằng chỉ có thời gian hiện tại dành cho dòng sông"
"it does not have the shadow of the past"
"nó không có cái bóng của quá khứ"
"and it does not have the shadow of the future"
"và nó không có bóng dáng của tương lai"
"is this what you mean?" he asked
"Đây có phải là điều anh muốn nói không?" anh ấy hỏi
"This is what I meant," said Siddhartha

"Đây chính là điều tôi muốn nói," Siddhartha nói.
"And when I had learned it, I looked at my life"
"Và khi tôi đã học được điều đó, tôi nhìn lại cuộc đời mình"
"and my life was also a river"
"và cuộc đời tôi cũng là một dòng sông"
"the boy Siddhartha was only separated from the man Siddhartha by a shadow"
"cậu bé Siddhartha chỉ cách người đàn ông Siddhartha một cái bóng"
"and a shadow separated the man Siddhartha from the old man Siddhartha"
"và một cái bóng ngăn cách người đàn ông Siddhartha với ông già Siddhartha"
"things are separated by a shadow, not by something real"
"mọi thứ được ngăn cách bởi cái bóng, không phải bởi thứ gì đó thực sự"
"Also, Siddhartha's previous births were not in the past"
"Ngoài ra, những kiếp trước của Siddhartha không phải là trong quá khứ"
"and his death and his return to Brahma is not in the future"
"và cái chết của anh ấy và sự trở về của anh ấy với Brahma không phải là trong tương lai"
"nothing was, nothing will be, but everything is"
"không có gì đã từng, không có gì sẽ xảy ra, nhưng mọi thứ đều là"
"everything has existence and is present"
"mọi thứ đều tồn tại và hiện hữu"
Siddhartha spoke with ecstasy
Siddhartha nói với sự sung sướng
this enlightenment had delighted him deeply
sự giác ngộ này đã làm anh ấy vô cùng vui mừng
"was not all suffering time?"
"chẳng phải mọi đau khổ đều là thời gian sao?"
"were not all forms of tormenting oneself a form of time?"
"chẳng phải mọi hình thức hành hạ bản thân đều là một hình thức thời gian sao?"

"was not everything hard and hostile because of time?"
"Chẳng phải mọi thứ đều khó khăn và khắc nghiệt vì thời gian sao?"
"is not everything evil overcome when one overcomes time?"
"Chẳng phải mọi điều xấu xa đều bị chế ngự khi người ta chiến thắng thời gian sao?"
"as soon as time leaves the mind, does suffering leave too?"
"Ngay khi thời gian rời khỏi tâm trí, liệu đau khổ cũng rời khỏi không?"
Siddhartha had spoken in ecstatic delight
Siddhartha đã nói trong niềm vui sướng tột độ
but Vasudeva smiled at him brightly and nodded in confirmation
nhưng Vasudeva mỉm cười rạng rỡ với anh ta và gật đầu xác nhận
silently he nodded and brushed his hand over Siddhartha's shoulder
anh ấy lặng lẽ gật đầu và vuốt tay qua vai Siddhartha
and then he turned back to his work
và sau đó anh ấy quay lại với công việc của mình

And Siddhartha asked Vasudeva again another time
Và Siddhartha lại hỏi Vasudeva một lần nữa
the river had just increased its flow in the rainy season
dòng sông vừa tăng lưu lượng vào mùa mưa
and it made a powerful noise
và nó tạo ra một tiếng động mạnh mẽ
"Isn't it so, oh friend, the river has many voices?"
"Phải không bạn, dòng sông có nhiều giọng nói?"
"Hasn't it the voice of a king and of a warrior?"
"Đó không phải là giọng nói của một vị vua và một chiến binh sao?"
"Hasn't it the voice of of a bull and of a bird of the night?"
"Đó chẳng phải là tiếng kêu của một con bò đực và một con chim đêm sao?"

"Hasn't it the voice of a woman giving birth and of a sighing man?"
"Đó chẳng phải là tiếng của một người phụ nữ đang sinh con và tiếng thở dài của một người đàn ông sao?"
"and does it not also have a thousand other voices?"
"và nó không có hàng ngàn giọng nói khác sao?"
"it is as you say it is," Vasudeva nodded
"Đúng như anh nói," Vasudeva gật đầu
"all voices of the creatures are in its voice"
"tất cả giọng nói của các sinh vật đều nằm trong giọng nói của nó"
"And do you know..." Siddhartha continued
"Và bạn có biết..." Siddhartha tiếp tục
"what word does it speak when you succeed in hearing all of voices at once?"
"Nó sẽ nói từ gì khi bạn có thể nghe được tất cả giọng nói cùng một lúc?"
Happily, Vasudeva's face was smiling
Thật may mắn, khuôn mặt của Vasudeva đang mỉm cười
he bent over to Siddhartha and spoke the holy Om into his ear
ông cúi xuống bên Siddhartha và đọc thần chú Om vào tai ông
And this had been the very thing which Siddhartha had also been hearing
Và đây chính là điều mà Siddhartha cũng đã nghe

time after time, his smile became more similar to the ferryman's
lần này qua lần khác, nụ cười của anh ấy ngày càng giống với nụ cười của người lái đò
his smile became almost just as bright as the ferryman's
nụ cười của anh ấy trở nên tươi sáng gần như nụ cười của người lái đò
it was almost just as thoroughly glowing with bliss
nó gần như tỏa sáng hoàn toàn với niềm hạnh phúc
shining out of thousand small wrinkles

tỏa sáng từ hàng ngàn nếp nhăn nhỏ
just like the smile of a child
giống như nụ cười của một đứa trẻ
just like the smile of an old man
giống như nụ cười của một ông già
Many travellers, seeing the two ferrymen, thought they were brothers
Nhiều du khách nhìn thấy hai người lái đò, nghĩ rằng họ là anh em
Often, they sat in the evening together by the bank
Thường thì họ ngồi cùng nhau vào buổi tối bên bờ sông
they said nothing and both listened to the water
họ không nói gì và cả hai đều lắng nghe tiếng nước
the water, which was not water to them
nước, mà đối với họ không phải là nước
it wasn't water, but the voice of life
đó không phải là nước, mà là tiếng nói của sự sống
the voice of what exists and what is eternally taking shape
tiếng nói của những gì tồn tại và những gì đang vĩnh viễn hình thành
it happened from time to time that both thought of the same thing
thỉnh thoảng cả hai đều nghĩ đến cùng một điều
they thought of a conversation from the day before
họ nghĩ về một cuộc trò chuyện từ ngày hôm trước
they thought of one of their travellers
họ nghĩ đến một trong những lữ khách của họ
they thought of death and their childhood
họ nghĩ về cái chết và tuổi thơ của họ
they heard the river tell them the same thing
họ nghe dòng sông nói với họ điều tương tự
both delighted about the same answer to the same question
cả hai đều vui mừng về cùng một câu trả lời cho cùng một câu hỏi
There was something about the two ferrymen which was transmitted to others

Có điều gì đó về hai người lái đò đã được truyền đến những người khác

it was something which many of the travellers felt
đó là điều mà nhiều du khách cảm thấy

travellers would occasionally look at the faces of the ferrymen
du khách thỉnh thoảng nhìn vào khuôn mặt của người lái đò

and then they told the story of their life
và sau đó họ kể lại câu chuyện cuộc đời họ

they confessed all sorts of evil things
họ thú nhận đủ thứ tội ác

and they asked for comfort and advice
và họ yêu cầu sự an ủi và lời khuyên

occasionally someone asked for permission to stay for a night
thỉnh thoảng có người xin phép ở lại một đêm

they also wanted to listen to the river
họ cũng muốn lắng nghe dòng sông

It also happened that curious people came
Cũng xảy ra trường hợp những người tò mò đến

they had been told that there were two wise men
họ đã được kể rằng có hai nhà thông thái

or they had been told there were two sorcerers
hoặc họ đã được cho biết có hai pháp sư

The curious people asked many questions
Những người tò mò đã đặt ra nhiều câu hỏi

but they got no answers to their questions
nhưng họ không nhận được câu trả lời cho câu hỏi của họ

they found neither sorcerers nor wise men
họ không tìm thấy phù thủy hay người thông thái nào

they only found two friendly little old men, who seemed to be mute
họ chỉ tìm thấy hai ông già nhỏ bé thân thiện, có vẻ như câm lặng

they seemed to have become a bit strange in the forest by themselves

họ có vẻ trở nên hơi lạ lẫm khi ở một mình trong rừng
And the curious people laughed about what they had heard
Và những người tò mò cười về những gì họ đã nghe
they said common people were foolishly spreading empty rumours
Họ nói rằng những người dân thường đang ngu ngốc lan truyền những tin đồn vô nghĩa

The years passed by, and nobody counted them
Những năm tháng trôi qua, và chẳng ai đếm chúng
Then, at one time, monks came by on a pilgrimage
Sau đó, vào một thời điểm, các nhà sư đã đi hành hương
they were followers of Gotama, the Buddha
họ là những người theo Đức Phật Gotama
they asked to be ferried across the river
họ yêu cầu được chở qua sông bằng phà
they told them they were in a hurry to get back to their wise teacher
họ nói với họ rằng họ đang vội vã quay lại gặp người thầy thông thái của họ
news had spread the exalted one was deadly sick
tin tức đã lan truyền rằng người cao quý đã bị bệnh nặng
he would soon die his last human death
anh ấy sẽ sớm chết cái chết cuối cùng của con người
in order to become one with the salvation
để trở thành một với sự cứu rỗi
It was not long until a new flock of monks came
Không lâu sau đó, một đàn tu sĩ mới đã đến
they were also on their pilgrimage
họ cũng đang trên đường hành hương
most of the travellers spoke of nothing other than Gotama
hầu hết các du khách không nói gì khác ngoài Gotama
his impending death was all they thought about
cái chết sắp xảy ra của anh ấy là tất cả những gì họ nghĩ đến
if there had been war, just as many would travel
nếu có chiến tranh, nhiều người sẽ đi du lịch

just as many would come to the coronation of a king
cũng giống như nhiều người sẽ đến dự lễ đăng quang của một vị vua

they gathered like ants in droves
họ tụ tập lại như đàn kiến

they flocked, like being drawn onwards by a magic spell
họ kéo đến, như thể bị một câu thần chú lôi kéo

they went to where the great Buddha was awaiting his death
họ đã đến nơi Đức Phật vĩ đại đang chờ chết

the perfected one of an era was to become one with the glory
người hoàn hảo của một thời đại đã trở thành một với vinh quang

Often, Siddhartha thought in those days of the dying wise man
Thường thì Siddhartha nghĩ đến người đàn ông khôn ngoan đang hấp hối vào những ngày đó

the great teacher whose voice had admonished nations
người thầy vĩ đại có giọng nói đã cảnh báo các quốc gia

the one who had awoken hundreds of thousands
người đã đánh thức hàng trăm ngàn người

a man whose voice he had also once heard
một người đàn ông mà anh cũng đã từng nghe giọng nói

a teacher whose holy face he had also once seen with respect
một giáo viên mà khuôn mặt thánh thiện mà anh cũng đã từng nhìn thấy với sự kính trọng

Kindly, he thought of him
Thật tử tế, anh ấy đã nghĩ đến anh ấy

he saw his path to perfection before his eyes
anh ấy đã nhìn thấy con đường đi đến sự hoàn hảo trước mắt mình

and he remembered with a smile those words he had said to him
và anh nhớ lại với một nụ cười những lời anh đã nói với anh ấy

when he was a young man and spoke to the exalted one

khi ông còn là một thanh niên và đã nói chuyện với người cao quý

They had been, so it seemed to him, proud and precious words

Đối với anh, chúng dường như là những lời tự hào và quý giá

with a smile, he remembered the the words

với một nụ cười, anh nhớ lại những lời nói

he knew that there was nothing standing between Gotama and him any more

anh ta biết rằng không còn gì ngăn cách giữa Gotama và anh ta nữa

he had known this for a long time already

anh ấy đã biết điều này từ lâu rồi

though he was still unable to accept his teachings

mặc dù ông vẫn không thể chấp nhận lời dạy của ông

there was no teaching a truly searching person

không có cách dạy một người thực sự tìm kiếm

someone who truly wanted to find, could accept

một người thực sự muốn tìm, có thể chấp nhận

But he who had found the answer could approve of any teaching

Nhưng người đã tìm ra câu trả lời có thể chấp nhận bất kỳ lời dạy nào

every path, every goal, they were all the same

mọi con đường, mọi mục tiêu, tất cả đều giống nhau

there was nothing standing between him and all the other thousands any more

không còn gì ngăn cách giữa anh ấy và hàng ngàn người khác nữa

the thousands who lived in that what is eternal

hàng ngàn người đã sống trong đó những gì là vĩnh cửu

the thousands who breathed what is divine

hàng ngàn người đã hít thở những gì thiêng liêng

On one of these days, Kamala also went to him

Vào một trong những ngày này, Kamala cũng đã đến gặp anh ấy

she used to be the most beautiful of the courtesans
cô ấy từng là người đẹp nhất trong số các kỹ nữ

A long time ago, she had retired from her previous life
Từ lâu rồi, cô đã nghỉ hưu khỏi cuộc sống trước đây của mình

she had given her garden to the monks of Gotama as a gift
bà đã tặng khu vườn của mình cho các nhà sư của Gotama như một món quà

she had taken her refuge in the teachings
cô ấy đã tìm nơi ẩn náu trong những lời dạy

she was among the friends and benefactors of the pilgrims
bà là một trong những người bạn và ân nhân của những người hành hương

she was together with Siddhartha, the boy
cô ấy đã ở cùng với Siddhartha, cậu bé

Siddhartha the boy was her son
Cậu bé Siddhartha là con trai của bà

she had gone on her way due to the news of the near death of Gotama
bà đã lên đường vì tin tức về cái chết gần kề của Gotama

she was in simple clothes and on foot
cô ấy mặc quần áo giản dị và đi bộ

and she was With her little son
và cô ấy đã ở cùng cậu con trai nhỏ của mình

she was travelling by the river
cô ấy đang đi du lịch dọc theo bờ sông

but the boy had soon grown tired
nhưng cậu bé đã sớm mệt mỏi

he desired to go back home
anh ấy muốn trở về nhà

he desired to rest and eat
anh ấy muốn nghỉ ngơi và ăn

he became disobedient and started whining
anh ấy trở nên không vâng lời và bắt đầu than vãn

Kamala often had to take a rest with him

Kamala thường phải nghỉ ngơi cùng anh ấy
he was accustomed to getting what he wanted
anh ấy đã quen với việc có được những gì anh ấy muốn
she had to feed him and comfort him
cô ấy phải cho anh ấy ăn và an ủi anh ấy
she had to scold him for his behaviour
cô ấy phải mắng anh ta vì hành vi của anh ta
He did not comprehend why he had to go on this exhausting pilgrimage
Ông không hiểu tại sao ông phải thực hiện cuộc hành hương mệt mỏi này
he did not know why he had to go to an unknown place
anh ấy không biết tại sao anh ấy phải đến một nơi xa lạ
he did know why he had to see a holy dying stranger
anh ấy biết tại sao anh ấy phải nhìn thấy một người lạ thánh thiện đang hấp hối
"So what if he died?" he complained
"Thế thì sao nếu anh ấy chết?" anh ấy phàn nàn.
why should this concern him?
tại sao điều này lại khiến anh ấy quan tâm?
The pilgrims were getting close to Vasudeva's ferry
Những người hành hương đang đến gần phà của Vasudeva
little Siddhartha once again forced his mother to rest
Cậu bé Siddhartha một lần nữa bắt mẹ mình phải nghỉ ngơi
Kamala had also become tired
Kamala cũng đã trở nên mệt mỏi
while the boy was chewing a banana, she crouched down on the ground
trong khi cậu bé đang nhai chuối, cô ấy khom người xuống đất
she closed her eyes a bit and rested
cô ấy nhắm mắt lại một chút và nghỉ ngơi
But suddenly, she uttered a wailing scream
Nhưng đột nhiên, cô ấy thốt lên một tiếng kêu than
the boy looked at her in fear
cậu bé nhìn cô với vẻ sợ hãi

he saw her face had grown pale from horror
anh thấy khuôn mặt cô tái nhợt vì kinh hoàng
and from under her dress, a small, black snake fled
và từ dưới váy cô ấy, một con rắn đen nhỏ đã trốn thoát
a snake by which Kamala had been bitten
một con rắn mà Kamala đã bị cắn
Hurriedly, they both ran along the path, to reach people
Vội vã, cả hai chạy dọc theo con đường, để đến với mọi người
they got near to the ferry and Kamala collapsed
họ đến gần phà và Kamala ngã gục
she was not able to go any further
cô ấy không thể đi xa hơn được nữa
the boy started crying miserably
cậu bé bắt đầu khóc thảm thiết
his cries were only interrupted when he kissed his mother
tiếng khóc của anh ấy chỉ bị ngắt quãng khi anh ấy hôn mẹ mình
she also joined his loud screams for help
cô ấy cũng tham gia vào tiếng kêu cứu lớn của anh ấy
she screamed until the sound reached Vasudeva's ears
cô ấy hét lên cho đến khi âm thanh đến tai Vasudeva
Vasudeva quickly came and took the woman on his arms
Vasudeva nhanh chóng đến và bế người phụ nữ trên tay
he carried her into the boat and the boy ran along
anh ấy bế cô vào thuyền và cậu bé chạy theo
soon they reached the hut, where Siddhartha stood by the stove
chẳng mấy chốc họ đã đến túp lều, nơi Siddhartha đứng cạnh bếp lò
he was just lighting the fire
anh ấy chỉ đang thắp lửa
He looked up and first saw the boy's face
Anh nhìn lên và thấy khuôn mặt của cậu bé đầu tiên
it wondrously reminded him of something
nó làm anh ấy nhớ đến một điều gì đó một cách kỳ diệu
like a warning to remember something he had forgotten

giống như một lời cảnh báo để nhớ lại điều gì đó mà anh đã quên

Then he saw Kamala, whom he instantly recognised
Sau đó, anh nhìn thấy Kamala, người mà anh nhận ra ngay lập tức

she lay unconscious in the ferryman's arms
cô ấy nằm bất tỉnh trong vòng tay của người lái đò

now he knew that it was his own son
bây giờ anh ấy biết rằng đó là con trai của mình

his son whose face had been such a warning reminder to him
đứa con trai của ông có khuôn mặt như một lời nhắc nhở cảnh báo đối với ông

and the heart stirred in his chest
và trái tim rung động trong lồng ngực anh

Kamala's wound was washed, but had already turned black
Vết thương của Kamala đã được rửa sạch, nhưng đã chuyển sang màu đen

and her body was swollen
và cơ thể cô ấy sưng lên

she was made to drink a healing potion
cô ấy đã được uống một lọ thuốc chữa bệnh

Her consciousness returned and she lay on Siddhartha's bed
Ý thức của cô trở lại và cô nằm trên giường của Siddhartha

Siddhartha stood over Kamala, who he used to love so much
Siddhartha đứng trên Kamala, người mà anh từng yêu rất nhiều

It seemed like a dream to her
Nó có vẻ như là một giấc mơ đối với cô ấy

with a smile, she looked at her friend's face
với một nụ cười, cô ấy nhìn vào khuôn mặt của bạn mình

slowly she realized her situation
cô ấy dần dần nhận ra tình hình của mình

she remembered she had been bitten
cô ấy nhớ cô ấy đã bị cắn

and she timidly called for her son

và cô ấy rụt rè gọi con trai mình

"He's with you, don't worry," said Siddhartha

"Anh ấy ở bên em, đừng lo lắng", Siddhartha nói.

Kamala looked into his eyes

Kamala nhìn vào mắt anh

She spoke with a heavy tongue, paralysed by the poison

Cô ấy nói với giọng nặng nề, tê liệt vì chất độc

"You've become old, my dear," she said

"Con đã già rồi, con yêu ạ," bà nói.

"you've become gray," she added

"Bạn đã trở nên xám xịt rồi", cô ấy nói thêm

"But you are like the young Samana, who came without clothes"

"Nhưng ngươi giống như một Samana trẻ tuổi, người đến đây mà không có quần áo"

"you're like the Samana who came into my garden with dusty feet"

"Bạn giống như vị Sa Môn bước vào khu vườn của tôi với đôi chân đầy bụi"

"You are much more like him than you were when you left me"

"Em giống anh ấy hơn nhiều so với khi em rời xa anh"

"In the eyes, you're like him, Siddhartha"

"Trong mắt em, anh giống như anh ấy, Siddhartha"

"Alas, I have also grown old"

"Than ôi, tôi cũng đã già rồi"

"could you still recognise me?"

"Anh vẫn nhận ra em sao?"

Siddhartha smiled, "Instantly, I recognised you, Kamala, my dear"

Siddhartha mỉm cười, "Ngay lập tức, tôi nhận ra em, Kamala, người yêu dấu của tôi"

Kamala pointed to her boy

Kamala chỉ vào cậu con trai của mình

"Did you recognise him as well?"

"Anh cũng nhận ra anh ta sao?"

"He is your son," she confirmed
"Anh ấy là con trai của anh," cô xác nhận.
Her eyes became confused and fell shut
Đôi mắt cô trở nên bối rối và nhắm lại
The boy wept and Siddhartha took him on his knees
Cậu bé khóc và Siddhartha bế cậu bé lên đầu gối
he let him weep and petted his hair
anh ấy để anh ấy khóc và vuốt tóc anh ấy
at the sight of the child's face, a Brahman prayer came to his mind
khi nhìn thấy khuôn mặt đứa trẻ, một lời cầu nguyện của Brahman hiện lên trong tâm trí anh ta
a prayer which he had learned a long time ago
một lời cầu nguyện mà anh ấy đã học từ lâu
a time when he had been a little boy himself
một thời điểm khi anh ấy còn là một cậu bé
Slowly, with a singing voice, he started to speak
Anh ấy bắt đầu nói chậm rãi, với giọng hát du dương
from his past and childhood, the words came flowing to him
từ quá khứ và tuổi thơ của anh, những lời nói tuôn chảy đến với anh
And with that song, the boy became calm
Và với bài hát đó, cậu bé đã trở nên bình tĩnh
he was only now and then uttering a sob
anh ấy chỉ thỉnh thoảng thốt lên tiếng nức nở
and finally he fell asleep
và cuối cùng anh ấy đã ngủ thiếp đi
Siddhartha placed him on Vasudeva's bed
Siddhartha đặt anh ta lên giường của Vasudeva
Vasudeva stood by the stove and cooked rice
Vasudeva đứng bên bếp và nấu cơm
Siddhartha gave him a look, which he returned with a smile
Siddhartha nhìn anh ta và anh ta đáp lại bằng một nụ cười.
"She'll die," Siddhartha said quietly
"Cô ấy sẽ chết," Siddhartha nói khẽ.
Vasudeva knew it was true, and nodded

Vasudeva biết điều đó là sự thật và gật đầu
over his friendly face ran the light of the stove's fire
trên khuôn mặt thân thiện của anh ấy ánh sáng của ngọn lửa bếp lò
once again, Kamala returned to consciousness
một lần nữa, Kamala đã tỉnh lại
the pain of the poison distorted her face
nỗi đau của chất độc làm biến dạng khuôn mặt cô ấy
Siddhartha's eyes read the suffering on her mouth
Đôi mắt của Siddhartha đọc được nỗi đau khổ trên miệng cô
from her pale cheeks he could see that she was suffering
từ đôi má nhợt nhạt của cô, anh có thể thấy rằng cô đang đau khổ
Quietly, he read the pain in her eyes
Anh lặng lẽ đọc được nỗi đau trong mắt cô
attentively, waiting, his mind become one with her suffering
chăm chú, chờ đợi, tâm trí anh trở thành một với nỗi đau khổ của cô
Kamala felt it and her gaze sought his eyes
Kamala cảm thấy điều đó và ánh mắt cô tìm kiếm đôi mắt anh
Looking at him, she spoke
Nhìn anh, cô nói
"Now I see that your eyes have changed as well"
"Bây giờ tôi thấy mắt của bạn cũng đã thay đổi"
"They've become completely different"
"Họ đã trở nên hoàn toàn khác biệt"
"what do I still recognise in you that is Siddhartha?
"Tôi còn nhận ra điều gì ở anh là Siddhartha?
"It's you, and it's not you"
"Là anh, và không phải là anh"
Siddhartha said nothing, quietly his eyes looked at hers
Siddhartha không nói gì, lặng lẽ nhìn cô bằng ánh mắt
"You have achieved it?" she asked
"Anh đã đạt được điều đó chưa?" cô ấy hỏi.
"You have found peace?"
"Bạn đã tìm thấy sự bình yên?"

He smiled and placed his hand on hers
Anh mỉm cười và đặt tay lên tay cô
"I'm seeing it" she said
"Tôi thấy rồi" cô ấy nói
"I too will find peace"
"Tôi cũng sẽ tìm thấy sự bình yên"
"You have found it," Siddhartha spoke in a whisper
"Bạn đã tìm thấy nó rồi," Siddhartha thì thầm.
Kamala never stopped looking into his eyes
Kamala không bao giờ ngừng nhìn vào mắt anh
She thought about her pilgrimage to Gotama
Cô ấy nghĩ về chuyến hành hương của mình đến Gotama
the pilgrimage which she wanted to take
cuộc hành hương mà cô ấy muốn thực hiện
in order to see the face of the perfected one
để nhìn thấy khuôn mặt của người hoàn hảo
in order to breathe his peace
để hít thở sự bình yên của mình
but she had now found it in another place
nhưng bây giờ cô ấy đã tìm thấy nó ở một nơi khác
and this she thought that was good too
và cô ấy nghĩ rằng điều đó cũng tốt
it was just as good as if she had seen the other one
nó cũng tốt như thế cô ấy đã nhìn thấy cái kia
She wanted to tell this to him
Cô ấy muốn nói điều này với anh ấy
but her tongue no longer obeyed her will
nhưng lưỡi của cô ấy không còn tuân theo ý muốn của cô ấy nữa
Without speaking, she looked at him
Không nói gì, cô nhìn anh
he saw the life fading from her eyes
anh nhìn thấy sự sống đang dần mất đi trong mắt cô
the final pain filled her eyes and made them grow dim
nỗi đau cuối cùng tràn ngập đôi mắt cô và làm chúng mờ đi
the final shiver ran through her limbs

cơn rùng mình cuối cùng chạy dọc theo tứ chi của cô ấy
his finger closed her eyelids
ngón tay anh khép mí mắt cô lại

For a long time, he sat and looked at her peacefully dead face
Anh ngồi đó rất lâu và nhìn khuôn mặt thanh thản chết lặng của cô.
For a long time, he observed her mouth
Trong một thời gian dài, anh quan sát miệng cô
her old, tired mouth, with those lips, which had become thin
cái miệng già nua, mệt mỏi của bà, với đôi môi đã trở nên mỏng
he remembered he used to compare this mouth with a freshly cracked fig
anh nhớ anh đã từng so sánh cái miệng này với một quả sung mới nứt
this was in the spring of his years
đây là vào mùa xuân của những năm tháng của ông
For a long time, he sat and read the pale face
Anh ngồi đó rất lâu và đọc khuôn mặt nhợt nhạt
he read the tired wrinkles
anh ấy đọc những nếp nhăn mệt mỏi
he filled himself with this sight
anh ấy đã lấp đầy mình bằng cảnh tượng này
he saw his own face in the same manner
anh ấy đã nhìn thấy khuôn mặt của chính mình theo cùng một cách
he saw his face was just as white
anh ấy thấy khuôn mặt của anh ấy cũng trắng bệch
he saw his face was just as quenched out
anh ấy thấy khuôn mặt của anh ấy cũng đã nguội lạnh
at the same time he saw his face and hers being young
cùng lúc anh nhìn thấy khuôn mặt của anh và cô ấy còn trẻ
their faces with red lips and fiery eyes
khuôn mặt của họ với đôi môi đỏ và đôi mắt rực lửa

the feeling of both being real at the same time
cảm giác cả hai đều là thật cùng một lúc
the feeling of eternity completely filled every aspect of his being
cảm giác vĩnh hằng tràn ngập mọi khía cạnh của con người anh ấy
in this hour he felt more deeply than than he had ever felt before
trong giờ phút này anh cảm thấy sâu sắc hơn bất cứ lúc nào anh từng cảm thấy trước đây
he felt the indestructibility of every life
anh ấy cảm nhận được sự bất diệt của mọi sự sống
he felt the eternity of every moment
anh ấy cảm thấy sự vĩnh hằng của từng khoảnh khắc
When he rose, Vasudeva had prepared rice for him
Khi ông đứng dậy, Vasudeva đã chuẩn bị cơm cho ông
But Siddhartha did not eat that night
Nhưng Siddhartha không ăn tối hôm đó
In the stable their goat stood
Trong chuồng dê của họ đứng
the two old men prepared beds of straw for themselves
hai ông già chuẩn bị sẵn cho mình những luống rơm
Vasudeva laid himself down to sleep
Vasudeva nằm xuống ngủ
But Siddhartha went outside and sat before the hut
Nhưng Siddhartha đi ra ngoài và ngồi trước túp lều
he listened to the river, surrounded by the past
anh lắng nghe dòng sông, bao quanh bởi quá khứ
he was touched and encircled by all times of his life at the same time
anh ấy đã được chạm vào và bao quanh bởi tất cả thời gian của cuộc sống của mình cùng một lúc
occasionally he rose and he stepped to the door of the hut
thỉnh thoảng anh ấy đứng dậy và bước đến cửa túp lều
he listened whether the boy was sleeping
anh ấy lắng nghe xem cậu bé có đang ngủ không

before the sun could be seen, Vasudeva came out of the stable
trước khi mặt trời có thể nhìn thấy, Vasudeva đã ra khỏi chuồng ngựa

he walked over to his friend
anh ấy bước tới chỗ bạn mình

"You haven't slept," he said
"Bạn chưa ngủ," anh nói.

"No, Vasudeva. I sat here"
"Không, Vasudeva. Tôi ngồi đây"

"I was listening to the river"
"Tôi đang lắng nghe dòng sông"

"the river has told me a lot"
"Dòng sông đã nói với tôi rất nhiều điều"

"it has deeply filled me with the healing thought of oneness"
"Nó đã lấp đầy tôi sâu sắc với ý nghĩ chữa lành về sự hợp nhất"

"You've experienced suffering, Siddhartha"
"Ngài đã trải qua đau khổ, Siddhartha"

"but I see no sadness has entered your heart"
"nhưng tôi thấy không có nỗi buồn nào xâm chiếm trái tim bạn"

"No, my dear, how should I be sad?"
"Không đâu, em yêu, làm sao anh có thể buồn được?"

"I, who have been rich and happy"
"Tôi, người đã từng giàu có và hạnh phúc"

"I have become even richer and happier now"
"Tôi đã trở nên giàu có và hạnh phúc hơn bây giờ"

"My son has been given to me"
"Con trai tôi đã được trao cho tôi"

"Your son shall be welcome to me as well"
"Con trai của anh cũng sẽ được chào đón ở đây"

"But now, Siddhartha, let's get to work"
"Nhưng bây giờ, Siddhartha, chúng ta hãy bắt tay vào làm việc"

"there is much to be done"
"có nhiều việc phải làm"
"Kamala has died on the same bed on which my wife had died"
"Kamala đã chết trên cùng chiếc giường mà vợ tôi đã chết"
"Let us build Kamala's funeral pile on the hill"
"Chúng ta hãy xây dựng mộ phần của Kamala trên đồi"
"the hill on which I my wife's funeral pile is"
"ngọn đồi nơi chôn cất vợ tôi"
While the boy was still asleep, they built the funeral pile
Trong khi cậu bé vẫn còn ngủ, họ đã dựng đống tro tàn

The Son
Con trai

Timid and weeping, the boy had attended his mother's funeral
Nhút nhát và khóc lóc, cậu bé đã tham dự đám tang của mẹ mình

gloomy and shy, he had listened to Siddhartha
u ám và nhút nhát, anh đã lắng nghe Siddhartha

Siddhartha greeted him as his son
Siddhartha chào đón ông như con trai của mình

he welcomed him at his place in Vasudeva's hut
ông chào đón anh ta tại nơi ở của mình trong túp lều của Vasudeva

Pale, he sat for many days by the hill of the dead
Nhợt nhạt, ông ngồi nhiều ngày bên ngọn đồi của người chết

he did not want to eat
anh ấy không muốn ăn

he did not look at anyone
anh ấy không nhìn ai cả

he did not open his heart
anh ấy đã không mở lòng mình

he met his fate with resistance and denial
anh ấy đã gặp số phận của mình bằng sự phản kháng và phủ nhận

Siddhartha spared giving him lessons
Siddhartha không dạy anh ta bài học

and he let him do as he pleased
và anh ta để anh ta làm theo ý mình

Siddhartha honoured his son's mourning
Siddhartha tôn vinh tang lễ của con trai mình

he understood that his son did not know him
ông hiểu rằng con trai ông không biết ông

he understood that he could not love him like a father
anh hiểu rằng anh không thể yêu anh ấy như một người cha

Slowly, he also understood that the eleven-year-old was a pampered boy
Dần dần, anh cũng hiểu rằng cậu bé mười một tuổi này là một cậu bé được cưng chiều.

he saw that he was a mother's boy
anh ấy thấy rằng anh ấy là con trai của mẹ

he saw that he had grown up in the habits of rich people
anh ấy thấy rằng anh ấy đã lớn lên theo thói quen của những người giàu có

he was accustomed to finer food and a soft bed
anh ấy đã quen với thức ăn ngon hơn và giường êm ái

he was accustomed to giving orders to servants
anh ta đã quen với việc ra lệnh cho người hầu

the mourning child could not suddenly be content with a life among strangers
đứa trẻ đang than khóc không thể đột nhiên bằng lòng với cuộc sống giữa những người xa lạ

Siddhartha understood the pampered child would not willingly be in poverty
Siddhartha hiểu rằng đứa trẻ được nuông chiều sẽ không muốn sống trong cảnh nghèo đói

He did not force him to do these these things
Anh ấy không ép buộc anh ấy làm những điều này

Siddhartha did many chores for the boy
Siddhartha đã làm nhiều việc vặt cho cậu bé

he always saved the best piece of the meal for him
anh ấy luôn giữ lại phần ngon nhất của bữa ăn cho anh ấy

Slowly, he hoped to win him over, by friendly patience
Anh hy vọng sẽ dần dần thuyết phục được anh ta bằng sự kiên nhẫn thân thiện.

Rich and happy, he had called himself, when the boy had come to him
Giàu có và hạnh phúc, anh ta đã tự gọi mình như vậy, khi cậu bé đến với anh ta

Since then some time had passed
Kể từ đó một thời gian đã trôi qua

but the boy remained a stranger and in a gloomy disposition
nhưng cậu bé vẫn là một người xa lạ và có tính tình u ám
he displayed a proud and stubbornly disobedient heart
anh ta đã thể hiện một trái tim kiêu hãnh và bướng bỉnh không vâng lời
he did not want to do any work
anh ấy không muốn làm bất cứ công việc nào
he did not pay his respect to the old men
anh ta không tỏ lòng tôn trọng những người đàn ông già
he stole from Vasudeva's fruit-trees
anh ta đã lấy trộm từ cây ăn quả của Vasudeva
his son had not brought him happiness and peace
con trai của ông đã không mang lại cho ông hạnh phúc và bình yên
the boy had brought him suffering and worry
cậu bé đã mang đến cho anh ta nỗi đau khổ và lo lắng
slowly Siddhartha began to understand this
dần dần Siddhartha bắt đầu hiểu điều này
But he loved him regardless of the suffering he brought him
Nhưng anh ấy yêu anh ấy bất chấp nỗi đau mà anh ấy mang lại cho anh ấy
he preferred the suffering and worries of love over happiness and joy without the boy
anh ấy thích sự đau khổ và lo lắng của tình yêu hơn là hạnh phúc và niềm vui khi không có cậu bé
from when young Siddhartha was in the hut the old men had split the work
từ khi Siddhartha còn trẻ ở trong túp lều, những người đàn ông già đã chia nhau công việc
Vasudeva had again taken on the job of the ferryman
Vasudeva lại đảm nhiệm công việc của người lái đò
and Siddhartha, in order to be with his son, did the work in the hut and the field
và Siddhartha, để ở bên con trai mình, đã làm việc trong túp lều và cánh đồng

for long months Siddhartha waited for his son to understand him
trong nhiều tháng dài Siddhartha đã chờ đợi con trai mình hiểu mình
he waited for him to accept his love
anh ấy chờ đợi anh ấy chấp nhận tình yêu của mình
and he waited for his son to perhaps reciprocate his love
và ông chờ đợi con trai mình có thể đáp lại tình yêu của ông
For long months Vasudeva waited, watching
Trong nhiều tháng dài Vasudeva chờ đợi, quan sát
he waited and said nothing
anh ấy đợi và không nói gì
One day, young Siddhartha tormented his father very much
Một ngày nọ, chàng thanh niên Siddhartha đã hành hạ cha mình rất nhiều
he had broken both of his rice-bowls
anh ấy đã làm vỡ cả hai cái bát đựng cơm của mình
Vasudeva took his friend aside and talked to him
Vasudeva kéo bạn mình sang một bên và nói chuyện với anh ta
"Pardon me," he said to Siddhartha
"Xin lỗi nhé," anh ta nói với Siddhartha
"from a friendly heart, I'm talking to you"
"Từ một trái tim thân thiện, tôi đang nói chuyện với bạn"
"I'm seeing that you are tormenting yourself"
"Tôi thấy rằng anh đang tự hành hạ mình"
"I'm seeing that you're in grief"
"Tôi thấy bạn đang đau buồn"
"Your son, my dear, is worrying you"
"Con trai của mẹ, con yêu, đang làm mẹ lo lắng đấy"
"and he is also worrying me"
"và anh ấy cũng làm tôi lo lắng"
"That young bird is accustomed to a different life"
"Con chim non đó đã quen với cuộc sống khác"
"he is used to living in a different nest"
"anh ấy đã quen sống trong một tổ khác"

"he has not, like you, run away from riches and the city"
"anh ấy không chạy trốn khỏi sự giàu có và thành phố như bạn"
"he was not disgusted and fed up with the life in Sansara"
"ông ấy không hề ghê tởm và chán ngán cuộc sống ở Sansara"
"he had to do all these things against his will"
"anh ấy đã phải làm tất cả những điều này trái với ý muốn của mình"
"he had to leave all this behind"
"anh ấy phải bỏ lại tất cả những thứ này phía sau"
"I asked the river, oh friend"
"Tôi đã hỏi dòng sông, bạn ơi"
"many times I have asked the river"
"nhiều lần tôi đã hỏi dòng sông"
"But the river laughs at all of this"
"Nhưng dòng sông cười nhạo tất cả những điều này"
"it laughs at me and it laughs at you"
"Nó cười tôi và nó cười bạn"
"the river is shaking with laughter at our foolishness"
"dòng sông rung chuyển vì tiếng cười trước sự ngu ngốc của chúng ta"
"Water wants to join water as youth wants to join youth"
"Nước muốn nhập với nước như tuổi trẻ muốn nhập với tuổi trẻ"
"your son is not in the place where he can prosper"
"con trai của bạn không ở nơi mà nó có thể thịnh vượng"
"you too should ask the river"
"bạn cũng nên hỏi dòng sông"
"you too should listen to it!"
"bạn cũng nên lắng nghe nó!"
Troubled, Siddhartha looked into his friendly face
Bối rối, Siddhartha nhìn vào khuôn mặt thân thiện của anh
he looked at the many wrinkles in which there was incessant cheerfulness
anh ấy nhìn vào nhiều nếp nhăn trong đó có sự vui vẻ không ngừng

"How could I part with him?" he said quietly, ashamed
"Làm sao tôi có thể chia tay anh ấy được?" anh ấy nói khẽ, xấu hổ.
"Give me some more time, my dear"
"Cho anh thêm chút thời gian nữa nhé, em yêu"
"See, I'm fighting for him"
"Nhìn xem, tôi đang chiến đấu vì anh ấy"
"I'm seeking to win his heart"
"Tôi đang tìm cách chiếm được trái tim anh ấy"
"with love and with friendly patience I intend to capture it"
"Với tình yêu thương và sự kiên nhẫn thân thiện, tôi dự định sẽ nắm bắt nó"
"One day, the river shall also talk to him"
"Một ngày nào đó, dòng sông cũng sẽ nói chuyện với anh ấy"
"he also is called upon"
"anh ấy cũng được gọi đến"
Vasudeva's smile flourished more warmly
Nụ cười của Vasudeva nở rộ ấm áp hơn
"Oh yes, he too is called upon"
"Ồ vâng, anh ấy cũng được gọi đến"
"he too is of the eternal life"
"anh ấy cũng thuộc về sự sống đời đời"
"But do we, you and me, know what he is called upon to do?"
"Nhưng chúng ta, anh và tôi, có biết anh ấy được yêu cầu phải làm gì không?"
"we know what path to take and what actions to perform"
"chúng ta biết phải đi theo con đường nào và phải thực hiện những hành động nào"
"we know what pain we have to endure"
"chúng ta biết nỗi đau mà chúng ta phải chịu đựng"
"but does he know these things?"
"nhưng anh ấy có biết những điều này không?"
"Not a small one, his pain will be"
"Không nhỏ đâu, nỗi đau của anh ấy sẽ rất lớn"
"after all, his heart is proud and hard"

"Dù sao thì, trái tim anh ấy kiêu hãnh và cứng rắn"
"people like this have to suffer and err a lot"
"Những người như thế này phải chịu đựng và phạm sai lầm rất nhiều"
"they have to do much injustice"
"họ phải làm nhiều điều bất công"
"and they have burden themselves with much sin"
"và họ đã gánh chịu nhiều tội lỗi"
"Tell me, my dear," he asked of Siddhartha
"Hãy nói cho tôi biết, em yêu," anh hỏi Siddhartha
"you're not taking control of your son's upbringing?"
"Anh không kiểm soát việc nuôi dạy con trai mình sao?"
"You don't force him, beat him, or punish him?"
"Bạn không ép buộc, đánh đập hay trừng phạt anh ấy sao?"
"No, Vasudeva, I don't do any of these things"
"Không, Vasudeva, tôi không làm bất cứ điều gì trong số những điều này"
"I knew it. You don't force him"
"Tôi biết mà. Anh không ép buộc anh ấy"
"you don't beat him and you don't give him orders"
"bạn không đánh anh ta và bạn không ra lệnh cho anh ta"
"because you know softness is stronger than hard"
"vì bạn biết sự mềm mại mạnh hơn sự cứng rắn"
"you know water is stronger than rocks"
"bạn biết nước mạnh hơn đá"
"and you know love is stronger than force"
"và bạn biết tình yêu mạnh hơn vũ lực"
"Very good, I praise you for this"
"Rất tốt, tôi khen ngợi bạn vì điều này"
"But aren't you mistaken in some way?"
"Nhưng có phải anh đã nhầm lẫn ở điểm nào đó không?"
"don't you think that you are forcing him?"
"Anh không nghĩ là anh đang ép buộc anh ấy sao?"
"don't you perhaps punish him a different way?"
"Liệu anh có thể trừng phạt anh ta theo cách khác không?"
"Don't you shackle him with your love?"

"Bạn không trói buộc anh ấy bằng tình yêu của mình sao?"
"Don't you make him feel inferior every day?"
"Chẳng phải ngày nào anh cũng khiến anh ấy cảm thấy thấp kém sao?"
"doesn't your kindness and patience make it even harder for him?"
"Lòng tốt và sự kiên nhẫn của anh không làm anh ấy càng khó khăn hơn sao?"
"aren't you forcing him to live in a hut with two old banana-eaters?"
"Chẳng phải anh đang bắt anh ấy phải sống trong một túp lều với hai người ăn chuối già sao?"
"old men to whom even rice is a delicacy"
"những ông già mà ngay cả cơm cũng là một món ngon"
"old men whose thoughts can't be his"
"những ông già mà suy nghĩ của họ không thể giống anh ấy"
"old men whose hearts are old and quiet"
"những ông già có trái tim già nua và tĩnh lặng"
"old men whose hearts beat in a different pace than his"
"những ông già có nhịp tim đập khác với ông ấy"
"Isn't he forced and punished by all this?""
"Chẳng phải anh ấy bị ép buộc và trừng phạt vì tất cả những điều này sao?"
Troubled, Siddhartha looked to the ground
Băn khoăn, Siddhartha nhìn xuống đất
Quietly, he asked, "What do you think should I do?"
Anh ấy hỏi một cách nhẹ nhàng: "Em nghĩ anh nên làm gì?"
Vasudeva spoke, "Bring him into the city"
Vasudeva nói, "Đưa anh ta vào thành phố"
"bring him into his mother's house"
"đưa anh ta vào nhà mẹ anh ta"
"there'll still be servants around, give him to them"
"Vẫn còn người hầu xung quanh, giao anh ta cho họ"
"And if there aren't any servants, bring him to a teacher"
"Còn nếu không có người hầu thì hãy dẫn nó đến gặp thầy"
"but don't bring him to a teacher for teachings' sake"

"nhưng đừng đưa anh ta đến gặp một giáo viên để dạy dỗ"
"bring him to a teacher so that he is among other children"
"đưa anh ta đến gặp một giáo viên để anh ta ở giữa những đứa trẻ khác"
"and bring him to the world which is his own"
"và đưa anh ta đến thế giới của riêng anh ta"
"have you never thought of this?"
"Bạn chưa bao giờ nghĩ đến điều này sao?"
"you're seeing into my heart," Siddhartha spoke sadly
"Anh đang nhìn thấu trái tim tôi," Siddhartha buồn bã nói.
"Often, I have thought of this"
"Tôi thường nghĩ đến điều này"
"but how can I put him into this world?"
"nhưng làm sao tôi có thể đưa anh ấy đến thế giới này?"
"Won't he become exuberant?"
"Anh ấy sẽ không trở nên phấn khích sao?"
"won't he lose himself to pleasure and power?"
"Anh ta sẽ không đánh mất mình vì khoái lạc và quyền lực sao?"
"won't he repeat all of his father's mistakes?"
"Liệu anh ta có lặp lại mọi sai lầm của cha mình không?"
"won't he perhaps get entirely lost in Sansara?"
"Liệu anh ấy có thể bị lạc hoàn toàn trong Sansara không?"
Brightly, the ferryman's smile lit up
Nụ cười của người lái đò sáng bừng lên
softly, he touched Siddhartha's arm
nhẹ nhàng, anh chạm vào cánh tay của Siddhartha
"Ask the river about it, my friend!"
"Hãy hỏi dòng sông về điều đó, bạn của tôi!"
"Hear the river laugh about it!"
"Hãy nghe dòng sông cười về điều đó!"
"Would you actually believe that you had committed your foolish acts?
"Liệu anh có thực sự tin rằng mình đã thực hiện hành động ngu ngốc đó không?
"in order to spare your son from committing them too"

"để con trai của bạn không phải phạm tội nữa"
"And could you in any way protect your son from Sansara?"
"Và liệu bạn có thể bảo vệ con trai mình khỏi Sansara không?"
"How could you protect him from Sansara?"
"Làm sao ngươi có thể bảo vệ anh ấy khỏi Sansara?"
"By means of teachings, prayer, admonition?"
"Bằng cách giảng dạy, cầu nguyện, khuyên răn?"
"My dear, have you entirely forgotten that story?"
"Em yêu, em đã quên hẳn câu chuyện đó rồi sao?"
"the story containing so many lessons"
"câu chuyện chứa đựng rất nhiều bài học"
"the story about Siddhartha, a Brahman's son"
"câu chuyện về Siddhartha, con trai của một Bà la môn"
"the story which you once told me here on this very spot?"
"câu chuyện mà anh đã từng kể cho tôi nghe ở đây, ngay tại nơi này?"
"Who has kept the Samana Siddhartha safe from Sansara?"
"Ai đã giữ cho Samana Siddhartha được an toàn khỏi luân hồi?"
"who has kept him from sin, greed, and foolishness?"
"Ai đã giữ anh ta khỏi tội lỗi, lòng tham và sự ngu ngốc?"
"Were his father's religious devotion able to keep him safe?
"Liệu lòng sùng đạo của cha ông có thể giữ ông được an toàn không?
"were his teacher's warnings able to keep him safe?"
"liệu những lời cảnh báo của giáo viên có thể giữ cho anh ấy được an toàn không?"
"could his own knowledge keep him safe?"
"Liệu kiến thức của anh ta có thể giữ anh ta được an toàn không?"
"was his own search able to keep him safe?"
"Liệu việc tìm kiếm của chính anh ấy có thể giữ anh ấy an toàn không?"
"What father has been able to protect his son?"
"Người cha nào có thể bảo vệ được con trai mình?"

"what father could keep his son from living his life for himself?"
"Người cha nào có thể ngăn cản con trai mình sống cuộc sống của chính mình?"
"what teacher has been able to protect his student?"
"Giáo viên nào có thể bảo vệ được học sinh của mình?"
"what teacher can stop his student from soiling himself with life?"
"Giáo viên nào có thể ngăn cản học sinh của mình làm vấy bẩn cuộc sống?"
"who could stop him from burdening himself with guilt?"
"Ai có thể ngăn cản anh ta khỏi việc mang trên mình cảm giác tội lỗi?"
"who could stop him from drinking the bitter drink for himself?"
"Ai có thể ngăn cản anh ta uống thứ nước đắng đó?"
"who could stop him from finding his path for himself?"
"Ai có thể ngăn cản anh ấy tìm ra con đường cho chính mình?"
"did you think anybody could be spared from taking this path?"
"Bạn có nghĩ rằng có ai đó có thể tránh được việc đi theo con đường này không?"
"did you think that perhaps your little son would be spared?"
"Anh có nghĩ rằng có lẽ đứa con trai nhỏ của anh sẽ được tha không?"
"did you think your love could do all that?"
"Anh nghĩ tình yêu của anh có thể làm được tất cả những điều đó sao?"
"did you think your love could keep him from suffering"
"Bạn có nghĩ tình yêu của bạn có thể giúp anh ấy tránh khỏi đau khổ không"
"did you think your love could protect him from pain and disappointment?
"Bạn có nghĩ tình yêu của bạn có thể bảo vệ anh ấy khỏi nỗi đau và sự thất vọng không?

"you could die ten times for him"
"bạn có thể chết mười lần vì anh ấy"
"but you could take no part of his destiny upon yourself"
"nhưng bạn không thể gánh vác bất kỳ phần nào trong số phận của anh ấy"
Never before, Vasudeva had spoken so many words
Chưa bao giờ Vasudeva nói nhiều lời như vậy
Kindly, Siddhartha thanked him
Siddhartha đã vui vẻ cảm ơn anh ta
he went troubled into the hut
anh ta đã đi vào túp lều trong tình trạng bối rối

he could not sleep for a long time
anh ấy không thể ngủ trong một thời gian dài
Vasudeva had told him nothing he had not already thought and known
Vasudeva đã không nói với anh ta bất cứ điều gì mà anh ta chưa nghĩ và chưa biết
But this was a knowledge he could not act upon
Nhưng đây là một kiến thức mà anh không thể hành động theo
stronger than knowledge was his love for the boy
mạnh hơn kiến thức là tình yêu của anh ấy dành cho cậu bé
stronger than knowledge was his tenderness
mạnh hơn kiến thức là sự dịu dàng của anh ấy
stronger than knowledge was his fear to lose him
mạnh hơn kiến thức là nỗi sợ mất anh ấy
had he ever lost his heart so much to something?
anh ấy đã bao giờ mất trái tim mình vì điều gì đó nhiều đến vậy chưa?
had he ever loved any person so blindly?
Anh đã từng yêu ai một cách mù quáng như thế chưa?
had he ever suffered for someone so unsuccessfully?
đã bao giờ anh ấy phải chịu đau khổ vì ai đó mà không thành công như vậy chưa?

had he ever made such sacrifices for anyone and yet been so unhappy?
liệu anh ấy đã từng hy sinh như vậy vì ai đó mà vẫn cảm thấy bất hạnh như vậy không?
Siddhartha could not heed his friend's advice
Siddhartha không thể nghe theo lời khuyên của bạn mình
he could not give up the boy
anh ta không thể từ bỏ cậu bé
He let the boy give him orders
Anh ta để cho cậu bé ra lệnh cho mình
he let him disregard him
anh ấy để anh ta bỏ qua anh ta
He said nothing and waited
Anh ấy không nói gì và chờ đợi
daily, he attempted the struggle of friendliness
hằng ngày, anh ấy cố gắng đấu tranh cho sự thân thiện
he initiated the silent war of patience
ông đã khởi xướng cuộc chiến thầm lặng của sự kiên nhẫn
Vasudeva also said nothing and waited
Vasudeva cũng không nói gì và chờ đợi
They were both masters of patience
Cả hai đều là bậc thầy về sự kiên nhẫn

one time the boy's face reminded him very much of Kamala
có lần khuôn mặt của cậu bé làm anh nhớ đến Kamala rất nhiều
Siddhartha suddenly had to think of something Kamala had once said
Siddhartha đột nhiên phải nghĩ đến điều mà Kamala đã từng nói
"You cannot love" she had said to him
"Anh không thể yêu" cô đã nói với anh
and he had agreed with her
và anh ấy đã đồng ý với cô ấy
and he had compared himself with a star
và anh ấy đã so sánh mình với một ngôi sao

- 256 -

and he had compared the childlike people with falling leaves
và ông đã so sánh những người trẻ con với những chiếc lá rơi
but nevertheless, he had also sensed an accusation in that line
nhưng tuy nhiên, anh cũng cảm nhận được một lời buộc tội trong câu đó
Indeed, he had never been able to love
Thật vậy, anh chưa bao giờ có thể yêu
he had never been able to devote himself completely to another person
anh ấy chưa bao giờ có thể cống hiến hết mình cho một người khác
he had never been able to to forget himself
anh ấy chưa bao giờ có thể quên được chính mình
he had never been able to commit foolish acts for the love of another person
anh ấy chưa bao giờ có thể làm những hành động ngu ngốc vì tình yêu của người khác
at that time it seemed to set him apart from the childlike people
vào thời điểm đó nó dường như làm anh ta khác biệt với những người trẻ con
But ever since his son was here, Siddhartha also become a childlike person
Nhưng kể từ khi con trai của ông ở đây, Siddhartha cũng trở thành một người trẻ con.
he was suffering for the sake of another person
anh ấy đang đau khổ vì người khác
he was loving another person
anh ấy đang yêu một người khác
he was lost to a love for someone else
anh ấy đã mất đi tình yêu dành cho một người khác
he had become a fool on account of love
anh ấy đã trở thành một kẻ ngốc vì tình yêu
Now he too felt the strongest and strangest of all passions

Bây giờ anh cũng cảm thấy niềm đam mê mạnh mẽ và kỳ lạ nhất

he suffered from this passion miserably

anh ấy đã đau khổ vì đam mê này một cách thảm hại

and he was nevertheless in bliss

và anh ấy vẫn cảm thấy hạnh phúc

he was nevertheless renewed in one respect

tuy nhiên ông đã được đổi mới ở một khía cạnh

he was enriched by this one thing

anh ấy đã được làm giàu bởi điều này

He sensed very well that this blind love for his son was a passion

Ông cảm nhận rất rõ rằng tình yêu mù quáng này dành cho con trai mình là một đam mê

he knew that it was something very human

anh ấy biết rằng đó là một điều gì đó rất con người

he knew that it was Sansara

anh ấy biết rằng đó là Sansara

he knew that it was a murky source, dark waters

anh biết rằng đó là một nguồn nước tối tăm, nước đen

but he felt it was not worthless, but necessary

nhưng anh ấy cảm thấy nó không phải là vô giá trị mà là cần thiết

it came from the essence of his own being

nó xuất phát từ bản chất của chính bản thể anh ấy

This pleasure also had to be atoned for

Niềm vui này cũng phải được đền bù

this pain also had to be endured

nỗi đau này cũng phải chịu đựng

these foolish acts also had to be committed

những hành động ngu ngốc này cũng phải được thực hiện

Through all this, the son let him commit his foolish acts

Qua tất cả những điều này, người con trai đã để cho anh ta thực hiện những hành động ngu ngốc của mình

he let him court for his affection

anh ấy để anh ấy tán tỉnh vì tình cảm của anh ấy

he let him humiliate himself every day
anh ấy để anh ấy tự làm nhục mình mỗi ngày
he gave in to the moods of his son
anh ấy đã chiều theo tâm trạng của con trai mình
his father had nothing which could have delighted him
cha của anh ấy không có gì có thể làm anh ấy vui thích
and he nothing that the boy feared
và anh ấy không biết gì về việc cậu bé sợ hãi
He was a good man, this father
Ông ấy là một người đàn ông tốt, người cha này
he was a good, kind, soft man
anh ấy là một người đàn ông tốt bụng, tử tế và nhẹ nhàng
perhaps he was a very devout man
có lẽ anh ấy là một người rất sùng đạo
perhaps he was a saint, the boy thought
có lẽ ông ấy là một vị thánh, cậu bé nghĩ
but all these attributes could not win the boy over
nhưng tất cả những phẩm chất này không thể chinh phục được cậu bé
He was bored by this father, who kept him imprisoned
Anh ta chán ngán người cha này, người đã giam cầm anh ta
a prisoner in this miserable hut of his
một tù nhân trong túp lều khốn khổ này của anh ta
he was bored of him answering every naughtiness with a smile
anh ấy chán ngấy khi anh ấy trả lời mọi sự tinh nghịch bằng một nụ cười
he didn't appreciate insults being responded to by friendliness
anh ấy không thích những lời lăng mạ được đáp lại bằng sự thân thiện
he didn't like viciousness returned in kindness
anh ấy không thích sự độc ác được đáp trả bằng lòng tốt
this very thing was the hated trick of this old sneak
chính điều này là trò lừa bịp đáng ghét của tên gian manh già này

Much more the boy would have liked it if he had been threatened by him
Cậu bé sẽ thích hơn nhiều nếu bị anh ta đe dọa
he wanted to be abused by him
anh ấy muốn bị anh ta ngược đãi

A day came when young Siddhartha had had enough
Một ngày nọ, chàng thanh niên Siddhartha đã chán ngấy
what was on his mind came bursting forth
những gì trong tâm trí anh ấy bùng nổ
and he openly turned against his father
và anh ta công khai chống lại cha mình
Siddhartha had given him a task
Siddhartha đã giao cho anh ta một nhiệm vụ
he had told him to gather brushwood
anh ấy đã bảo anh ấy đi gom củi
But the boy did not leave the hut
Nhưng cậu bé không rời khỏi túp lều
in stubborn disobedience and rage, he stayed where he was
trong sự bất tuân ngoan cố và giận dữ, anh ta vẫn ở nguyên nơi anh ta đang ở
he thumped on the ground with his feet
anh ta đập mạnh chân xuống đất
he clenched his fists and screamed in a powerful outburst
anh ta nắm chặt tay và hét lên một cách dữ dội
he screamed his hatred and contempt into his father's face
anh ta hét lên sự căm ghét và khinh miệt của mình vào mặt cha mình
"Get the brushwood for yourself!" he shouted, foaming at the mouth
"Tự đi mà nhặt cành cây đi!" anh ta hét lên, sùi bọt mép.
"I'm not your servant"
"Tôi không phải là người hầu của anh"
"I know that you won't hit me, you wouldn't dare"
"Tôi biết là anh sẽ không đánh tôi, anh không dám đâu"
"I know that you constantly want to punish me"

"Tôi biết là anh luôn muốn trừng phạt tôi"
"you want to put me down with your religious devotion and your indulgence"
"bạn muốn hạ bệ tôi bằng lòng sùng đạo và sự nuông chiều của bạn"
"You want me to become like you"
"Anh muốn em trở thành giống anh"
"you want me to be just as devout, soft, and wise as you"
"Anh muốn em cũng ngoan đạo, dịu dàng và khôn ngoan như anh"
"but I won't do it, just to make you suffer"
"nhưng tôi sẽ không làm vậy, chỉ để khiến em đau khổ"
"I would rather become a highway-robber than be as soft as you"
"Tôi thà làm một tên cướp đường còn hơn mềm yếu như anh"
"I would rather be a murderer than be as wise as you"
"Tôi thà làm kẻ giết người còn hơn khôn ngoan như anh"
"I would rather go to hell, than to become like you!"
"Ta thà xuống địa ngục còn hơn trở thành giống như người!"
"I hate you, you're not my father
"Tôi ghét ông, ông không phải là cha tôi
"even if you've slept with my mother ten times, you are not my father!"
"Cho dù ông có ngủ với mẹ tôi mười lần thì ông cũng không phải là cha tôi!"
Rage and grief boiled over in him
Sự tức giận và đau buồn dâng trào trong anh
he foamed at his father in a hundred savage and evil words
anh ta sùi bọt mép với cha mình bằng hàng trăm lời nói độc ác và tàn bạo
Then the boy ran away into the forest
Sau đó cậu bé chạy trốn vào rừng
it was late at night when the boy returned
đã là đêm muộn khi cậu bé trở về
But the next morning, he had disappeared
Nhưng sáng hôm sau, anh ấy đã biến mất

What had also disappeared was a small basket
Thứ cũng đã biến mất là một chiếc giỏ nhỏ
the basket in which the ferrymen kept those copper and silver coins
cái giỏ mà người lái đò đựng những đồng xu bằng đồng và bạc
the coins which they received as a fare
những đồng tiền mà họ nhận được như một vé
The boat had also disappeared
Chiếc thuyền cũng đã biến mất
Siddhartha saw the boat lying by the opposite bank
Siddhartha nhìn thấy chiếc thuyền nằm ở bờ bên kia
Siddhartha had been shivering with grief
Siddhartha đã run rẩy vì đau buồn
the ranting speeches the boy had made touched him
những bài diễn văn dài dòng của cậu bé đã làm anh xúc động
"I must follow him," said Siddhartha
"Tôi phải đi theo anh ấy," Siddhartha nói.
"A child can't go through the forest all alone, he'll perish"
"Một đứa trẻ không thể đi qua khu rừng một mình, nó sẽ chết"
"We must build a raft, Vasudeva, to get over the water"
"Chúng ta phải đóng một chiếc bè, Vasudeva, để vượt qua mặt nước"
"We will build a raft" said Vasudeva
"Chúng ta sẽ đóng một chiếc bè" Vasudeva nói
"we will build it to get our boat back"
"chúng ta sẽ xây dựng nó để lấy lại thuyền của chúng ta"
"But you shall not run after your child, my friend"
"Nhưng bạn không được chạy theo con mình, bạn của tôi ạ"
"he is no child anymore"
"anh ấy không còn là trẻ con nữa"
"he knows how to get around"
"anh ấy biết cách di chuyển"
"He's looking for the path to the city"
"Anh ấy đang tìm đường vào thành phố"
"and he is right, don't forget that"

"và anh ấy đúng, đừng quên điều đó"
"he's doing what you've failed to do yourself"
"anh ấy đang làm điều mà chính bạn đã không làm được"
"he's taking care of himself"
"anh ấy đang tự chăm sóc bản thân mình"
"he's taking his course for himself"
"anh ấy đang tự mình thực hiện khóa học"
"Alas, Siddhartha, I see you suffering"
"Than ôi, Siddhartha, tôi thấy bạn đang đau khổ"
"but you're suffering a pain at which one would like to laugh"
"nhưng bạn đang phải chịu đựng nỗi đau mà người ta muốn cười"
"you're suffering a pain at which you'll soon laugh yourself"
"bạn đang phải chịu đựng một nỗi đau mà bạn sẽ sớm phải tự cười mình"
Siddhartha did not answer his friend
Siddhartha không trả lời bạn mình
He already held the axe in his hands
Anh ta đã cầm rìu trong tay
and he began to make a raft of bamboo
và anh ta bắt đầu làm một chiếc bè bằng tre
Vasudeva helped him to tie the canes together with ropes of grass
Vasudeva giúp anh ta buộc những cây mía lại với nhau bằng những sợi dây cỏ
When they crossed the river they drifted far off their course
Khi họ băng qua sông, họ trôi dạt xa khỏi lộ trình của họ
they pulled the raft upriver on the opposite bank
họ kéo bè ngược dòng sông ở bờ bên kia
"Why did you take the axe along?" asked Siddhartha
"Tại sao ngươi lại mang theo cái rìu?" Siddhartha hỏi.
"It might have been possible that the oar of our boat got lost"
"Có thể mái chèo của thuyền chúng ta đã bị mất"
But Siddhartha knew what his friend was thinking
Nhưng Siddhartha biết bạn mình đang nghĩ gì

He thought, the boy would have thrown away the oar
Ông nghĩ, cậu bé sẽ vứt mái chèo đi
in order to get some kind of revenge
để có thể trả thù một cách nào đó
and in order to keep them from following him
và để giữ họ không đi theo anh ta
And in fact, there was no oar left in the boat
Và thực tế là không còn mái chèo nào trên thuyền nữa
Vasudeva pointed to the bottom of the boat
Vasudeva chỉ vào đáy thuyền
and he looked at his friend with a smile
và anh ấy nhìn bạn mình với một nụ cười
he smiled as if he wanted to say something
anh ấy mỉm cười như thể anh ấy muốn nói điều gì đó
"Don't you see what your son is trying to tell you?"
"Bà không thấy con trai bà đang muốn nói gì với bà sao?"
"Don't you see that he doesn't want to be followed?"
"Bạn không thấy là anh ấy không muốn bị theo dõi sao?"
But he did not say this in words
Nhưng ông không nói điều này bằng lời
He started making a new oar
Anh ấy bắt đầu làm một mái chèo mới
But Siddhartha bid his farewell, to look for the run-away
Nhưng Siddhartha đã từ biệt anh ta để đi tìm kẻ bỏ trốn
Vasudeva did not stop him from looking for his child
Vasudeva không ngăn cản anh ta tìm kiếm đứa con của mình

Siddhartha had been walking through the forest for a long time
Siddhartha đã đi bộ qua khu rừng trong một thời gian dài
the thought occurred to him that his search was useless
anh ta nghĩ rằng việc tìm kiếm của anh ta là vô ích
Either the boy was far ahead and had already reached the city
Hoặc là cậu bé đã đi xa phía trước và đã đến thành phố
or he would conceal himself from him

hoặc anh ta sẽ ẩn mình khỏi anh ta
he continued thinking about his son
anh ấy vẫn tiếp tục nghĩ về con trai mình
he found that he was not worried for his son
anh ấy thấy rằng anh ấy không lo lắng cho con trai mình
he knew deep inside that he had not perished
anh ấy biết sâu thẳm bên trong rằng anh ấy chưa chết
nor was he in any danger in the forest
và anh ấy cũng không gặp nguy hiểm gì trong rừng
Nevertheless, he ran without stopping
Tuy nhiên, anh ta vẫn chạy mà không dừng lại
he was not running to save him
anh ấy không chạy đến cứu anh ấy
he was running to satisfy his desire
anh ấy đang chạy để thỏa mãn ham muốn của mình
he wanted to perhaps see him one more time
anh ấy muốn có lẽ gặp lại anh ấy một lần nữa
And he ran up to just outside of the city
Và anh ta chạy đến ngay bên ngoài thành phố
When, near the city, he reached a wide road
Khi gần đến thành phố, anh ta đi đến một con đường rộng
he stopped, by the entrance of the beautiful pleasure-garden
anh ấy dừng lại, ở lối vào của khu vườn vui chơi xinh đẹp
the garden which used to belong to Kamala
khu vườn trước đây thuộc về Kamala
the garden where he had seen her for the first time
khu vườn nơi anh nhìn thấy cô lần đầu tiên
when she was sitting in her sedan-chair
khi cô ấy đang ngồi trên kiệu của mình
The past rose up in his soul
Quá khứ trỗi dậy trong tâm hồn anh
again, he saw himself standing there
một lần nữa, anh thấy mình đang đứng ở đó
a young, bearded, naked Samana
một Samana trẻ, có râu, khỏa thân
his hair hair was full of dust

tóc của anh ấy đầy bụi
For a long time, Siddhartha stood there
Trong một thời gian dài, Siddhartha đứng đó
he looked through the open gate into the garden
anh ấy nhìn qua cánh cổng mở vào khu vườn
he saw monks in yellow robes walking among the beautiful trees
anh ấy nhìn thấy các nhà sư mặc áo choàng vàng đang đi giữa những hàng cây đẹp
For a long time, he stood there, pondering
Anh đứng đó hồi lâu, suy ngẫm
he saw images and listened to the story of his life
anh ấy đã nhìn thấy hình ảnh và lắng nghe câu chuyện cuộc đời mình
For a long time, he stood there looking at the monks
Trong một thời gian dài, ông đứng đó nhìn các nhà sư
he saw young Siddhartha in their place
anh ấy nhìn thấy Siddhartha trẻ tuổi ở vị trí của họ
he saw young Kamala walking among the high trees
anh ấy nhìn thấy cô gái trẻ Kamala đang đi giữa những cây cao
Clearly, he saw himself being served food and drink by Kamala
Rõ ràng là anh ta thấy mình đang được Kamala phục vụ đồ ăn và đồ uống.
he saw himself receiving his first kiss from her
anh ấy thấy mình đang nhận được nụ hôn đầu tiên từ cô ấy
he saw himself looking proudly and disdainfully back on his life as a Brahman
ông thấy mình đang nhìn lại cuộc sống của mình như một Bà la môn một cách kiêu hãnh và khinh thường
he saw himself beginning his worldly life, proudly and full of desire
anh ấy thấy mình bắt đầu cuộc sống thế gian, đầy kiêu hãnh và ham muốn
He saw Kamaswami, the servants, the orgies

Ông nhìn thấy Kamaswami, những người hầu, những cuộc truy hoan

he saw the gamblers with the dice

anh ta nhìn thấy những người đánh bạc với con xúc xắc

he saw Kamala's song-bird in the cage

anh ấy nhìn thấy con chim hót của Kamala trong lồng

he lived through all this again

anh ấy đã sống lại tất cả những điều này một lần nữa

he breathed Sansara and was once again old and tired

ông thở ra Sansara và một lần nữa già nua và mệt mỏi

he felt the disgust and the wish to annihilate himself again

anh ta cảm thấy ghê tởm và muốn tự hủy diệt mình lần nữa

and he was healed again by the holy Om

và anh ấy đã được chữa lành một lần nữa bởi Om thánh

for a long time Siddhartha had stood by the gate

trong một thời gian dài Siddhartha đã đứng bên cổng

he realised his desire was foolish

anh ấy nhận ra mong muốn của mình là ngu ngốc

he realized it was foolishness which had made him go up to this place

anh ấy nhận ra rằng đó là sự ngu ngốc khiến anh ấy đi đến nơi này

he realized he could not help his son

ông nhận ra rằng ông không thể giúp con trai mình

and he realized that he was not allowed to cling to him

và anh nhận ra rằng anh không được phép bám vào anh ấy

he felt the love for the run-away deeply in his heart

anh cảm thấy tình yêu dành cho kẻ bỏ trốn sâu thẳm trong tim mình

the love for his son felt like a wound

tình yêu dành cho con trai của anh ấy giống như một vết thương

but this wound had not been given to him in order to turn the knife in it

nhưng vết thương này không phải được gây ra để anh ta đâm con dao vào đó

the wound had to become a blossom
vết thương phải trở thành một bông hoa
and his wound had to shine
và vết thương của anh ấy phải sáng lên
That this wound did not blossom or shine yet made him sad
Vết thương này chưa nở hoa hay sáng lên nhưng vẫn khiến anh buồn
Instead of the desired goal, there was emptiness
Thay vì mục tiêu mong muốn, lại có sự trống rỗng
emptiness had drawn him here, and sadly he sat down
sự trống rỗng đã kéo anh đến đây, và anh buồn bã ngồi xuống
he felt something dying in his heart
anh ấy cảm thấy có điều gì đó đang chết dần trong tim mình
he experienced emptiness and saw no joy any more
anh ấy đã trải qua sự trống rỗng và không còn thấy niềm vui nữa
there was no goal for which to aim for
không có mục tiêu nào để hướng tới
He sat lost in thought and waited
Anh ngồi đó suy nghĩ miên man và chờ đợi
This he had learned by the river
Anh ấy đã học được điều này ở bờ sông
waiting, having patience, listening attentively
chờ đợi, kiên nhẫn, lắng nghe chăm chú
And he sat and listened, in the dust of the road
Và anh ngồi và lắng nghe, trong bụi đường
he listened to his heart, beating tiredly and sadly
anh lắng nghe tiếng tim mình đập, mệt mỏi và buồn bã
and he waited for a voice
và anh ấy chờ đợi một giọng nói
Many an hour he crouched, listening
Nhiều giờ anh khom người, lắng nghe
he saw no images any more
anh ấy không còn nhìn thấy hình ảnh nào nữa
he fell into emptiness and let himself fall
anh ấy rơi vào khoảng không và để mình rơi xuống

he could see no path in front of him
anh ta không thể nhìn thấy con đường nào ở phía trước
And when he felt the wound burning, he silently spoke the Om
Và khi anh cảm thấy vết thương nóng rát, anh thầm thốt lên Om
he filled himself with Om
anh ấy đã lấp đầy mình bằng Om
The monks in the garden saw him
Các nhà sư trong vườn nhìn thấy anh ta
dust was gathering on his gray hair
bụi bám trên mái tóc bạc của ông
since he crouched for many hours, one of monks placed two bananas in front of him
vì ông đã khom lưng trong nhiều giờ, một trong những nhà sư đã đặt hai quả chuối trước mặt ông
The old man did not see him
Ông già không nhìn thấy anh ta

From this petrified state, he was awoken by a hand touching his shoulder
Từ trạng thái hóa đá này, anh ta được đánh thức bởi một bàn tay chạm vào vai anh ta
Instantly, he recognised this tender bashful touch
Ngay lập tức, anh nhận ra cái chạm nhẹ nhàng e thẹn này
Vasudeva had followed him and waited
Vasudeva đã đi theo anh ta và chờ đợi
he regained his senses and rose to greet Vasudeva
anh ta lấy lại bình tĩnh và đứng dậy chào Vasudeva
he looked into Vasudeva's friendly face
anh nhìn vào khuôn mặt thân thiện của Vasudeva
he looked into the small wrinkles
anh ấy nhìn vào những nếp nhăn nhỏ
his wrinkles were as if they were filled with nothing but his smile

những nếp nhăn của anh ấy như thể chúng chỉ chứa đầy nụ cười của anh ấy

he looked into the happy eyes, and then he smiled too
anh nhìn vào đôi mắt hạnh phúc, rồi anh cũng mỉm cười

Now he saw the bananas lying in front of him
Bây giờ anh ta nhìn thấy những quả chuối nằm trước mặt mình

he picked the bananas up and gave one to the ferryman
anh ấy nhặt những quả chuối lên và đưa một quả cho người lái đò

After eating the bananas, they silently went back into the forest
Sau khi ăn chuối, họ lặng lẽ quay trở lại khu rừng

they returned home to the ferry
họ trở về nhà bằng phà

Neither one talked about what had happened that day
Không ai nói về những gì đã xảy ra ngày hôm đó

neither one mentioned the boy's name
không ai nhắc đến tên cậu bé

neither one spoke about him running away
không ai nói về việc anh ta bỏ chạy

neither one spoke about the wound
không ai nói về vết thương

In the hut, Siddhartha lay down on his bed
Trong túp lều, Siddhartha nằm xuống giường.

after a while Vasudeva came to him
sau một lúc Vasudeva đến gặp anh ta

he offered him a bowl of coconut-milk
anh ấy đưa cho anh ta một bát nước cốt dừa

but he was already asleep
nhưng anh ấy đã ngủ rồi

Om

For a long time the wound continued to burn
Trong một thời gian dài vết thương vẫn tiếp tục bỏng
Siddhartha had to ferry many travellers across the river
Siddhartha phải chở nhiều du khách qua sông
many of the travellers were accompanied by a son or a daughter
nhiều du khách đi cùng với con trai hoặc con gái
and he saw none of them without envying them
và anh ta không nhìn thấy ai trong số họ mà không ghen tị
he couldn't see them without thinking about his lost son
anh ấy không thể nhìn thấy họ mà không nghĩ đến đứa con trai đã mất của mình
"So many thousands possess the sweetest of good fortunes"
"Rất nhiều ngàn người sở hữu vận may ngọt ngào nhất"
"why don't I also possess this good fortune?"
"Tại sao tôi lại không có được may mắn này?"
"even thieves and robbers have children and love them"
"Ngay cả kẻ trộm và kẻ cướp cũng có con và yêu thương chúng"
"and they are being loved by their children"
"và họ được con cái yêu thương"
"all are loved by their children except for me"
"tất cả đều được con cái yêu thương ngoại trừ tôi"
he now thought like the childlike people, without reason
bây giờ anh ấy nghĩ giống như những người trẻ con, không có lý do
he had become one of the childlike people
anh ấy đã trở thành một trong những người trẻ con
he looked upon people differently than before
anh ấy nhìn mọi người khác đi so với trước đây
he was less smart and less proud of himself
anh ấy kém thông minh và kém tự hào về bản thân mình
but instead, he was warmer and more curious
nhưng thay vào đó, anh ấy ấm áp hơn và tò mò hơn

when he ferried travellers, he was more involved than before
khi anh ấy chở khách du lịch, anh ấy đã tham gia nhiều hơn trước

childlike people, businessmen, warriors, women
những người trẻ con, doanh nhân, chiến binh, phụ nữ

these people did not seem alien to him, as they used to
những người này không có vẻ xa lạ với anh ta như họ từng

he understood them and shared their life
anh ấy hiểu họ và chia sẻ cuộc sống của họ

a life which was not guided by thoughts and insight
một cuộc sống không được hướng dẫn bởi những suy nghĩ và hiểu biết sâu sắc

but a life guided solely by urges and wishes
nhưng một cuộc sống chỉ được hướng dẫn bởi những thôi thúc và mong muốn

he felt like the the childlike people
anh ấy cảm thấy giống như những người trẻ con

he was bearing his final wound
anh ấy đang mang vết thương cuối cùng của mình

he was nearing perfection
anh ấy đang tiến gần đến sự hoàn hảo

but the childlike people still seemed like his brothers
nhưng những người trẻ con vẫn có vẻ như là anh em của ông

their vanities, desires for possession were no longer ridiculous to him
sự phù phiếm, ham muốn chiếm hữu của họ không còn nực cười đối với anh ta nữa

they became understandable and lovable
họ trở nên dễ hiểu và đáng yêu

they even became worthy of veneration to him
họ thậm chí còn trở nên xứng đáng được tôn kính với ông

The blind love of a mother for her child
Tình yêu mù quáng của người mẹ dành cho đứa con của mình

the stupid, blind pride of a conceited father for his only son

lòng kiêu hãnh ngu ngốc, mù quáng của một người cha tự phụ dành cho đứa con trai duy nhất của mình

the blind, wild desire of a young, vain woman for jewellery

ham muốn mù quáng, hoang dã của một người phụ nữ trẻ, phù phiếm đối với đồ trang sức

her wish for admiring glances from men

mong muốn của cô ấy là được đàn ông ngắm nhìn

all of these simple urges were not childish notions

tất cả những thôi thúc đơn giản này không phải là những ý niệm trẻ con

but they were immensely strong, living, and prevailing urges

nhưng chúng vô cùng mạnh mẽ, sống động và là những thôi thúc chủ đạo

he saw people living for the sake of their urges

anh ấy thấy mọi người sống vì những ham muốn của họ

he saw people achieving rare things for their urges

anh ấy thấy mọi người đạt được những điều hiếm có cho những ham muốn của họ

travelling, conducting wars, suffering

du lịch, tiến hành chiến tranh, đau khổ

they bore an infinite amount of suffering

họ đã chịu đựng vô số đau khổ

and he could love them for it, because he saw life

và anh ấy có thể yêu họ vì điều đó, bởi vì anh ấy nhìn thấy cuộc sống

that what is alive was in each of their passions

rằng những gì còn sống nằm trong mỗi đam mê của họ

that what is is indestructible was in their urges, the Brahman

rằng cái gì là không thể phá hủy nằm trong sự thúc đẩy của họ, Brahman

these people were worthy of love and admiration

những người này xứng đáng được yêu thương và ngưỡng mộ

they deserved it for their blind loyalty and blind strength

họ đáng bị như vậy vì lòng trung thành mù quáng và sức mạnh mù quáng của họ

there was nothing that they lacked
không có gì mà họ thiếu
Siddhartha had nothing which would put him above the rest, except one thing
Siddhartha không có gì có thể khiến anh ta vượt trội hơn những người khác, ngoại trừ một điều
there still was a small thing he had which they didn't
vẫn còn một thứ nhỏ mà anh ấy có mà họ không có
he had the conscious thought of the oneness of all life
ông đã có ý nghĩ có ý thức về sự thống nhất của tất cả sự sống
but Siddhartha even doubted whether this knowledge should be valued so highly
nhưng Siddhartha thậm chí còn nghi ngờ liệu kiến thức này có nên được đánh giá cao như vậy không
it might also be a childish idea of the thinking people
nó cũng có thể là một ý tưởng trẻ con của những người suy nghĩ
the worldly people were of equal rank to the wise men
những người thế gian có địa vị ngang bằng với những người thông thái
animals too can in some moments seem to be superior to humans
động vật đôi khi cũng có thể có vẻ vượt trội hơn con người
they are superior in their tough, unrelenting performance of what is necessary
họ vượt trội hơn về khả năng thực hiện bền bỉ, không ngừng nghỉ những gì cần thiết
an idea slowly blossomed in Siddhartha
một ý tưởng từ từ nở rộ trong Siddhartha
and the idea slowly ripened in him
và ý tưởng đó dần dần chín muồi trong anh ấy
he began to see what wisdom actually was
anh ấy bắt đầu thấy được sự khôn ngoan thực sự là gì
he saw what the goal of his long search was
anh ấy đã thấy mục đích của cuộc tìm kiếm dài lâu của mình là gì

his search was nothing but a readiness of the soul
sự tìm kiếm của anh ấy không gì khác ngoài sự sẵn sàng của tâm hồn
a secret art to think every moment, while living his life
một nghệ thuật bí mật để suy nghĩ mọi khoảnh khắc, trong khi sống cuộc sống của mình
it was the thought of oneness
đó là suy nghĩ về sự thống nhất
to be able to feel and inhale the oneness
để có thể cảm nhận và hít thở sự hợp nhất
Slowly this awareness blossomed in him
Dần dần nhận thức này nở rộ trong anh
it was shining back at him from Vasudeva's old, childlike face
nó đang chiếu lại anh ta từ khuôn mặt trẻ thơ, già nua của Vasudeva
harmony and knowledge of the eternal perfection of the world
sự hòa hợp và hiểu biết về sự hoàn hảo vĩnh cửu của thế giới
smiling and to be part of the oneness
mỉm cười và trở thành một phần của sự thống nhất
But the wound still burned
Nhưng vết thương vẫn còn bỏng rát
longingly and bitterly Siddhartha thought of his son
Siddhartha khao khát và cay đắng nghĩ về con trai mình
he nurtured his love and tenderness in his heart
anh ấy nuôi dưỡng tình yêu và sự dịu dàng trong trái tim mình
he allowed the pain to gnaw at him
anh ấy cho phép nỗi đau gặm nhấm anh ấy
he committed all foolish acts of love
anh ấy đã thực hiện tất cả những hành động ngu ngốc của tình yêu
this flame would not go out by itself
ngọn lửa này sẽ không tự tắt

one day the wound burned violently
một ngày nọ vết thương bỏng dữ dội
driven by a yearning, Siddhartha crossed the river
Được thúc đẩy bởi một nỗi khao khát, Siddhartha đã băng qua sông
he got off the boat and was willing to go to the city
anh ấy xuống thuyền và muốn đi vào thành phố
he wanted to look for his son again
anh ấy muốn tìm lại con trai mình
The river flowed softly and quietly
Dòng sông chảy nhẹ nhàng và êm ả
it was the dry season, but its voice sounded strange
đó là mùa khô, nhưng giọng nói của nó nghe lạ
it was clear to hear that the river laughed
rõ ràng là nghe thấy dòng sông cười
it laughed brightly and clearly at the old ferryman
nó cười tươi và rõ ràng với người lái đò già
he bent over the water, in order to hear even better
anh ấy cúi xuống mặt nước để nghe rõ hơn
and he saw his face reflected in the quietly moving waters
và anh ấy nhìn thấy khuôn mặt mình phản chiếu trong dòng nước chảy lặng lẽ
in this reflected face there was something
trong khuôn mặt phản chiếu này có cái gì đó
something which reminded him, but he had forgotten
một cái gì đó nhắc nhở anh ta, nhưng anh ta đã quên
as he thought about it, he found it
khi anh ấy nghĩ về nó, anh ấy đã tìm thấy nó
this face resembled another face which he used to know and love
khuôn mặt này giống với một khuôn mặt khác mà anh từng biết và yêu
but he also used to fear this face
nhưng anh cũng từng sợ khuôn mặt này
It resembled his father's face, the Brahman
Nó giống khuôn mặt của cha mình, Brahman

he remembered how he had forced his father to let him go
anh nhớ lại cách anh đã buộc cha mình phải thả anh ra
he remembered how he had bid his farewell to him
anh nhớ lại cách anh đã tạm biệt anh ấy
he remembered how he had gone and had never come back
anh ấy nhớ lại cách anh ấy đã đi và không bao giờ trở lại
Had his father not also suffered the same pain for him?
Chẳng phải cha anh cũng đã phải chịu nỗi đau tương tự vì anh sao?
was his father's pain not the pain Siddhartha is suffering now?
nỗi đau của cha ông không phải là nỗi đau mà Siddhartha đang phải chịu đựng bây giờ sao?
Had his father not long since died?
Cha của ông đã mất từ lâu rồi sao?
had he died without having seen his son again?
phải chăng ông đã chết mà chưa được gặp lại con trai mình?
Did he not have to expect the same fate for himself?
Chẳng lẽ ông không mong đợi số phận tương tự sẽ xảy đến với mình sao?
Was it not a comedy in a fateful circle?
Đó chẳng phải là một vở hài kịch trong một vòng tròn định mệnh sao?
The river laughed about all of this
Dòng sông cười về tất cả những điều này
everything came back which had not been suffered
mọi thứ đã trở lại mà không bị đau khổ
everything came back which had not been solved
mọi thứ đã trở lại mà chưa được giải quyết
the same pain was suffered over and over again
cùng một nỗi đau đã phải chịu đựng hết lần này đến lần khác
Siddhartha went back into the boat
Siddhartha quay trở lại thuyền
and he returned back to the hut
và anh ấy quay trở lại túp lều
he was thinking of his father and of his son

anh ấy đang nghĩ đến cha và con trai mình
he thought of having been laughed at by the river
anh ấy nghĩ rằng mình đã bị dòng sông cười nhạo
he was at odds with himself and tending towards despair
anh ấy mâu thuẫn với chính mình và có xu hướng tuyệt vọng
but he was also tempted to laugh
nhưng anh ấy cũng bị cám dỗ để cười
he could laugh at himself and the entire world
anh ta có thể cười nhạo chính mình và cả thế giới
Alas, the wound was not blossoming yet
Than ôi, vết thương vẫn chưa nở hoa
his heart was still fighting his fate
trái tim anh vẫn đang đấu tranh với số phận của mình
cheerfulness and victory were not yet shining from his suffering
sự vui vẻ và chiến thắng vẫn chưa tỏa sáng từ nỗi đau khổ của anh ấy
Nevertheless, he felt hope along with the despair
Tuy nhiên, anh cảm thấy hy vọng cùng với sự tuyệt vọng
once he returned to the hut he felt an undefeatable desire to open up to Vasudeva
khi trở về túp lều, ông cảm thấy một mong muốn mãnh liệt muốn mở lòng với Vasudeva
he wanted to show him everything
anh ấy muốn cho anh ấy thấy mọi thứ
he wanted to say everything to the master of listening
anh ấy muốn nói tất cả mọi thứ với bậc thầy lắng nghe

Vasudeva was sitting in the hut, weaving a basket
Vasudeva đang ngồi trong túp lều, đan một chiếc giỏ
He no longer used the ferry-boat
Anh ta không còn sử dụng phà nữa
his eyes were starting to get weak
mắt anh ấy bắt đầu yếu đi
his arms and hands were getting weak as well
cánh tay và bàn tay của anh ấy cũng đang yếu dần

only the joy and cheerful benevolence of his face was unchanging
chỉ có niềm vui và sự nhân từ vui vẻ trên khuôn mặt anh ấy là không thay đổi
Siddhartha sat down next to the old man
Siddhartha ngồi xuống bên cạnh ông già
slowly, he started talking about what they had never spoke about
chậm rãi, anh ấy bắt đầu nói về những điều họ chưa từng nói đến
he told him of his walk to the city
anh ấy kể cho anh ấy nghe về chuyến đi bộ của anh ấy đến thành phố
he told at him of the burning wound
anh ấy kể với anh ấy về vết thương bỏng
he told him about the envy of seeing happy fathers
anh ấy kể cho anh ấy nghe về sự ghen tị khi nhìn thấy những người cha hạnh phúc
his knowledge of the foolishness of such wishes
kiến thức của anh ta về sự ngu ngốc của những mong muốn như vậy
his futile fight against his wishes
cuộc chiến vô ích của anh ta chống lại mong muốn của anh ta
he was able to say everything, even the most embarrassing parts
anh ấy có thể nói mọi thứ, ngay cả những phần xấu hổ nhất
he told him everything he could tell him
anh ấy đã nói với anh ấy mọi thứ anh ấy có thể nói với anh ấy
he showed him everything he could show him
anh ấy đã cho anh ấy thấy mọi thứ anh ấy có thể cho anh ấy thấy
He presented his wound to him
Anh ấy đã trình bày vết thương của mình cho anh ấy
he also told him how he had fled today
anh ấy cũng kể cho anh ấy nghe về việc anh ấy đã trốn thoát như thế nào ngày hôm nay

he told him how he ferried across the water
anh ấy kể cho anh ấy nghe cách anh ấy chở thuyền qua sông
a childish run-away, willing to walk to the city
một đứa trẻ bỏ nhà đi, muốn đi bộ đến thành phố
and he told him how the river had laughed
và anh ấy kể cho anh ấy nghe về việc dòng sông đã cười như thế nào
he spoke for a long time
anh ấy đã nói rất lâu
Vasudeva was listening with a quiet face
Vasudeva lắng nghe với vẻ mặt bình thản
Vasudeva's listening gave Siddhartha a stronger sensation than ever before
Sự lắng nghe của Vasudeva đã mang lại cho Siddhartha một cảm giác mạnh mẽ hơn bao giờ hết
he sensed how his pain and fears flowed over to him
anh ấy cảm nhận được nỗi đau và nỗi sợ hãi của mình đang lan sang anh ấy
he sensed how his secret hope flowed over him
anh ấy cảm nhận được hy vọng thầm kín của mình đang tràn ngập anh ấy
To show his wound to this listener was the same as bathing it in the river
Việc cho người nghe này thấy vết thương của mình cũng giống như việc tắm nó trong dòng sông vậy.
the river would have cooled Siddhartha's wound
dòng sông sẽ làm mát vết thương của Siddhartha
the quiet listening cooled Siddhartha's wound
sự lắng nghe lặng lẽ làm mát vết thương của Siddhartha
it cooled him until he become one with the river
nó làm mát anh ta cho đến khi anh ta trở thành một với dòng sông
While he was still speaking, still admitting and confessing
Trong khi anh ta vẫn đang nói, vẫn đang thừa nhận và thú nhận

Siddhartha felt more and more that this was no longer Vasudeva
Siddhartha ngày càng cảm thấy rằng đây không còn là Vasudeva nữa.

it was no longer a human being who was listening to him
không còn là một con người đang lắng nghe anh ta nữa

this motionless listener was absorbing his confession into himself
người nghe bất động này đang hấp thụ lời thú nhận của anh ta vào chính mình

this motionless listener was like a tree the rain
người nghe bất động này giống như một cái cây mưa

this motionless man was the river itself
người đàn ông bất động này chính là dòng sông

this motionless man was God himself
người đàn ông bất động này chính là Chúa

the motionless man was the eternal itself
người đàn ông bất động chính là sự vĩnh hằng

Siddhartha stopped thinking of himself and his wound
Siddhartha ngừng nghĩ về bản thân và vết thương của mình

this realisation of Vasudeva's changed character took possession of him
sự nhận thức này về tính cách thay đổi của Vasudeva đã chiếm hữu anh ta

and the more he entered into it, the less wondrous it became
và anh ta càng đi sâu vào nó, nó càng trở nên ít kỳ diệu hơn

the more he realised that everything was in order and natural
anh ấy càng nhận ra rằng mọi thứ đều theo thứ tự và tự nhiên

he realised that Vasudeva had already been like this for a long time
anh ta nhận ra rằng Vasudeva đã như thế này từ lâu rồi

he had just not quite recognised it yet
anh ấy vẫn chưa nhận ra điều đó

yes, he himself had almost reached the same state
vâng, bản thân anh ấy cũng gần đạt đến trạng thái tương tự

He felt, that he was now seeing old Vasudeva as the people see the gods
Ông cảm thấy rằng ông đang nhìn thấy Vasudeva già như mọi người nhìn thấy các vị thần.

and he felt that this could not last
và anh ấy cảm thấy điều này không thể kéo dài

in his heart, he started bidding his farewell to Vasudeva
trong lòng, anh bắt đầu chào tạm biệt Vasudeva

Throughout all this, he talked incessantly
Trong suốt thời gian đó, anh ấy nói liên tục

When he had finished talking, Vasudeva turned his friendly eyes at him
Khi anh ta nói xong, Vasudeva hướng đôi mắt thân thiện của mình về phía anh ta

the eyes which had grown slightly weak
đôi mắt đã trở nên hơi yếu

he said nothing, but let his silent love and cheerfulness shine
anh ấy không nói gì cả, nhưng để tình yêu thầm lặng và sự vui vẻ của anh ấy tỏa sáng

his understanding and knowledge shone from him
sự hiểu biết và kiến thức của anh ấy tỏa sáng từ anh ấy

He took Siddhartha's hand and led him to the seat by the bank
Ông nắm tay Siddhartha và dẫn anh đến chỗ ngồi bên bờ sông.

he sat down with him and smiled at the river
anh ngồi xuống với anh ấy và mỉm cười với dòng sông

"You've heard it laugh," he said
"Bạn đã nghe nó cười," anh nói

"But you haven't heard everything"
"Nhưng bạn chưa nghe hết mọi thứ"

"Let's listen, you'll hear more"
"Hãy lắng nghe, bạn sẽ nghe được nhiều hơn"

Softly sounded the river, singing in many voices
Dòng sông khẽ vang lên, hát bằng nhiều giọng

Siddhartha looked into the water
Siddhartha nhìn xuống nước
images appeared to him in the moving water
hình ảnh hiện ra với anh ta trong dòng nước chuyển động
his father appeared, lonely and mourning for his son
cha của anh ấy xuất hiện, cô đơn và đau buồn vì con trai mình
he himself appeared in the moving water
chính anh ấy đã xuất hiện trong dòng nước chuyển động
he was also being tied with the bondage of yearning to his distant son
ông cũng bị trói buộc bởi sự khao khát đứa con trai xa cách của mình
his son appeared, lonely as well
con trai của ông xuất hiện, cũng cô đơn
the boy, greedily rushing along the burning course of his young wishes
cậu bé, háo hức chạy theo con đường rực cháy của những ước mơ tuổi trẻ của mình
each one was heading for his goal
mỗi người đều hướng đến mục tiêu của mình
each one was obsessed by the goal
mỗi người đều bị ám ảnh bởi mục tiêu
each one was suffering from the pursuit
mỗi người đều đau khổ vì sự truy đuổi
The river sang with a voice of suffering
Dòng sông hát lên tiếng kêu đau khổ
longingly it sang and flowed towards its goal
nó hát một cách khao khát và chảy về phía mục tiêu của nó
"Do you hear?" Vasudeva asked with a mute gaze
"Ngươi có nghe không?" Vasudeva hỏi với ánh mắt câm lặng.
Siddhartha nodded in reply
Siddhartha gật đầu đáp lại
"Listen better!" Vasudeva whispered
"Hãy lắng nghe kỹ hơn!" Vasudeva thì thầm
Siddhartha made an effort to listen better
Siddhartha đã cố gắng lắng nghe tốt hơn

The image of his father appeared
Hình ảnh của cha ông đã xuất hiện
his own image merged with his father's
hình ảnh của chính anh ấy đã hòa nhập với hình ảnh của cha anh ấy
the image of his son merged with his image
hình ảnh của con trai ông đã hòa nhập với hình ảnh của ông
Kamala's image also appeared and was dispersed
Hình ảnh của Kamala cũng xuất hiện và bị phân tán
and the image of Govinda, and other images
và hình ảnh của Govinda, và những hình ảnh khác
and all the imaged merged with each other
và tất cả hình ảnh được hợp nhất với nhau
all the imaged turned into the river
tất cả hình ảnh biến thành dòng sông
being the river, they all headed for the goal
là dòng sông, tất cả đều hướng đến mục tiêu
longing, desiring, suffering flowed together
khao khát, mong muốn, đau khổ cùng chảy vào nhau
and the river's voice sounded full of yearning
và giọng nói của dòng sông vang lên đầy khao khát
the river's voice was full of burning woe
giọng nói của dòng sông đầy nỗi đau thương cháy bỏng
the river's voice was full of unsatisfiable desire
giọng nói của dòng sông đầy ham muốn không thể thỏa mãn
For the goal, the river was heading
Đối với mục tiêu, dòng sông đang hướng tới
Siddhartha saw the river hurrying towards its goal
Siddhartha nhìn thấy dòng sông đang chảy nhanh về đích
the river of him and his loved ones and of all people he had ever seen
dòng sông của anh ấy và những người thân yêu của anh ấy và của tất cả mọi người mà anh ấy từng thấy
all of these waves and waters were hurrying
tất cả những con sóng và dòng nước này đang vội vã
they were all suffering towards many goals

tất cả họ đều đang đau khổ vì nhiều mục tiêu
the waterfall, the lake, the rapids, the sea
thác nước, hồ, ghềnh thác, biển
and all goals were reached
và tất cả các mục tiêu đã đạt được
and every goal was followed by a new one
và mỗi mục tiêu được theo sau bởi một mục tiêu mới
and the water turned into vapour and rose to the sky
và nước biến thành hơi nước và bốc lên trời
the water turned into rain and poured down from the sky
nước biến thành mưa và đổ xuống từ bầu trời
the water turned into a source
nước đã trở thành một nguồn
then the source turned into a stream
sau đó nguồn biến thành một dòng suối
the stream turned into a river
dòng suối biến thành sông
and the river headed forwards again
và dòng sông lại tiếp tục chảy về phía trước
But the longing voice had changed
Nhưng giọng nói khao khát đã thay đổi
It still resounded, full of suffering, searching
Nó vẫn vang vọng, đầy đau khổ, tìm kiếm
but other voices joined the river
nhưng những giọng nói khác đã hòa vào dòng sông
there were voices of joy and of suffering
có những tiếng nói của niềm vui và đau khổ
good and bad voices, laughing and sad ones
giọng nói tốt và xấu, tiếng cười và tiếng buồn
a hundred voices, a thousand voices
một trăm giọng nói, một ngàn giọng nói
Siddhartha listened to all these voices
Siddhartha đã lắng nghe tất cả những giọng nói này
He was now nothing but a listener
Bây giờ anh ấy chỉ còn là một người lắng nghe
he was completely concentrated on listening

anh ấy hoàn toàn tập trung vào việc lắng nghe
he was completely empty now
bây giờ anh ấy hoàn toàn trống rỗng
he felt that he had now finished learning to listen
anh ấy cảm thấy rằng anh ấy đã hoàn thành việc học cách lắng nghe
Often before, he had heard all this
Trước đây, anh đã thường nghe tất cả những điều này
he had heard these many voices in the river
anh ấy đã nghe thấy nhiều giọng nói như vậy trên sông
today the voices in the river sounded new
hôm nay những giọng nói trong dòng sông nghe mới mẻ
Already, he could no longer tell the many voices apart
Anh ta đã không còn có thể phân biệt được nhiều giọng nói nữa.
there was no difference between the happy voices and the weeping ones
không có sự khác biệt giữa giọng nói vui vẻ và giọng nói khóc lóc
the voices of children and the voices of men were one
giọng nói của trẻ em và giọng nói của đàn ông là một
all these voices belonged together
tất cả những giọng nói này đều thuộc về nhau
the lamentation of yearning and the laughter of the knowledgeable one
tiếng than thở của sự khao khát và tiếng cười của người hiểu biết
the scream of rage and the moaning of the dying ones
tiếng hét giận dữ và tiếng rên rỉ của những người hấp hối
everything was one and everything was intertwined
mọi thứ là một và mọi thứ đều đan xen vào nhau
everything was connected and entangled a thousand times
mọi thứ đã được kết nối và vướng víu hàng ngàn lần
everything together, all voices, all goals
tất cả cùng nhau, tất cả tiếng nói, tất cả mục tiêu
all yearning, all suffering, all pleasure

mọi khao khát, mọi đau khổ, mọi thú vui
all that was good and evil
tất cả những gì tốt và xấu
all of this together was the world
tất cả những điều này cùng nhau tạo nên thế giới
All of it together was the flow of events
Tất cả những điều đó cùng nhau tạo nên dòng chảy của các sự kiện
all of it was the music of life
tất cả đều là âm nhạc của cuộc sống
when Siddhartha was listening attentively to this river
khi Siddhartha đang lắng nghe dòng sông này một cách chăm chú
the song of a thousand voices
bài hát của một ngàn giọng nói
when he neither listened to the suffering nor the laughter
khi anh ta không lắng nghe nỗi đau khổ cũng như tiếng cười
when he did not tie his soul to any particular voice
khi anh ấy không gắn kết tâm hồn mình với bất kỳ giọng nói cụ thể nào
when he submerged his self into the river
khi anh ấy dìm mình xuống dòng sông
but when he heard them all he perceived the whole, the oneness
nhưng khi anh ấy nghe tất cả, anh ấy nhận ra toàn bộ, sự thống nhất
then the great song of the thousand voices consisted of a single word
sau đó bài hát vĩ đại của ngàn giọng hát bao gồm một từ duy nhất
this word was Om; the perfection
từ này là Om; sự hoàn hảo

"Do you hear" Vasudeva's gaze asked again
"Ngươi có nghe không" Ánh mắt của Vasudeva lại hỏi
Brightly, Vasudeva's smile was shining

Nụ cười rạng rỡ của Vasudeva tỏa sáng
it was floating radiantly over all the wrinkles of his old face
nó đang lan tỏa rạng rỡ trên tất cả các nếp nhăn trên khuôn mặt già nua của ông

the same way the Om was floating in the air over all the voices of the river
cũng giống như cách mà tiếng Om đang trôi nổi trong không khí trên tất cả các giọng nói của dòng sông

Brightly his smile was shining, when he looked at his friend
Nụ cười của anh ấy rạng rỡ khi anh ấy nhìn người bạn của mình

and brightly the same smile was now starting to shine on Siddhartha's face
và nụ cười rạng rỡ đó giờ đây bắt đầu tỏa sáng trên khuôn mặt của Siddhartha

His wound had blossomed and his suffering was shining
Vết thương của anh đã nở rộ và nỗi đau của anh đang tỏa sáng

his self had flown into the oneness
bản thân anh ấy đã bay vào sự hợp nhất

In this hour, Siddhartha stopped fighting his fate
Vào giờ phút này, Siddhartha đã ngừng chiến đấu với số phận của mình

at the same time he stopped suffering
cùng lúc đó anh ấy đã ngừng đau khổ

On his face flourished the cheerfulness of a knowledge
Trên khuôn mặt anh ấy nở rộ sự vui vẻ của một kiến thức

a knowledge which was no longer opposed by any will
một kiến thức không còn bị phản đối bởi bất kỳ ý chí nào

a knowledge which knows perfection
một kiến thức biết đến sự hoàn hảo

a knowledge which is in agreement with the flow of events
một kiến thức phù hợp với dòng chảy của các sự kiện

a knowledge which is with the current of life
một kiến thức phù hợp với dòng chảy của cuộc sống

full of sympathy for the pain of others

đầy sự cảm thông với nỗi đau của người khác
full of sympathy for the pleasure of others
đầy sự đồng cảm với niềm vui của người khác
devoted to the flow, belonging to the oneness
tận tụy với dòng chảy, thuộc về sự thống nhất
Vasudeva rose from the seat by the bank
Vasudeva đứng dậy khỏi chỗ ngồi bên bờ sông
he looked into Siddhartha's eyes
anh ấy nhìn vào mắt Siddhartha
and he saw the cheerfulness of the knowledge shining in his eyes
và anh ấy nhìn thấy sự vui vẻ của kiến thức tỏa sáng trong mắt anh ấy
he softly touched his shoulder with his hand
anh ấy nhẹ nhàng chạm vào vai mình bằng tay
"I've been waiting for this hour, my dear"
"Anh đã chờ đợi giờ phút này, em yêu ạ"
"Now that it has come, let me leave"
"Đã đến lúc rồi, hãy để tôi đi"
"For a long time, I've been waiting for this hour"
"Tôi đã chờ đợi giờ phút này từ rất lâu rồi"
"for a long time, I've been Vasudeva the ferryman"
"Trong một thời gian dài, tôi đã là Vasudeva người lái đò"
"Now it's enough. Farewell"
"Bây giờ thì đủ rồi. Tạm biệt"
"farewell river, farewell Siddhartha!"
"Tạm biệt dòng sông, tạm biệt Siddhartha!"
Siddhartha made a deep bow before him who bid his farewell
Siddhartha cúi chào thật sâu trước người chào tạm biệt
"I've known it," he said quietly
"Tôi biết rồi," anh nói khẽ.
"You'll go into the forests?"
"Anh sẽ vào rừng à?"
"I'm going into the forests"
"Tôi sẽ đi vào rừng"

"I'm going into the oneness" spoke Vasudeva with a bright smile
"Tôi đang đi vào sự hợp nhất" Vasudeva nói với một nụ cười rạng rỡ
With a bright smile, he left
Với nụ cười rạng rỡ, anh rời đi
Siddhartha watched him leaving
Siddhartha nhìn anh ta rời đi
With deep joy, with deep solemnity he watched him leave
Với niềm vui sâu sắc, với sự trang nghiêm sâu sắc, anh nhìn anh ấy rời đi
he saw his steps were full of peace
anh thấy bước chân mình đầy bình yên
he saw his head was full of lustre
anh ấy thấy đầu mình sáng bóng
he saw his body was full of light
anh ấy thấy cơ thể mình tràn ngập ánh sáng

Govinda

Govinda had been with the monks for a long time
Govinda đã ở với các nhà sư trong một thời gian dài
when not on pilgrimages, he spent his time in the pleasure-garden
khi không đi hành hương, ông dành thời gian ở khu vườn vui chơi
the garden which the courtesan Kamala had given the followers of Gotama
khu vườn mà cô gái điếm Kamala đã tặng cho những người theo Gotama
he heard talk of an old ferryman, who lived a day's journey away
anh ta nghe nói về một người lái đò già, người sống cách đó một ngày đường
he heard many regarded him as a wise man
anh ấy nghe nói nhiều người coi anh ấy là một người khôn ngoan
When Govinda went back, he chose the path to the ferry
Khi Govinda quay trở lại, anh ta chọn con đường đến bến phà
he was eager to see the ferryman
anh ấy háo hức muốn gặp người lái đò
he had lived his entire life by the rules
anh ấy đã sống cả cuộc đời mình theo các quy tắc
he was looked upon with veneration by the younger monks
ông được các nhà sư trẻ tuổi nhìn nhận với sự tôn kính
they respected his age and modesty
họ tôn trọng tuổi tác và sự khiêm tốn của anh ấy
but his restlessness had not perished from his heart
nhưng sự bồn chồn của anh vẫn chưa biến mất khỏi trái tim anh
he was searching for what he had not found
anh ấy đang tìm kiếm thứ mà anh ấy chưa tìm thấy
He came to the river and asked the old man to ferry him over
Anh ta đến bờ sông và nhờ ông già chở anh ta qua.

when they got off the boat on the other side, he spoke with the old man
khi họ xuống thuyền ở bờ bên kia, anh ấy đã nói chuyện với ông già

"You're very good to us monks and pilgrims"
"Ngài rất tốt với chúng tôi, những nhà sư và khách hành hương"
"you have ferried many of us across the river"
"bạn đã đưa nhiều người trong chúng tôi qua sông"
"Aren't you too, ferryman, a searcher for the right path?"
"Anh cũng là người đi đò, phải không, người tìm kiếm con đường đúng đắn?"
smiling from his old eyes, Siddhartha spoke
mỉm cười từ đôi mắt già nua của mình, Siddhartha nói
"oh venerable one, do you call yourself a searcher?"
"Thưa người đáng kính, ngài có tự gọi mình là người tìm kiếm không?"
"are you still a searcher, although already well in years?"
"Anh vẫn còn là người tìm kiếm chứ, mặc dù đã nhiều năm rồi?"
"do you search while wearing the robe of Gotama's monks?"
"Ngươi có tìm kiếm khi mặc áo choàng của các tỳ kheo Gotama không?"
"It's true, I'm old," spoke Govinda
"Đúng vậy, tôi già rồi", Govinda nói.
"but I haven't stopped searching"
"nhưng tôi vẫn chưa ngừng tìm kiếm"
"I will never stop searching"
"Tôi sẽ không bao giờ ngừng tìm kiếm"
"this seems to be my destiny"
"có vẻ như đây là số phận của tôi"
"You too, so it seems to me, have been searching"
"Anh cũng vậy, dường như với tôi, anh đã tìm kiếm"
"Would you like to tell me something, oh honourable one?"

"Ngài có muốn nói với tôi điều gì không, thưa người đáng kính?"

"What might I have that I could tell you, oh venerable one?"

"Tôi có thể kể cho ngài nghe điều gì, thưa người đáng kính?"

"Perhaps I could tell you that you're searching far too much?"

"Có lẽ tôi có thể nói với anh rằng anh đang tìm kiếm quá nhiều rồi?"

"Could I tell you that you don't make time for finding?"

"Tôi có thể nói với anh là anh không dành thời gian để tìm kiếm không?"

"How come?" asked Govinda

"Sao thế?" Govinda hỏi.

"When someone is searching they might only see what they search for"

"Khi ai đó đang tìm kiếm, họ có thể chỉ nhìn thấy những gì họ tìm kiếm"

"he might not be able to let anything else enter his mind"

"Anh ấy có thể không để bất cứ điều gì khác xâm nhập vào tâm trí mình"

"he doesn't see what he is not searching for"

"anh ta không thấy những gì anh ta không tìm kiếm"

"because he always thinks of nothing but the object of his search"

"bởi vì anh ta luôn nghĩ đến điều gì khác ngoài mục tiêu tìm kiếm của mình"

"he has a goal, which he is obsessed with"

"anh ấy có một mục tiêu mà anh ấy bị ám ảnh"

"Searching means having a goal"

"Tìm kiếm có nghĩa là có mục tiêu"

"But finding means being free, open, and having no goal"

"Nhưng tìm kiếm có nghĩa là tự do, cởi mở và không có mục tiêu"

"You, oh venerable one, are perhaps indeed a searcher"

"Hỡi người đáng kính, có lẽ ngài thực sự là một người tìm kiếm"

"because, when striving for your goal, there are many things you don't see"
"Bởi vì khi phấn đấu vì mục tiêu của mình, có nhiều thứ bạn không nhìn thấy"
"you might not see things which are directly in front of your eyes"
"bạn có thể không nhìn thấy những thứ ngay trước mắt bạn"
"I don't quite understand yet," said Govinda, "what do you mean by this?"
"Tôi vẫn chưa hiểu rõ lắm," Govinda nói, "anh có ý gì vậy?"
"oh venerable one, you've been at this river before, a long time ago"
"Ôi người đáng kính, người đã từng đến con sông này trước đây, từ rất lâu rồi"
"and you have found a sleeping man by the river"
"và bạn đã tìm thấy một người đàn ông đang ngủ bên bờ sông"
"you have sat down with him to guard his sleep"
"bạn đã ngồi xuống với anh ấy để bảo vệ giấc ngủ của anh ấy"
"but, oh Govinda, you did not recognise the sleeping man"
"nhưng, ôi Govinda, anh không nhận ra người đàn ông đang ngủ"
Govinda was astonished, as if he had been the object of a magic spell
Govinda vô cùng kinh ngạc, như thể anh ta là đối tượng của một câu thần chú.
the monk looked into the ferryman's eyes
nhà sư nhìn vào mắt người lái đò
"Are you Siddhartha?" he asked with a timid voice
"Anh có phải là Siddhartha không?" anh ta hỏi với giọng rụt rè.
"I wouldn't have recognised you this time either!"
"Lần này tôi cũng không nhận ra anh nữa!"
"from my heart, I'm greeting you, Siddhartha"
"Từ trái tim tôi, tôi chào bạn, Siddhartha"
"from my heart, I'm happy to see you once again!"

"Từ tận đáy lòng, tôi rất vui khi được gặp lại bạn!"
"You've changed a lot, my friend"
"Bạn đã thay đổi rất nhiều, bạn của tôi"
"and you've now become a ferryman?"
"và bây giờ anh đã trở thành người lái đò?"
In a friendly manner, Siddhartha laughed
Siddhartha cười một cách thân thiện
"yes, I am a ferryman"
"Vâng, tôi là người lái đò"
"Many people, Govinda, have to change a lot"
"Nhiều người, Govinda, phải thay đổi rất nhiều"
"they have to wear many robes"
"họ phải mặc nhiều áo choàng"
"I am one of those who had to change a lot"
"Tôi là một trong những người phải thay đổi rất nhiều"
"Be welcome, Govinda, and spend the night in my hut"
"Chào mừng, Govinda, và hãy ngủ qua đêm trong túp lều của tôi"
Govinda stayed the night in the hut
Govinda nghỉ đêm trong túp lều
he slept on the bed which used to be Vasudeva's bed
anh ấy ngủ trên chiếc giường mà trước đây là giường của Vasudeva
he posed many questions to the friend of his youth
anh ấy đã đặt ra nhiều câu hỏi cho người bạn thời trẻ của mình
Siddhartha had to tell him many things from his life
Siddhartha phải kể cho ông nghe nhiều điều trong cuộc sống của mình

then the next morning came
rồi sáng hôm sau đã đến
the time had come to start the day's journey
đã đến lúc bắt đầu cuộc hành trình trong ngày
without hesitation, Govinda asked one more question
không chút do dự, Govinda hỏi thêm một câu nữa

"Before I continue on my path, Siddhartha, permit me to ask one more question"

"Trước khi tiếp tục con đường của mình, Siddhartha, hãy cho phép tôi hỏi thêm một câu hỏi nữa"

"Do you have a teaching that guides you?"

"Bạn có lời dạy nào hướng dẫn bạn không?"

"Do you have a faith or a knowledge you follow"

"Bạn có đức tin hay kiến thức nào mà bạn theo đuổi không"

"is there a knowledge which helps you to live and do right?"

"Có kiến thức nào giúp bạn sống và làm điều đúng đắn không?"

"You know well, my dear, I have always been distrustful of teachers"

"Em biết rõ mà, em yêu, anh vẫn luôn không tin tưởng giáo viên"

"as a young man I already started to doubt teachers"

"Khi còn trẻ, tôi đã bắt đầu nghi ngờ giáo viên"

"when we lived with the penitents in the forest, I distrusted their teachings"

"Khi chúng tôi sống với những người ăn năn trong rừng, tôi không tin vào lời dạy của họ"

"and I turned my back to them"

"và tôi quay lưng lại với họ"

"I have remained distrustful of teachers"

"Tôi vẫn còn nghi ngờ giáo viên"

"Nevertheless, I have had many teachers since then"

"Tuy nhiên, tôi đã có rất nhiều giáo viên kể từ đó"

"A beautiful courtesan has been my teacher for a long time"

"Một cô gái điếm xinh đẹp đã là thầy của tôi từ lâu"

"a rich merchant was my teacher"

"một thương gia giàu có là thầy của tôi"

"and some gamblers with dice taught me"

"và một số người đánh bạc với xúc xắc đã dạy tôi"

"Once, even a follower of Buddha has been my teacher"

"Đã từng có một người theo Phật là thầy của tôi"

"he was travelling on foot, pilgering"

"anh ta đang đi bộ, đi nhặt đồ"
"and he sat with me when I had fallen asleep in the forest"
"và anh ấy ngồi với tôi khi tôi ngủ thiếp đi trong rừng"
"I've also learned from him, for which I'm very grateful"
"Tôi cũng đã học được từ anh ấy, điều đó khiến tôi rất biết ơn"
"But most of all, I have learned from this river"
"Nhưng trên hết, tôi đã học được từ dòng sông này"
"and I have learned most from my predecessor, the ferryman Vasudeva"
"và tôi đã học được nhiều nhất từ người tiền nhiệm của tôi, người lái đò Vasudeva"
"He was a very simple person, Vasudeva, he was no thinker"
"Ông ấy là một người rất giản dị, Vasudeva, ông ấy không phải là người biết suy nghĩ"
"but he knew what is necessary just as well as Gotama"
"nhưng ông ấy biết điều gì là cần thiết cũng tốt như Gotama"
"he was a perfect man, a saint"
"ông ấy là một người đàn ông hoàn hảo, một vị thánh"
"Siddhartha still loves to mock people, it seems to me"
"Siddhartha vẫn thích chế giễu mọi người, tôi nghĩ vậy"
"I believe in you and I know that you haven't followed a teacher"
"Tôi tin tưởng vào bạn và tôi biết rằng bạn chưa từng theo một giáo viên nào"
"But haven't you found something by yourself?"
"Nhưng chẳng phải anh đã tự mình tìm ra được điều gì đó rồi sao?"
"though you've found no teachings, you still found certain thoughts"
"mặc dù bạn không tìm thấy lời dạy nào, bạn vẫn tìm thấy một số suy nghĩ"
"certain insights, which are your own"
"một số hiểu biết sâu sắc, là của riêng bạn"
"insights which help you to live"
"những hiểu biết giúp bạn sống"
"Haven't you found something like this?"

"Anh chưa tìm thấy thứ gì như thế này sao?"
"If you would like to tell me, you would delight my heart"
"Nếu anh muốn nói với em, anh sẽ làm em vui lòng"
"you are right, I have had thoughts and gained many insights"
"Bạn nói đúng, tôi đã có những suy nghĩ và đạt được nhiều hiểu biết sâu sắc"
"Sometimes I have felt knowledge in me for an hour"
"Đôi khi tôi cảm thấy kiến thức trong tôi trong một giờ"
"at other times I have felt knowledge in me for an entire day"
"vào những lúc khác tôi cảm thấy kiến thức trong tôi trong suốt một ngày"
"the same knowledge one feels when one feels life in one's heart"
"cùng một kiến thức mà người ta cảm thấy khi người ta cảm thấy sự sống trong trái tim mình"
"There have been many thoughts"
"Đã có rất nhiều suy nghĩ"
"but it would be hard for me to convey these thoughts to you"
"nhưng sẽ rất khó để tôi truyền đạt những suy nghĩ này cho bạn"
"my dear Govinda, this is one of my thoughts which I have found"
"Govinda thân mến, đây là một trong những suy nghĩ mà tôi đã tìm thấy"
"wisdom cannot be passed on"
"trí tuệ không thể truyền đạt được"
"Wisdom which a wise man tries to pass on always sounds like foolishness"
"Trí tuệ mà một người khôn ngoan cố gắng truyền đạt luôn nghe có vẻ như là sự ngu ngốc"
"Are you kidding?" asked Govinda
"Anh đùa à?" Govinda hỏi
"I'm not kidding, I'm telling you what I have found"

"Tôi không đùa đâu, tôi đang nói cho bạn biết những gì tôi đã tìm thấy"
"Knowledge can be conveyed, but wisdom can't"
"Kiến thức có thể truyền đạt được, nhưng trí tuệ thì không"
"wisdom can be found, it can be lived"
"trí tuệ có thể tìm thấy, nó có thể sống được"
"it is possible to be carried by wisdom"
"có thể được mang đi bởi trí tuệ"
"miracles can be performed with wisdom"
"phép lạ có thể được thực hiện bằng trí tuệ"
"but wisdom cannot be expressed in words or taught"
"nhưng trí tuệ không thể diễn đạt bằng lời nói hoặc được dạy"
"This was what I sometimes suspected, even as a young man"
"Đây là điều mà đôi khi tôi nghi ngờ, ngay cả khi còn trẻ"
"this is what has driven me away from the teachers"
"đây là điều đã khiến tôi xa lánh giáo viên"
"I have found a thought which you'll regard as foolishness"
"Tôi đã tìm thấy một ý nghĩ mà bạn sẽ coi là sự ngu ngốc"
"but this thought has been my best"
"nhưng suy nghĩ này là tốt nhất của tôi"
"The opposite of every truth is just as true!"
"Điều trái ngược với mọi sự thật thì cũng đúng như vậy!"
"any truth can only be expressed when it is one-sided"
"bất kỳ sự thật nào cũng chỉ có thể được diễn đạt khi nó chỉ là một chiều"
"only one sided things can be put into words"
"chỉ có những điều một chiều mới có thể diễn tả thành lời"
"Everything which can be thought is one-sided"
"Mọi thứ có thể nghĩ ra đều là phiến diện"
"it's all one-sided, so it's just one half"
"tất cả đều là một phía, vì vậy nó chỉ là một nửa"
"it all lacks completeness, roundness, and oneness"
"tất cả đều thiếu sự trọn vẹn, tròn đầy và thống nhất"
"the exalted Gotama spoke in his teachings of the world"

"Đức Gotama cao quý đã nói trong giáo lý của mình về thế giới"
"but he had to divide the world into Sansara and Nirvana"
"nhưng ông ta phải chia thế giới thành Sansara và Niết bàn"
"he had divided the world into deception and truth"
"ông đã chia thế giới thành sự lừa dối và sự thật"
"he had divided the world into suffering and salvation"
"ông đã chia thế giới thành đau khổ và cứu rỗi"
"the world cannot be explained any other way"
"thế giới không thể được giải thích theo bất kỳ cách nào khác"
"there is no other way to explain it, for those who want to teach"
"không có cách nào khác để giải thích điều đó, đối với những người muốn dạy"
"But the world itself is never one-sided"
"Nhưng bản thân thế giới không bao giờ là một chiều"
"the world exists around us and inside of us"
"thế giới tồn tại xung quanh chúng ta và bên trong chúng ta"
"A person or an act is never entirely Sansara or entirely Nirvana"
"Một người hay một hành động không bao giờ hoàn toàn là Sansara hay hoàn toàn là Niết bàn"
"a person is never entirely holy or entirely sinful"
"một người không bao giờ hoàn toàn thánh thiện hay hoàn toàn tội lỗi"
"It seems like the world can be divided into these opposites"
"Có vẻ như thế giới có thể được chia thành những điều đối lập này"
"but that's because we are subject to deception"
"nhưng đó là vì chúng ta dễ bị lừa dối"
"it's as if the deception was something real"
"Giống như sự lừa dối là có thật"
"Time is not real, Govinda"
"Thời gian không có thật, Govinda"
"I have experienced this often and often again"
"Tôi đã trải qua điều này thường xuyên và thường xuyên nữa"

"when time is not real, the gap between the world and the eternity is also a deception"
"khi thời gian không có thật, khoảng cách giữa thế giới và sự vĩnh hằng cũng là một sự lừa dối"
"the gap between suffering and blissfulness is not real"
"khoảng cách giữa đau khổ và hạnh phúc là không có thật"
"there is no gap between evil and good"
"không có khoảng cách giữa cái ác và cái thiện"
"all of these gaps are deceptions"
"tất cả những khoảng trống này đều là sự lừa dối"
"but these gaps appear to us nonetheless"
"nhưng những khoảng trống này vẫn xuất hiện với chúng ta"
"How come?" asked Govinda timidly
"Sao thế?" Govinda rụt rè hỏi.
"Listen well, my dear," answered Siddhartha
"Hãy lắng nghe kỹ nhé, em yêu," Siddhartha trả lời.
"The sinner, which I am and which you are, is a sinner"
"Kẻ có tội, là tôi và là bạn, là một kẻ có tội"
"but in times to come the sinner will be Brahma again"
"nhưng trong tương lai, tội nhân sẽ lại là Brahma"
"he will reach the Nirvana and be Buddha"
"anh ấy sẽ đạt đến Niết bàn và trở thành Phật"
"the times to come are a deception"
"thời gian sắp tới là một sự lừa dối"
"the times to come are only a parable!"
"thời gian sắp tới chỉ là một câu chuyện ngụ ngôn!"
"The sinner is not on his way to become a Buddha"
"Kẻ tội lỗi không trên con đường trở thành Phật"
"he is not in the process of developing"
"anh ấy không trong quá trình phát triển"
"our capacity for thinking does not know how else to picture these things"
"khả năng suy nghĩ của chúng ta không biết cách nào khác để hình dung những điều này"
"No, within the sinner there already is the future Buddha"
"Không, bên trong tội nhân đã có vị Phật tương lai rồi"

"his future is already all there"
"tương lai của anh ấy đã ở đó rồi"
"you have to worship the Buddha in the sinner"
"bạn phải tôn thờ Đức Phật trong tội nhân"
"you have to worship the Buddha hidden in everyone"
"bạn phải tôn thờ Đức Phật ẩn chứa trong mỗi người"
"the hidden Buddha which is coming into being the possible"
"Đức Phật ẩn giấu đang xuất hiện có thể"
"The world, my friend Govinda, is not imperfect"
"Thế giới, bạn của tôi Govinda, không hề không hoàn hảo"
"the world is on no slow path towards perfection"
"thế giới không đi chậm trên con đường hướng tới sự hoàn hảo"
"no, the world is perfect in every moment"
"Không, thế giới này hoàn hảo ở mọi khoảnh khắc"
"all sin already carries the divine forgiveness in itself"
"mọi tội lỗi đều mang trong mình sự tha thứ của Chúa"
"all small children already have the old person in themselves"
"tất cả trẻ nhỏ đều đã có người già trong mình"
"all infants already have death in them"
"tất cả trẻ sơ sinh đều đã có cái chết trong người"
"all dying people have the eternal life"
"tất cả những người sắp chết đều có cuộc sống vĩnh hằng"
"we can't see how far another one has already progressed on his path"
"chúng ta không thể thấy được người khác đã tiến xa đến mức nào trên con đường của mình"
"in the robber and dice-gambler, the Buddha is waiting"
"Trong tên cướp và kẻ đánh bạc, Đức Phật đang chờ đợi"
"in the Brahman, the robber is waiting"
"Trong Brahman, tên cướp đang chờ đợi"
"in deep meditation, there is the possibility to put time out of existence"

"Trong thiền định sâu sắc, có khả năng loại bỏ thời gian khỏi sự tồn tại"
"there is the possibility to see all life simultaneously"
"có khả năng nhìn thấy toàn bộ sự sống cùng một lúc"
"it is possible to see all life which was, is, and will be"
"có thể nhìn thấy toàn bộ cuộc sống đã, đang và sẽ tồn tại"
"and there everything is good, perfect, and Brahman"
"và ở đó mọi thứ đều tốt đẹp, hoàn hảo và Brahman"
"Therefore, I see whatever exists as good"
"Vì vậy, tôi thấy mọi thứ tồn tại đều tốt"
"death is to me like life"
"cái chết đối với tôi cũng giống như cuộc sống"
"to me sin is like holiness"
"Với tôi tội lỗi cũng giống như sự thánh thiện"
"wisdom can be like foolishness"
"sự khôn ngoan có thể giống như sự ngu ngốc"
"everything has to be as it is"
"mọi thứ phải như vậy"
"everything only requires my consent and willingness"
"mọi thứ chỉ cần sự đồng ý và mong muốn của tôi"
"all that my view requires is my loving agreement to be good for me"
"tất cả những gì quan điểm của tôi đòi hỏi là sự đồng ý yêu thương của tôi là tốt cho tôi"
"my view has to do nothing but work for my benefit"
"Quan điểm của tôi không có gì ngoài việc phục vụ lợi ích của tôi"
"and then my perception is unable to ever harm me"
"và sau đó nhận thức của tôi không bao giờ có thể làm hại tôi"
"I have experienced that I needed sin very much"
"Tôi đã trải nghiệm rằng tôi rất cần tội lỗi"
"I have experienced this in my body and in my soul"
"Tôi đã trải nghiệm điều này trong cơ thể và trong tâm hồn mình"
"I needed lust, the desire for possessions, and vanity"
"Tôi cần dục vọng, ham muốn sở hữu và phù phiếm"

"and I needed the most shameful despair"
"và tôi cần sự tuyệt vọng đáng xấu hổ nhất"
"in order to learn how to give up all resistance"
"để học cách từ bỏ mọi sự kháng cự"
"in order to learn how to love the world"
"để học cách yêu thế giới"
"in order to stop comparing things to some world I wished for"
"để ngừng so sánh mọi thứ với thế giới mà tôi mong muốn"
"I imagined some kind of perfection I had made up"
"Tôi đã tưởng tượng ra một sự hoàn hảo nào đó mà tôi đã tạo ra"
"but I have learned to leave the world as it is"
"nhưng tôi đã học cách để thế giới như nó vốn có"
"I have learned to love the world as it is"
"Tôi đã học cách yêu thế giới như nó vốn có"
"and I learned to enjoy being a part of it"
"và tôi đã học được cách tận hưởng việc trở thành một phần của nó"
"These, oh Govinda, are some of the thoughts which have come into my mind"
"Này Govinda, đây là một số suy nghĩ đã xuất hiện trong tâm trí tôi"

Siddhartha bent down and picked up a stone from the ground
Siddhartha cúi xuống nhặt một hòn đá từ dưới đất
he weighed the stone in his hand
anh ta cân viên đá trong tay
"This here," he said playing with the rock, "is a stone"
"Đây này," anh ta nói trong khi chơi với tảng đá, "là một hòn đá"
"this stone will, after a certain time, perhaps turn into soil"
"Hòn đá này, sau một thời gian nhất định, có lẽ sẽ biến thành đất"
"it will turn from soil into a plant or animal or human being"

"Nó sẽ biến từ đất thành thực vật, động vật hoặc con người"
"In the past, I would have said this stone is just a stone"
"Trước đây, tôi đã nói rằng hòn đá này chỉ là một hòn đá"
"I might have said it is worthless"
"Tôi có thể đã nói rằng nó vô giá trị"
"I would have told you this stone belongs to the world of the Maya"
"Tôi đã nói với anh rằng viên đá này thuộc về thế giới của người Maya"
"but I wouldn't have seen that it has importance"
"nhưng tôi không thấy nó có tầm quan trọng"
"it might be able to become a spirit in the cycle of transformations"
"nó có thể trở thành một linh hồn trong chu kỳ biến đổi"
"therefore I also grant it importance"
"vì vậy tôi cũng coi trọng nó"
"Thus, I would perhaps have thought in the past"
"Vì vậy, có lẽ tôi đã từng nghĩ như vậy"
"But today I think differently about the stone"
"Nhưng hôm nay tôi nghĩ khác về viên đá"
"this stone is a stone, and it is also animal, god, and Buddha"
"Hòn đá này là một hòn đá, và nó cũng là động vật, thần linh và Phật"
"I do not venerate and love it because it could turn into this or that"
"Tôi không tôn kính và yêu mến nó vì nó có thể biến thành thế này hay thế kia"
"I love it because it is those things"
"Tôi thích nó vì nó là những thứ đó"
"this stone is already everything"
"viên đá này đã là tất cả rồi"
"it appears to me now and today as a stone"
"nó xuất hiện với tôi bây giờ và ngày hôm nay như một hòn đá"
"that is why I love this"
"đó là lý do tại sao tôi thích điều này"

"that is why I see worth and purpose in each of its veins and cavities"

"đó là lý do tại sao tôi thấy giá trị và mục đích trong từng mạch máu và khoang của nó"

"I see value in its yellow, gray, and hardness"

"Tôi thấy giá trị ở màu vàng, xám và độ cứng của nó"

"I appreciated the sound it makes when I knock at it"

"Tôi thích âm thanh nó phát ra khi tôi gõ vào nó"

"I love the dryness or wetness of its surface"

"Tôi thích sự khô ráo hoặc ẩm ướt của bề mặt nó"

"There are stones which feel like oil or soap"

"Có những viên đá có cảm giác như dầu hoặc xà phòng"

"and other stones feel like leaves or sand"

"và những viên đá khác giống như lá cây hoặc cát"

"and every stone is special and prays the Om in its own way"

"và mỗi viên đá đều đặc biệt và cầu nguyện Om theo cách riêng của nó"

"each stone is Brahman"

"mỗi viên đá là Brahman"

"but simultaneously, and just as much, it is a stone"

"nhưng đồng thời, và cũng giống như vậy, nó là một hòn đá"

"it is a stone regardless of whether it's oily or juicy"

"nó là một loại đá bất kể nó có dầu hay có nước"

"and this why I like and regard this stone"

"và đây là lý do tại sao tôi thích và coi trọng viên đá này"

"it is wonderful and worthy of worship"

"thật tuyệt vời và đáng được tôn thờ"

"But let me speak no more of this"

"Nhưng tôi không muốn nói thêm về điều này nữa"

"words are not good for transmitting the secret meaning"

"Lời nói không tốt cho việc truyền tải ý nghĩa bí mật"

"everything always becomes a bit different, as soon as it is put into words"

"mọi thứ luôn trở nên khác biệt một chút, ngay khi nó được diễn đạt thành lời"

"everything gets distorted a little by words"

"mọi thứ đều bị bóp méo một chút bởi lời nói"
"and then the explanation becomes a bit silly"
"và sau đó lời giải thích trở nên hơi ngớ ngẩn"
"yes, and this is also very good, and I like it a lot"
"Vâng, và điều này cũng rất tốt, và tôi rất thích nó"
"I also very much agree with this"
"Tôi cũng rất đồng ý với điều này"
"one man's treasure and wisdom always sounds like foolishness to another person"
"kho báu và trí tuệ của một người luôn có vẻ như là sự ngu ngốc đối với người khác"
Govinda listened silently to what Siddhartha was saying
Govinda im lặng lắng nghe những gì Siddhartha nói
there was a pause and Govinda hesitantly asked a question
có một sự im lặng và Govinda ngập ngừng hỏi một câu hỏi
"Why have you told me this about the stone?"
"Tại sao anh lại nói với tôi về viên đá này?"
"I did it without any specific intention"
"Tôi đã làm điều đó mà không có ý định cụ thể nào"
"perhaps what I meant was, that I love this stone and the river"
"có lẽ ý tôi muốn nói là tôi yêu hòn đá này và dòng sông này"
"and I love all these things we are looking at"
"và tôi thích tất cả những thứ chúng ta đang nhìn thấy"
"and we can learn from all these things"
"và chúng ta có thể học hỏi từ tất cả những điều này"
"I can love a stone, Govinda"
"Tôi có thể yêu một hòn đá, Govinda"
"and I can also love a tree or a piece of bark"
"và tôi cũng có thể yêu một cái cây hoặc một mảnh vỏ cây"
"These are things, and things can be loved"
"Đây là những thứ, và những thứ đó có thể được yêu thương"
"but I cannot love words"
"nhưng tôi không thể yêu những từ ngữ"
"therefore, teachings are no good for me"
"Vì vậy, giáo lý không có lợi cho tôi"

"teachings have no hardness, softness, colours, edges, smell, or taste"
"giáo lý không có độ cứng, độ mềm, màu sắc, độ sắc cạnh, mùi vị"
"teachings have nothing but words"
"Lời dạy không có gì ngoài lời nói"
"perhaps it is words which keep you from finding peace"
"có lẽ chính lời nói đã ngăn cản bạn tìm thấy sự bình yên"
"because salvation and virtue are mere words"
"bởi vì sự cứu rỗi và đức hạnh chỉ là những từ ngữ"
"Sansara and Nirvana are also just mere words, Govinda"
"Sansara và Niết bàn cũng chỉ là những từ ngữ đơn thuần, Govinda"
"there is no thing which would be Nirvana"
"không có điều gì có thể là Niết Bàn"
"therefore Nirvana is just the word"
" Vì vậy Niết bàn chỉ là một từ"
Govinda objected, "Nirvana is not just a word, my friend"
Govinda phản đối, "Niết bàn không chỉ là một từ ngữ, bạn của tôi ạ"
"Nirvana is a word, but also it is a thought"
"Niết bàn là một từ, nhưng cũng là một ý nghĩ"
Siddhartha continued, "it might be a thought"
Siddhartha tiếp tục, "đó có thể là một suy nghĩ"
"I must confess, I don't differentiate much between thoughts and words"
"Tôi phải thú nhận rằng tôi không phân biệt được nhiều giữa suy nghĩ và từ ngữ"
"to be honest, I also have no high opinion of thoughts"
"Thành thật mà nói, tôi cũng không có ý kiến cao về những suy nghĩ"
"I have a better opinion of things than thoughts"
"Tôi có quan điểm tốt hơn về mọi thứ hơn là suy nghĩ"
"Here on this ferry-boat, for instance, a man has been my predecessor"

"Ví dụ, trên chiếc phà này, một người đàn ông đã là người tiền nhiệm của tôi"
"he was also one of my teachers"
"ông ấy cũng là một trong những giáo viên của tôi"
"a holy man, who has for many years simply believed in the river"
"một người đàn ông thánh thiện, người đã nhiều năm chỉ tin vào dòng sông"
"and he believed in nothing else"
"và anh ấy không tin vào điều gì khác"
"He had noticed that the river spoke to him"
"Anh ấy đã nhận thấy rằng dòng sông đã nói chuyện với anh ấy"
"he learned from the river"
"anh ấy học được từ dòng sông"
"the river educated and taught him"
"Dòng sông đã giáo dục và dạy dỗ anh ta"
"the river seemed to be a god to him"
"Dòng sông dường như là một vị thần đối với anh ấy"
"for many years he did not know that everything was as divine as the river"
"trong nhiều năm, ông không biết rằng mọi thứ đều thiêng liêng như dòng sông"
"the wind, every cloud, every bird, every beetle"
"gió, mọi đám mây, mọi loài chim, mọi loài bọ cánh cứng"
"they can teach just as much as the river"
"chúng có thể dạy nhiều như dòng sông"
"But when this holy man went into the forests, he knew everything"
"Nhưng khi người đàn ông thánh thiện này đi vào rừng, ông ấy đã biết mọi thứ"
"he knew more than you and me, without teachers or books"
"ông ấy biết nhiều hơn bạn và tôi, mà không cần giáo viên hay sách vở"
"he knew more than us only because he had believed in the river"

"ông ấy biết nhiều hơn chúng ta chỉ vì ông ấy tin vào dòng sông"

Govinda still had doubts and questions
Govinda vẫn còn nghi ngờ và thắc mắc
"But is that what you call things actually something real?"
"Nhưng liệu những thứ mà anh gọi là sự vật thực sự có thật không?"
"do these things have existence?"
"Những thứ này có tồn tại không?"
"Isn't it just a deception of the Maya"
"Chẳng phải đó chỉ là sự lừa dối của người Maya sao"
"aren't all these things an image and illusion?"
"tất cả những thứ này chẳng phải chỉ là hình ảnh và ảo ảnh sao?"
"Your stone, your tree, your river"
"Đá của bạn, cây của bạn, dòng sông của bạn"
"are they actually a reality?"
"Liệu chúng có thực sự là sự thật không?"
"This too," spoke Siddhartha, "I do not care very much about"
"Cái này nữa," Siddhartha nói, "tôi cũng không quan tâm nhiều lắm"
"Let the things be illusions or not"
"Dù mọi thứ có là ảo tưởng hay không"
"after all, I would then also be an illusion"
"Rốt cuộc, tôi cũng sẽ là một ảo ảnh"
"and if these things are illusions then they are like me"
"và nếu những thứ này là ảo ảnh thì chúng giống như tôi"
"This is what makes them so dear and worthy of veneration for me"
"Đây là điều khiến chúng trở nên vô cùng quý giá và đáng được tôi tôn kính"
"these things are like me and that is how I can love them"
"Những thứ này giống như tôi và đó là cách tôi có thể yêu chúng"

"this is a teaching you will laugh about"
"đây là một bài học mà bạn sẽ cười"
"love, oh Govinda, seems to me to be the most important thing of all"
"Tình yêu, ôi Govinda, với tôi dường như là điều quan trọng nhất"
"to thoroughly understand the world may be what great thinkers do"
"Hiểu thấu đáo thế giới có thể là điều mà những nhà tư tưởng vĩ đại làm"
"they explain the world and despise it"
"họ giải thích thế giới và khinh thường nó"
"But I'm only interested in being able to love the world"
"Nhưng tôi chỉ quan tâm đến việc có thể yêu thế giới này"
"I am not interested in despising the world"
"Tôi không quan tâm đến việc khinh thường thế giới"
"I don't want to hate the world"
"Tôi không muốn ghét thế giới"
"and I don't want the world to hate me"
"và tôi không muốn thế giới ghét tôi"
"I want to be able to look upon the world and myself with love"
"Tôi muốn có thể nhìn thế giới và chính mình bằng tình yêu thương"
"I want to look upon all beings with admiration"
"Tôi muốn nhìn tất cả chúng sinh với sự ngưỡng mộ"
"I want to have a great respect for everything"
"Tôi muốn có sự tôn trọng lớn lao đối với mọi thứ"
"This I understand," spoke Govinda
"Tôi hiểu điều này," Govinda nói
"But this very thing was discovered by the exalted one to be a deception"
"Nhưng chính điều này đã được người cao quý phát hiện ra là một sự lừa dối"
"He commands benevolence, clemency, sympathy, tolerance"

"Ông ấy chỉ huy lòng nhân từ, sự khoan dung, lòng trắc ẩn, sự khoan dung"

"but he does not command love"

"nhưng anh ấy không ra lệnh cho tình yêu"

"he forbade us to tie our heart in love to earthly things"

"Ngài cấm chúng ta ràng buộc trái tim mình vào tình yêu với những thứ trần tục"

"I know it, Govinda," said Siddhartha, and his smile shone golden

"Tôi biết mà, Govinda," Siddhartha nói, và nụ cười của anh tỏa sáng như vàng.

"And behold, with this we are right in the thicket of opinions"

"Và kìa, với điều này chúng ta đang ở ngay trong mớ ý kiến hỗn độn"

"now we are in the dispute about words"

"bây giờ chúng ta đang tranh cãi về từ ngữ"

"For I cannot deny, my words of love are a contradiction"

"Vì tôi không thể phủ nhận, lời yêu thương của tôi là một sự mâu thuẫn"

"they seem to be in contradiction with Gotama's words"

"có vẻ như chúng mâu thuẫn với lời của Gotama"

"For this very reason, I distrust words so much"

"Chính vì lý do này mà tôi rất không tin vào lời nói"

"because I know this contradiction is a deception"

"vì tôi biết sự mâu thuẫn này là một sự lừa dối"

"I know that I am in agreement with Gotama"

"Tôi biết rằng tôi đồng ý với Gotama"

"How could he not know love when he has discovered all elements of human existence"

"Làm sao anh ấy có thể không biết tình yêu khi anh ấy đã khám phá ra mọi yếu tố của sự tồn tại của con người"

"he has discovered their transitoriness and their meaninglessness"

"ông đã khám phá ra sự phù du và vô nghĩa của chúng"

"and yet he loved people very much"

"và tuy nhiên ông ấy rất yêu thương mọi người"
"he used a long, laborious life only to help and teach them!"
"ông đã dành cả cuộc đời dài và gian khổ chỉ để giúp đỡ và dạy dỗ họ!"
"Even with your great teacher, I prefer things over the words"
"Ngay cả với người thầy vĩ đại của bạn, tôi vẫn thích sự vật hơn lời nói"
"I place more importance on his acts and life than on his speeches"
"Tôi coi trọng hành động và cuộc sống của ông ấy hơn là lời nói của ông ấy"
"I value the gestures of his hand more than his opinions"
"Tôi coi trọng cử chỉ của bàn tay anh ấy hơn là ý kiến của anh ấy"
"for me there was nothing in his speech and thoughts"
"với tôi không có gì trong lời nói và suy nghĩ của anh ấy"
"I see his greatness only in his actions and in his life"
"Tôi chỉ thấy sự vĩ đại của ông ấy trong hành động và cuộc sống của ông ấy"

For a long time, the two old men said nothing
Trong một thời gian dài, hai ông già không nói gì
Then Govinda spoke, while bowing for a farewell
Sau đó Govinda nói, trong khi cúi chào tạm biệt
"I thank you, Siddhartha, for telling me some of your thoughts"
"Tôi cảm ơn Siddhartha đã cho tôi biết một số suy nghĩ của bạn"
"These thoughts are partially strange to me"
"Những suy nghĩ này có phần lạ lẫm với tôi"
"not all of these thoughts have been instantly understandable to me"
"không phải tất cả những suy nghĩ này đều có thể được tôi hiểu ngay lập tức"
"This being as it may, I thank you"

"Dù sao đi nữa, tôi cũng cảm ơn bạn"
"and I wish you to have calm days"
"và tôi chúc bạn có những ngày bình yên"
But secretly he thought something else to himself
Nhưng trong thâm tâm anh lại nghĩ khác
"This Siddhartha is a bizarre person"
"Siddhartha này là một người kỳ lạ"
"he expresses bizarre thoughts"
"anh ấy bày tỏ những suy nghĩ kỳ lạ"
"his teachings sound foolish"
"lời dạy của ông ấy nghe thật ngớ ngẩn"
"the exalted one's pure teachings sound very different"
"Lời dạy trong sáng của đấng tối cao nghe rất khác biệt"
"those teachings are clearer, purer, more comprehensible"
"những lời dạy đó rõ ràng hơn, tinh khiết hơn, dễ hiểu hơn"
"there is nothing strange, foolish, or silly in those teachings"
"không có gì lạ lùng, ngu ngốc hay ngớ ngẩn trong những lời dạy đó"
"But Siddhartha's hands seemed different from his thoughts"
"Nhưng đôi tay của Siddhartha dường như khác với suy nghĩ của anh ấy"
"his feet, his eyes, his forehead, his breath"
"bàn chân, đôi mắt, vầng trán, hơi thở của anh ấy"
"his smile, his greeting, his walk"
"nụ cười của anh ấy, lời chào của anh ấy, bước đi của anh ấy"
"I haven't met another man like him since Gotama became one with the Nirvana"
"Tôi chưa từng gặp một người đàn ông nào giống như anh ấy kể từ khi Gotama nhập vào cõi Niết bàn"
"since then I haven't felt the presence of a holy man"
"Kể từ đó tôi không còn cảm nhận được sự hiện diện của một vị thánh nữa"
"I have only found Siddhartha, who is like this"
"Tôi chỉ tìm thấy Siddhartha, người như thế này"

"his teachings may be strange and his words may sound foolish"
"lời dạy của ông ấy có thể kỳ lạ và lời nói của ông ấy có thể nghe có vẻ ngớ ngẩn"
"but purity shines out of his gaze and hand"
"nhưng sự trong sạch tỏa sáng từ ánh mắt và bàn tay của Ngài"
"his skin and his hair radiates purity"
"Làn da và mái tóc của anh ấy tỏa ra sự tinh khiết"
"purity shines out of every part of him"
"sự trong sạch tỏa ra từ mọi bộ phận của anh ấy"
"a calmness, cheerfulness, mildness and holiness shines from him"
"một sự điềm tĩnh, vui vẻ, dịu dàng và thánh thiện tỏa sáng từ anh ấy"
"something which I have seen in no other person"
"điều mà tôi chưa từng thấy ở bất kỳ người nào khác"
"I have not seen it since the final death of our exalted teacher"
"Tôi đã không nhìn thấy nó kể từ khi người thầy đáng kính của chúng ta qua đời"
While Govinda thought like this, there was a conflict in his heart
Trong khi Govinda nghĩ như vậy, trong lòng anh lại có sự xung đột.

he once again bowed to Siddhartha
anh ta một lần nữa cúi chào Siddhartha
he felt he was drawn forward by love
anh ấy cảm thấy mình bị thu hút bởi tình yêu
he bowed deeply to him who was calmly sitting
anh ấy cúi chào thật sâu trước người đang ngồi một cách bình tĩnh
"Siddhartha," he spoke, "we have become old men"
"Siddhartha," ông nói, "chúng ta đã trở thành những ông già rồi"

"It is unlikely for one of us to see the other again in this incarnation"
"Sẽ không có khả năng một trong hai chúng ta sẽ gặp lại nhau trong kiếp này"
"I see, beloved, that you have found peace"
"Tôi thấy, người yêu dấu, rằng bạn đã tìm thấy sự bình yên"
"I confess that I haven't found it"
"Tôi thú nhận là tôi chưa tìm thấy nó"
"Tell me, oh honourable one, one more word"
"Xin hãy nói cho tôi biết, hỡi người đáng kính, thêm một lời nữa"
"give me something on my way which I can grasp"
"cho tôi thứ gì đó trên đường đi mà tôi có thể nắm bắt được"
"give me something which I can understand!"
"cho tôi thứ gì đó mà tôi có thể hiểu được!"
"give me something I can take with me on my path"
"cho tôi thứ gì đó tôi có thể mang theo trên con đường của mình"
"my path is often hard and dark, Siddhartha"
"Con đường của tôi thường khó khăn và tăm tối, Siddhartha"
Siddhartha said nothing and looked at him
Siddhartha không nói gì và nhìn anh ta
he looked at him with his ever unchanged, quiet smile
anh ấy nhìn anh ấy với nụ cười lặng lẽ, không hề thay đổi
Govinda stared at his face with fear
Govinda nhìn chằm chằm vào mặt anh ta với vẻ sợ hãi
there was yearning and suffering in his eyes
có sự khao khát và đau khổ trong đôi mắt anh ấy
the eternal search was visible in his look
sự tìm kiếm vĩnh cửu hiện rõ trong cái nhìn của anh ấy
you could see his eternal inability to find
bạn có thể thấy sự bất lực vĩnh viễn của anh ta trong việc tìm kiếm
Siddhartha saw it and smiled
Siddhartha nhìn thấy và mỉm cười
"Bend down to me!" he whispered quietly in Govinda's ear

"Cúi xuống đây với tôi!" anh thì thầm khẽ vào tai Govinda
"Like this, and come even closer!"
"Như thế này và đến gần hơn nữa!"
"Kiss my forehead, Govinda!"
"Hôn trán em đi, Govinda!"
Govinda was astonished, but drawn on by great love and expectation
Govinda đã rất ngạc nhiên, nhưng bị thu hút bởi tình yêu và sự mong đợi lớn lao
he obeyed his words and bent down closely to him
anh ta tuân theo lời anh ta và cúi xuống gần anh ta
and he touched his forehead with his lips
và anh ấy chạm trán mình bằng môi
when he did this, something miraculous happened to him
khi anh ấy làm điều này, một điều kỳ diệu đã xảy ra với anh ấy
his thoughts were still dwelling on Siddhartha's wondrous words
suy nghĩ của anh vẫn còn tập trung vào những lời kỳ diệu của Siddhartha
he was still reluctantly struggling to think away time
anh ấy vẫn miễn cưỡng đấu tranh để nghĩ về thời gian
he was still trying to imagine Nirvana and Sansara as one
anh ấy vẫn đang cố gắng tưởng tượng Niết bàn và Sansara là một
there was still a certain contempt for the words of his friend
vẫn còn một sự khinh miệt nhất định đối với lời nói của người bạn của anh ta
those words were still fighting in him
những lời nói đó vẫn còn đấu tranh trong anh ấy
those words were still fighting against an immense love and veneration
những lời nói đó vẫn đang đấu tranh chống lại một tình yêu và sự tôn kính to lớn
and during all these thoughts, something else happened to him

và trong suốt những suy nghĩ này, một điều khác đã xảy ra với anh ấy

He no longer saw the face of his friend Siddhartha
Ông không còn nhìn thấy khuôn mặt của người bạn Siddhartha nữa.

instead of Siddhartha's face, he saw other faces
thay vì khuôn mặt của Siddhartha, anh nhìn thấy những khuôn mặt khác

he saw a long sequence of faces
anh ấy nhìn thấy một chuỗi dài các khuôn mặt

he saw a flowing river of faces
anh ấy nhìn thấy một dòng sông khuôn mặt đang chảy

hundreds and thousands of faces, which all came and disappeared
hàng trăm, hàng ngàn khuôn mặt, tất cả đều xuất hiện rồi biến mất

and yet they all seemed to be there simultaneously
và tất cả dường như đều ở đó cùng một lúc

they constantly changed and renewed themselves
họ liên tục thay đổi và làm mới mình

they were themselves and they were still all Siddhartha's face
họ vẫn là chính họ và họ vẫn là khuôn mặt của Siddhartha

he saw the face of a fish with an infinitely painfully opened mouth
anh ta nhìn thấy khuôn mặt của một con cá với cái miệng mở ra vô cùng đau đớn

the face of a dying fish, with fading eyes
khuôn mặt của một con cá đang hấp hối, với đôi mắt mờ dần

he saw the face of a new-born child, red and full of wrinkles
anh ấy nhìn thấy khuôn mặt của một đứa trẻ mới sinh, đỏ và đầy nếp nhăn

it was distorted from crying
nó bị méo mó vì khóc

he saw the face of a murderer
anh ấy nhìn thấy khuôn mặt của một kẻ giết người

he saw him plunging a knife into the body of another person
anh ta nhìn thấy anh ta đâm một con dao vào cơ thể của một người khác
he saw, in the same moment, this criminal in bondage
anh ta nhìn thấy, cùng lúc đó, tên tội phạm này đang bị trói buộc
he saw him kneeling before a crowd
anh ta thấy anh ta đang quỳ trước đám đông
and he saw his head being chopped off by the executioner
và anh ta thấy đầu mình bị chặt đứt bởi tên đao phủ
he saw the bodies of men and women
anh ấy nhìn thấy cơ thể của đàn ông và phụ nữ
they were naked in positions and cramps of frenzied love
họ khỏa thân trong những tư thế và những cơn co thắt của tình yêu điên cuồng
he saw corpses stretched out, motionless, cold, void
anh ta nhìn thấy những xác chết nằm dài, bất động, lạnh ngắt, trống rỗng
he saw the heads of animals
anh ấy nhìn thấy đầu của các loài động vật
heads of boars, of crocodiles, and of elephants
đầu lợn rừng, đầu cá sấu và đầu voi
he saw the heads of bulls and of birds
anh ấy nhìn thấy đầu của những con bò đực và những con chim
he saw gods; Krishna and Agni
ông đã nhìn thấy các vị thần; Krishna và Agni
he saw all of these figures and faces in a thousand relationships with one another
anh ấy đã nhìn thấy tất cả những con số và khuôn mặt này trong một ngàn mối quan hệ với nhau
each figure was helping the other
mỗi hình đều giúp đỡ hình khác
each figure was loving their relationship
mỗi nhân vật đều yêu mối quan hệ của họ

each figure was hating their relationship, destroying it
mỗi nhân vật đều ghét mối quan hệ của họ, phá hủy nó
and each figure was giving re-birth to their relationship
và mỗi hình ảnh đang tái sinh mối quan hệ của họ
each figure was a will to die
mỗi con số là một ý chí muốn chết
they were passionately painful confessions of transitoriness
chúng là những lời thú nhận đau đớn đầy đam mê về sự phù du
and yet none of them died, each one only transformed
và không ai trong số họ chết, mỗi người chỉ biến đổi
they were always reborn and received more and more new faces
họ luôn được tái sinh và nhận được ngày càng nhiều khuôn mặt mới
no time passed between the one face and the other
không có thời gian trôi qua giữa khuôn mặt này và khuôn mặt kia
all of these figures and faces rested
tất cả những hình ảnh và khuôn mặt này đều nằm yên
they flowed and generated themselves
họ chảy và tự tạo ra mình
they floated along and merged with each other
chúng trôi nổi và hòa vào nhau
and they were all constantly covered by something thin
và tất cả chúng đều liên tục được bao phủ bởi thứ gì đó mỏng
they had no individuality of their own
họ không có cá tính riêng của mình
but yet they were existing
nhưng chúng vẫn tồn tại
they were like a thin glass or ice
chúng giống như một tấm kính mỏng hay một tảng băng
they were like a transparent skin
chúng giống như một làn da trong suốt
they were like a shell or mould or mask of water
chúng giống như một cái vỏ hoặc khuôn hoặc mặt nạ nước

and this mask was smiling
và chiếc mặt nạ này đang mỉm cười
and this mask was Siddhartha's smiling face
và chiếc mặt nạ này chính là khuôn mặt tươi cười của Siddhartha
the mask which Govinda was touching with his lips
mặt nạ mà Govinda đang chạm vào bằng môi của mình
And, Govinda saw it like this
Và, Govinda đã nhìn thấy nó như thế này
the smile of the mask
nụ cười của mặt nạ
the smile of oneness above the flowing forms
nụ cười của sự thống nhất trên các hình dạng đang chảy
the smile of simultaneousness above the thousand births and deaths
nụ cười đồng thời trên ngàn sinh tử
the smile of Siddhartha's was precisely the same
nụ cười của Siddhartha vẫn y hệt như vậy
Siddhartha's smile was the same as the quiet smile of Gotama, the Buddha
Nụ cười của Siddhartha giống như nụ cười thanh thản của Gotama, Đức Phật
it was delicate and impenetrable smile
đó là nụ cười tinh tế và không thể xuyên thủng
perhaps it was benevolent and mocking, and wise
có lẽ nó nhân từ và chế giễu, và khôn ngoan
the thousand-fold smile of Gotama, the Buddha
nụ cười ngàn lần của Đức Phật Gotama
as he had seen it himself with great respect a hundred times
như chính anh đã nhìn thấy nó với sự kính trọng lớn lao hàng trăm lần
Like this, Govinda knew, the perfected ones are smiling
Như thế này, Govinda biết, những người hoàn hảo đang mỉm cười
he did not know anymore whether time existed
anh ta không còn biết thời gian có tồn tại hay không

he did not know whether the vision had lasted a second or a hundred years
anh ta không biết liệu viễn cảnh đó kéo dài một giây hay một trăm năm
he did not know whether a Siddhartha or a Gotama existed
ông không biết liệu có một Siddhartha hay một Gotama tồn tại
he did not know if a me or a you existed
anh ấy không biết liệu có tồn tại một tôi hay một bạn
he felt in his as if he had been wounded by a divine arrow
anh ấy cảm thấy như thể mình đã bị thương bởi một mũi tên thần thánh
the arrow pierced his innermost self
mũi tên đâm xuyên qua bản chất sâu thẳm nhất của anh ấy
the injury of the divine arrow tasted sweet
vết thương của mũi tên thần thánh có vị ngọt
Govinda was enchanted and dissolved in his innermost self
Govinda đã bị mê hoặc và tan biến trong chính bản thân mình
he stood still for a little while
anh ấy đứng yên một lúc
he bent over Siddhartha's quiet face, which he had just kissed
anh cúi xuống khuôn mặt bình thản của Siddhartha, khuôn mặt mà anh vừa hôn
the face in which he had just seen the scene of all manifestations
khuôn mặt mà anh ta vừa nhìn thấy cảnh tượng của tất cả các biểu hiện
the face of all transformations and all existence
khuôn mặt của tất cả các chuyển đổi và tất cả sự tồn tại
the face he was looking at was unchanged
khuôn mặt anh ấy đang nhìn không hề thay đổi
under its surface, the depth of the thousand folds had closed up again
dưới bề mặt của nó, độ sâu của hàng ngàn nếp gấp đã khép lại một lần nữa
he smiled silently, quietly, and softly

anh ấy mỉm cười lặng lẽ, lặng lẽ và nhẹ nhàng
perhaps he smiled very benevolently and mockingly
có lẽ anh ta mỉm cười rất nhân từ và chế giễu
precisely this was how the exalted one smiled
chính xác đây là cách mà người cao quý mỉm cười
Deeply, Govinda bowed to Siddhartha
Govinda cúi đầu thật sâu trước Siddhartha
tears he knew nothing of ran down his old face
những giọt nước mắt mà anh không hề biết chảy dài trên khuôn mặt già nua của anh
his tears burned like a fire of the most intimate love
nước mắt của anh ấy cháy như ngọn lửa của tình yêu sâu sắc nhất
he felt the humblest veneration in his heart
anh ấy cảm thấy sự tôn kính khiêm nhường nhất trong trái tim mình
Deeply, he bowed, touching the ground
Anh cúi đầu thật sâu, chạm đất
he bowed before him who was sitting motionlessly
anh ta cúi chào trước người đang ngồi bất động
his smile reminded him of everything he had ever loved in his life
nụ cười của anh ấy nhắc anh ấy nhớ về mọi thứ anh ấy từng yêu trong cuộc đời mình
his smile reminded him of everything in his life that he found valuable and holy
nụ cười của anh ấy nhắc nhở anh ấy về mọi thứ trong cuộc sống mà anh ấy thấy có giá trị và thiêng liêng

www.tranzlaty.com

www.ingramcontent.com/pod-product-compliance
Lightning Source LLC
Chambersburg PA
CBHW010019130526
44590CB00048B/3825

9 781835 667026